തത്വചിന്തയുടെ ആമുഖം

Thathwachinthayude Amukham
Study

Dr. P K Pokker

CHINTHA PUBLISHERS
Thiruvananthapuram

First Edition
April 2013

Second Edition
March 2017

Third Edition
July 2025

Published
Chintha Publishers, Thiruvananthapuram

Printed at
Time Offset Printers, Thiruvananthapuram

Cover Design
Vinod Mangoes

ISBN : 978-93-82808-96-1

CR - VV. 104 / 3705 / 7533

₹ 200

Email: chinthapublishers@gmail.com
Website: www.chinthapublishers.com

A version is available at National Libraries
Kolkata, Mumbai, Chennai and Delhi

Distribution
DESHABHIMANI BOOK HOUSE
H O Thiruvananthapuram 695035

Branches & Agencies
Head Office Kunnukuzhi • Statue Thiruvananthapuram
Saphalyam Complex Thiruvananthapuram
Machingal Lane Thrissur • IG Road Kozhikode
Mavoor Road Kozhikode • NGO Union Building Kannur
Central Bus Terminal Complex Thavakkara Kannur
Revenue Tower Ernakulam • Sulthanpetta Palakkad
Postoffice Road Kottaym • Hospital Road Nilamboor
Old Municipal Bus Stand Kalpatta

തത്വചിന്തയുടെ ആമുഖം

ഡോ. പി കെ പോക്കർ

ചിന്ത പബ്ലിഷേഴ്സ്
തിരുവനന്തപുരം-695 035
വില : ₹ 200

ഡോ. പി കെ പോക്കർ

കോഴിക്കോട് ജില്ലയിലെ ഓർക്കാട്ടേരിയിൽ ജനനം. ഓർക്കാട്ടേരി ഗവ.സെക്കന്ററി സ്കൂളിലും മടപ്പള്ളി ഗവ. ആർട്ട്സ് ആന്റ് സയൻസ് കോളേജിലും കോഴിക്കോട് സർവകലാശാല ഫിലോസഫി വിഭാഗത്തിലും പഠനം. ഡോ. വി സി നാരായണദാസിന്റെ കീഴിൽ 'സർഗാത്മകതയും സ്വാതന്ത്ര്യവും മാർക്സിയൻ കാഴ്ചപ്പാടിൽ' എന്ന വിഷയത്തെ അധികരിച്ച് നടത്തിയ ഗവേഷണത്തിന് കോഴിക്കോട് സർവകലാശാലയിൽനിന്നും ഡോക്ടറേറ്റ് ലഭിച്ചു. പി ഡബ്ല്യു ഡിയിൽ ക്ലർക്കായും തലശ്ശേരി ബ്രണ്ണൻ കോളേജിൽ തത്വചിന്താ അധ്യാപകനായും ജോലി ചെയ്തിട്ടുണ്ട്. കോഴിക്കോട് സർവകലാശാലയിൽ ഫിലോസഫി പ്രൊഫസറായിരിക്കെ ഡെപ്യൂട്ടേഷനിൽ കേരളഭാഷാ ഇൻസ്റ്റിറ്റ്യൂട്ടിൽ ഡയറക്ടറായി ചുമതല വഹിച്ചു. കോഴിക്കോട് സർവകലാശാലാ ഫിലോസഫി വിഭാഗം പ്രൊഫസറായി വിരമിച്ചു. സാഹിത്യനിരൂപണത്തിനുള്ള തായാട്ട് ശങ്കരൻ അവാർഡ് *ആധുനികോത്തരതയുടെ കേരളീയ പരിസരത്തിന്* 1997 ൽ ലഭിച്ചു. കേരളസാഹിത്യ അക്കാദമി വൈജ്ഞാനികസാഹിത്യത്തിനുള്ള അവാർഡും ലഭിച്ചിട്ടുണ്ട് (*സ്വത്വരാഷ്ട്രീയം*, 2007). പുരോഗമന കലാസാഹിത്യസംഘം സംസ്ഥാന നിർവാഹകസമിതി അംഗം. തുഞ്ചൻ മെമ്മോറിയൽ ട്രസ്റ്റിലും വിവിധ സർവകലാശാലകളുടെ ഡോക്ടറൽ കമ്മിറ്റികളിലും അംഗമാണ്.

പ്രധാന കൃതികൾ: *ആധുനികോത്തരതയുടെ കേരളീയപരിസരം, ഇ എം എസും ആധുനികകേരളവും, കേരളീയതയുടെ വർത്തമാനം, ദറിദ: അപനിർമാണത്തിന്റെ തത്വചിന്തകൻ, അധിനിവേശവും ചെറുത്തുനിൽപ്പും, വർണഭേദങ്ങൾ പാഠഭേദങ്ങൾ, മമ്പുറം ഫസൽ പൂക്കോയതങ്ങൾ* (കെ കെ എൻ കുറുപ്പിനൊപ്പം എഡിറ്റർ), *സ്വത്വരാഷ്ട്രീയം, ഗ്രാംഷി: ഭരണകൂടവും പൗരസമൂഹവും* (എഡിറ്റർ), *നവമാർക്സിസവും പ്രച്ഛന്ന മാർക്സിസവും, ഫ്രെഡറിക് ജയിംസൺ ആഗോളവൽക്കരണകാലത്തെ മാർക്സിസം (എഡിറ്റർ), കടമ്മനിട്ട: കവിയും കവിതയും* (എഡിറ്റർ), *Creativity and Freedom: A Marxian Perspective* (Sanbun Books, New Delhi), *ഭാവനയും ഭാവുകത്വവും, പുരോഗമനത്തിന്റെ മാറുന്ന പരിപ്രേക്ഷ്യം, മാർക്സ് മുതൽ നെഗ്രി വരെ, സൗഹൃദവും തത്വചിന്തയും, അംബേദ്കറും മാർക്സും.*

ഭാര്യ : റംല
മക്കൾ : ദർശന സലീം, ആതിര ഷാനവാസ്
വിലാസം : 'സരോവരം', നല്ലളം (പോസ്റ്റ്),
കോഴിക്കോട് - 27
E-mail : pokker.pk@gmail.com

ഉള്ളടക്കം

പ്രസാധകക്കുറിപ്പ്

തത്വചിന്തയുടെ പഠനമെന്നാൽ തത്വചിന്തയുടെ ചരിത്രത്തെയും തത്വചിന്തകരുടെ ജീവിതത്തെയും മനസ്സിലാക്കലാണ് എന്നൊരു തെറ്റിദ്ധാരണ പൊതുവെ നമുക്കിടയിലുണ്ട്. തത്വചിന്തയെ മാത്രമല്ല പല വിഷയങ്ങളെയും സമീപിക്കുന്നതിൽ ഇത്തരമൊരു പരിമിതി പലപ്പോഴും കണ്ടുവരാറുണ്ട്. അതിൽനിന്ന് വ്യത്യസ്തമായി ഏതൊരു വിഷയത്തെയും അതിന്റെ ഉള്ളിൽ നിന്നുകൊണ്ടുവേണം പ്രാഥമികമായി മനസ്സിലാക്കേണ്ടത് എന്ന വ്യക്തമായ ധാരണയോടെ എഴുതപ്പെട്ടിരിക്കുന്ന പുസ്തകമാണ് *തത്വചിന്തയുടെ ആമുഖം.*

സാമൂഹിക, ശാസ്ത്ര വിഷയങ്ങളെ സംബന്ധിച്ച അക്കാദമിക് ഗ്രന്ഥങ്ങൾ മലയാളഭാഷയിൽ വളരെ കുറവാണ്. കേരളത്തിലെ ഉന്നത വിദ്യാഭ്യാസം പൊതുവെ ഇംഗ്ലീഷ് മാധ്യമത്തിലൂടെ നടക്കുന്നതാവാം അതിനു പ്രധാനകാരണം. അതിനാൽ സാമ്പത്തികശാസ്ത്രവും തത്വചിന്തയുമൊക്കെ മലയാള മാധ്യമത്തിലൂടെ പഠിക്കുക ഏറെ ദുഷ്കരമാണ്. മലയാളഭാഷയുടെ വികാസത്തെത്തന്നെ തടയുന്ന ഒന്നായി ഇത് മാറിയിട്ടുണ്ട്. മാത്രവുമല്ല വളരെ സ്വാഭാവികമായി ഈ വിഷയങ്ങൾ മാതൃഭാഷയിലൂടെ മനസ്സിലാക്കുന്ന പ്രക്രിയ ഇതുവഴി തടയപ്പെടുകയും ചെയ്യുന്നു. ദീർഘകാലം തത്വചിന്ത അധ്യാപകനായി വർത്തിച്ച പോക്കർ മാഷിന്റെ ഈ പുസ്തകം ഏറെ സംഗതമാകുന്നത് ഈ കാരണത്താൽ കൂടിയാണ്.

തത്വചിന്തയെ ഒരു പഠനവിഷയമെന്ന നിലയിൽ പരിചയപ്പെടുത്തുന്ന ഗ്രന്ഥങ്ങൾ മലയാളഭാഷയിൽ ഏതാണ്ടില്ല എന്നുതന്നെ പറയാം. ആ ശൂന്യതയാണ് ഈ ഗ്രന്ഥം നികത്തുന്നത്. അതിഭൗതിക ശാസ്ത്രം, ജ്ഞാനസമ്പാദന ശാസ്ത്രം, തർക്കശാസ്ത്രം തുടങ്ങി തത്വചിന്തയുമായി ബന്ധപ്പെട്ട ഏതാണ്ടെല്ലാ വിഷയങ്ങളെയും ചെറിയ കുറിപ്പുകളിലൂടെ ഗ്രന്ഥകാരൻ പരിചയപ്പെടുത്തുന്നു. മലയാളഭാഷയിലൂടെ തത്വചിന്തയെ മനസ്സിലാക്കാൻ ശ്രമിക്കുന്നവർക്ക് നല്ല തുടക്കമായി ഈ പുസ്തകം മാറുന്നു. ഈ പുതിയ പതിപ്പിൽ 'കേരളീയ തത്വചിന്തയും നാരായണഗുരുവും' എന്ന അദ്ധ്യായം ഉൾപ്പെടുത്തിയിട്ടുണ്ട്.

ചിന്ത പബ്ലിഷേഴ്സ്

ആമുഖം

തത്വചിന്തയെ ഒരു വിഷയമെന്ന നിലയിൽ സമീപിക്കുന്നവർക്ക് ഇപ്പോൾ മലയാളഭാഷയിൽ പുസ്തകങ്ങൾ വിരളമാണെന്നോ, ഇല്ലെന്നു തന്നെയോ പറയേണ്ട സ്ഥിതിയാണ്. ഇംഗ്ലീഷ് ഭാഷയിൽ തത്വചിന്ത പഠിക്കാനും മനസ്സിലാക്കാനും ധാരാളം പുസ്തകങ്ങളുണ്ടെങ്കിലും മലയാളികൾക്ക് മാതൃഭാഷയിൽ ഈ വിഷയം വായിക്കാനും പഠിക്കാനും കഴിയേണ്ടതാണ്. പതിനൊന്ന്, പന്ത്രണ്ട് ക്ലാസുകളിൽ തത്വചിന്തയും തർക്കശാസ്ത്രവും മാനവികവിഷയങ്ങളുടെ ഭാഗമായി പഠിക്കുന്ന വിദ്യാർഥികൾക്കും മലയാളഭാഷയിൽ ആശ്രയിക്കാവുന്ന പുസ്തകങ്ങൾ ഇപ്പോൾ ലഭ്യമല്ല.

തത്വചിന്തയിലുണ്ടാവുന്ന മാറ്റങ്ങളാണ് എന്നും സംസ്കാരപഠനത്തിലും സാഹിത്യപഠനത്തിലും നിർണായകമായ സ്വാധീനം ചെലുത്തിയത്. പ്രാചീനകാലം മുതൽ തത്വചിന്ത ഇതര വിജ്ഞാനശാഖകളെ സ്വാധീനിക്കുകയും നിർണയിക്കുകയും ചെയ്തിരുന്നു. ഇപ്പോഴും ഒരു വലിയ പരിധിവരെ ഇതുതന്നെയാണ് സ്ഥിതി. ആധുനികാനന്തരം ഉയർന്നുവന്ന തത്വചിന്തകളും സംസ്കാരപഠനങ്ങളും കൂടിക്കുഴഞ്ഞാണ് ഇന്ന് നിലനിൽക്കുന്നത്. തത്വചിന്തയിൽ ആവശ്യമായ പരിശീലനമില്ലാതെ പ്രാതിഭാസിക വിജ്ഞാനീയം, അസ്തിത്വവാദം, അപനിർമാണം മുതലായ വിഷയങ്ങളോ അവയുമായി ബന്ധപ്പെട്ട വിശകലനങ്ങളോ വ്യക്തതയോടും കൃത്യതയോടും മനസ്സിലാക്കാൻ കഴിയില്ലെന്നതാണ് യാഥാർഥ്യം. ഓരോ തത്വചിന്തകനും അവർക്കു മുമ്പ് രൂപപ്പെട്ട തത്വചിന്താപദ്ധതികളെ അവലംബിച്ചാണ് മുന്നോട്ടുപോകുന്നത്. ഹെഗലില്ലാതെ മാർക്സോ, ഘടനാവാദമില്ലാതെ ആധുനികോത്തരതയോ ഉണ്ടാവാനോ തിരിച്ചറിയാനോ സാധ്യമല്ല. അതുകൊണ്ട് മലയാള വായനക്കാർക്ക് തത്വചിന്തയെ ഒരു അക്കാദമികവിഷയമെന്ന നിലയിൽ സമീപിക്കുന്നതിന് സഹായിക്കുന്ന ഒരു പ്രാഥമിക സംരംഭമായി ഈ പുസ്തകത്തെ വായനക്കാർക്കായി സമർപ്പിക്കുന്നു.

ഡോ. പി കെ പോക്കർ

1

തത്വചിന്ത അന്വേഷണത്തിന്റെ ആരംഭം

സുഹൃത്തേ, മനുഷ്യമനസ്സ് പ്രകൃതിദത്തമായിത്തന്നെ തത്വചിന്ത യിലാണ് കുടികൊള്ളുന്നത്.

(പ്ലേറ്റോ, ഫിഡ്രസ്)

തത്വചിന്ത പ്രാചീനകാലം മുതൽ നിലനിന്നുപോരുന്ന ഒരു വൈ ജ്ഞാനികശാഖയാണ്. പാശ്ചാത്യജ്ഞാനരൂപങ്ങൾ തത്വചിന്തയുമായി അഭേദ്യമായ ബന്ധം സൂക്ഷിക്കുന്നുണ്ട്. ഇന്ത്യൻ തത്വചിന്ത പലനില യിലും പാശ്ചാത്യതത്വചിന്തയിൽനിന്നും വേറിട്ടാണ് നിലനിൽക്കുന്നത്. പാശ്ചാത്യചിന്തയുടെ ഉറവിടം ഗ്രീക്ക് തത്വചിന്തകന്മാരുടെ രചനകളാണ്. ഇന്ത്യയിൽ രചയിതാക്കളുടെ പേരിൽ രചിക്കപ്പെട്ട തത്വചിന്താകൃ തികൾ വളരെ കുറവാണ്. ഗ്രീക്ക് തത്വചിന്തകരും അവരുടെ ചിന്തകളും മറ്റ് ആവിഷ്കാരരൂപങ്ങളിൽനിന്നും വ്യത്യസ്തമായ ആഖ്യാനമായാണ് തത്വചിന്തയെ സമീപിച്ചത്. അതുകൊണ്ട് തത്വചിന്തയെക്കുറിച്ചുള്ള അന്വേഷണത്തിലും പഠനത്തിലും ഗ്രീക്ക് തത്വചിന്ത അനിവാര്യമായ ആമുഖമായി മാറുന്നു. ഇന്ന് തത്വചിന്തയുടെ ഭാഗമായി കാണുന്ന എല്ലാ അന്വേഷണഅപഗ്രഥന മാതൃകകളും പ്രാചീന ഗ്രീക്ക്ചിന്തയിൽ അന്തർഭവിച്ചതായി കാണാൻ കഴിയും.

ഫിലോ (Philo) സോഫിയ (Sophia) എന്നീ രണ്ട് ഗ്രീക്ക്പദങ്ങൾ കൂടിച്ചേർന്നാണ് ഫിലോസഫി (തത്വചിന്ത) എന്ന വാക്കുണ്ടായത്. Philo എന്നതിന് സ്നേഹിക്കുക (loving), അതിയായ താൽപ്പര്യം, അഥവാ അഭിരുചി എന്നും, Sophia എന്ന പദത്തിന് ജ്ഞാനം (Wisdom), അറിവ് (Knowledge) എന്നീ അർഥങ്ങളുമാണുള്ളത്. അങ്ങനെ ഫിലോസ ഫിയെ (Philosophia) എന്ന ഗ്രീക്ക് പദത്തിൽനിന്നുണ്ടായ Philosophy (തത്വചിന്ത) എല്ലാ ജ്ഞാനരൂപങ്ങൾക്കും പൊതുവായി നൽകാവുന്ന

സോക്രട്ടീസ്

ഒരു സംജ്ഞയായി മാറി. ഇന്ന് മലയാളത്തിൽ തത്വചിന്തയെന്ന് പറയുമ്പോൾ ഇംഗ്ലീഷ് ഭാഷയിൽ Philosophy ആയി അറിയപ്പെടുന്ന ജ്ഞാനരൂപത്തെയാണ് പൊതുവെ പ്രതിനിധാനം ചെയ്യുന്നത്. അന്വേഷിച്ചു കണ്ടെത്താനുള്ള അതിയായ താൽപ്പര്യം പ്രകടിപ്പിക്കുകയും അന്വേഷണാത്മക യുക്തിരൂപങ്ങൾ ആവിഷ്കരിക്കുകയും ചെയ്യുമ്പോഴാണ് തത്വചിന്ത ഉണ്ടാവുന്നത്. അതുകാണ്ട് തത്വചിന്തയെന്നാൽ ജ്ഞാനതൃഷ്ണ (Love of wisdom) എന്ന വ്യാഖ്യാനമാണ് പ്രാചീന കാലം മുതൽ സ്വീകരിക്കപ്പെട്ടത്.

തത്വചിന്ത വെറും ചോദ്യങ്ങൾ ചോദിക്കുന്ന ജ്ഞാനരൂപമാണെന്നത് ഒരു തെറ്റിദ്ധാരണയാണ്. സോക്രട്ടീസ് സമൂഹത്തെ മാറ്റിത്തീർക്കുന്നതിനാവശ്യമായ ചോദ്യങ്ങൾ ചോദിച്ചിരുന്നെങ്കിലും അവ വെറും ചോദ്യങ്ങളായിരുന്നില്ല. സോക്രട്ടീസിന്റെ നിലപാടുകൾ ശിഷ്യനായ പ്ലേറ്റോയുടെ കൃതികളിലൂടെയാണ് നമുക്ക് ലഭിക്കുന്നത്. തത്വചിന്തയിൽ ഉന്നയിക്കുന്ന ചോദ്യങ്ങൾ ചില മൗലികമായ പ്രശ്നങ്ങളോടുള്ള പ്രതികരണങ്ങളും വ്യാഖ്യാനങ്ങളുമാണ്. അവ ഒരേസമയം ചോദ്യങ്ങളും ഉത്തരങ്ങളുമാണ്. അവ വെറും വ്യാഖ്യാനങ്ങളല്ല. മറിച്ച് നമ്മുടെ ചിന്തയെ തന്നെ മാറ്റിത്തീർക്കുന്ന വ്യാഖ്യാനങ്ങളാണ്. ശാസ്ത്രത്തിലോ സാഹിത്യത്തിലോ അവസാന വാക്കുകളോ പരമമായ തീർപ്പുകളോ ലഭിക്കാത്തപോലെ തത്വചിന്തയിലും അവസാനവാക്കോ അന്തിമമായ തീർപ്പോ നമുക്ക് കാണാൻ കഴിയില്ല.

അറിവിനോടുള്ള അതിയായ താൽപ്പര്യമെന്നതിന്റെ അർഥം അന്വേഷിക്കാനും കണ്ടെത്താനുമുള്ള താൽപ്പര്യം എന്നു തന്നെയാണ്. ഒരാൾ അയാളുടെ ജോലിയുടെയോ അധ്വാനത്തിന്റെയോ ഭാഗമായി അന്വേഷിക്കുകയോ കണ്ടെത്തുകയോ ചെയ്യുന്നതും ജ്ഞാനതൃഷ്ണ കൊണ്ട് അന്വേഷിക്കുന്നതും ഒരുപോലെയല്ല. യാത്ര ചെയ്യുന്നവർ 'ദിശ' അഥവാ 'ദിക്ക്' അന്വേഷിക്കുന്നത് ഒരു നിശ്ചിത സ്ഥലത്തെത്താനാണ്. ശാസ്ത്രപഠനങ്ങളിലും സാധാരണ സംഭവിക്കുന്നത് ഇതുപോലുള്ള കാര്യം തന്നെയാണ്. ജ്യാമിതീയശാസ്ത്രം അഥവാ ജ്യോമട്രിയിൽ സ്ഥലത്തിന്റെ നിയമങ്ങളാണ് പഠനവിധേയമാക്കുന്നത്. പ്രായോഗിക ജീവിതത്തിൽ നമുക്ക് അനുഭവപ്പെടുന്ന സ്ഥലം എന്ന നിലയിൽ മാത്രമാണ് സ്ഥലത്തെ (Space) ജ്യോമട്രിയിൽ സമീപിക്കുന്നത്. ഒരിക്കലും സ്ഥലമെന്താണെന്ന് അവിടെ അന്വേഷിക്കുന്നില്ല. നാം വസ്തുക്കൾ കാണുകയും അനുഭവിക്കുകയും ചെയ്യുന്നത് നിശ്ചിത സ്ഥലത്താണ്. അതിലുപരി ഏതാണീ

സ്ഥലം, എങ്ങനെ എവിടെ ഏത് രീതിയിൽ എന്ന ചോദ്യം ജ്യോമട്രിയിൽ ചോദിക്കാറില്ല. സ്വയം തെളിവ് നൽകുന്ന (Self - evident) ചില മൗലികതത്വങ്ങളെ അവലംബിച്ചാണ് ഇത്തരം പഠനങ്ങളും അന്വേഷണങ്ങളും നടക്കുന്നത്. എന്നാൽ തത്വചിന്ത ഇത്തരം മൗലികതത്വങ്ങളെ ചോദ്യം ചെയ്യുകയും വിശകലനം ചെയ്യുകയും വ്യാഖ്യാനിക്കുകയും ചെയ്യുന്നു. ഇങ്ങനെ സ്വയം തെളിവു നൽകുന്നതായി കരുതുന്ന തത്വങ്ങളുടെ (axioms) അടിസ്ഥാനമെന്താണെന്ന് ജ്യോമട്രിയിൽ പരിശോധിക്കുന്നില്ല. എന്തുകൊണ്ടാണ് ചില തത്വങ്ങൾക്ക് മാത്രം തെളിവന്വേഷിക്കുകയും മറ്റ് പലതും തെളിവില്ലാതെ സ്വീകരിക്കുകയും ചെയ്യുന്നത്? നാം വസ്തുക്കൾ കാണുകയും അളക്കുകയും ചെയ്യുന്നത് ഒരു നിശ്ചിത സ്ഥലത്താണ് അഥവാ ശൂന്യസ്ഥലത്താണ്. ഈ ശൂന്യസ്ഥലം (Space) എന്താണെന്ന് സാധാരണ മറ്റ് വിഷയങ്ങൾ പഠിക്കുന്ന വ്യക്തിയോ വിഷയമോ പ്രതിപാദിക്കുന്നതായി കാണാറില്ല. എന്നാൽ തത്വചിന്തയിൽ എക്കാലത്തും ഇതുപോലുള്ള ചോദ്യങ്ങളും വ്യാഖ്യാനങ്ങളും ഉണ്ടാവുന്നു.

അതുപോലെ ഭൗതികശാസ്ത്രങ്ങളിൽ ദ്രവ്യത്തെ (matter) അധികരിച്ചാണ് പഠനങ്ങൾ നടക്കുന്നത്. എന്നാൽ തത്വചിന്ത ദ്രവ്യം എന്താണെന്ന ചോദ്യം ചോദിക്കുകയും ആ ചോദ്യത്തിന്റെ ഉത്തരങ്ങൾ കൊണ്ട് ചിന്തയെ സമ്പന്നമാക്കാനും ശ്രമിക്കുന്നു. ഭൗതികശാസ്ത്രത്തിലെ ഒരു ചോദ്യമായി തോന്നാമെങ്കിലും ദ്രവ്യം അഥവാ പദാർഥം എന്താണെന്ന ചോദ്യം തത്വചിന്താപരമായ വിശകലനത്തിന്റെ വിഷയമാണ്. കാരണം കാണുന്നതും കേൾക്കുന്നതും രുചിക്കുന്നതും മണക്കുന്നതും സ്പർശിക്കുന്നതും വ്യത്യസ്ത വസ്തുക്കളെയാണ്. ആ വസ്തുക്കൾ വ്യത്യസ്ത സ്വഭാവവും പ്രകടിപ്പിക്കുന്നവയാണ്. എന്നാൽ ഈ വസ്തുക്കളുടെ അടിസ്ഥാനമായ നിലനിൽപ്പ് (existence) എന്താണ്? ദ്രവ്യം അണു (atoms) ക്കളാണെന്നോ, അതിനുമപ്പുറം ഊർജക്ഷേത്രം (energy field) ആണെന്നോ പറഞ്ഞാലും ദാർശനികമായ ചോദ്യം അവസാനിക്കുന്നില്ല. ഭൗതികമായ ഉണ്മ തന്നെ എന്താണെന്ന ചോദ്യം പ്രസക്തമാവുന്നത് നമുക്ക് നമ്മുടെ നിലനിൽപ്പ് അഥവാ അസ്തിത്വം തന്നെ ഒരു വിസ്മയം കൂടിയാവുന്നതിനാലാണ്. തത്വചിന്താപരമായ അന്വേഷണങ്ങൾ വസ്തുതകൾക്കും വിവരണങ്ങൾക്കുമപ്പുറം സ്വാതന്ത്ര്യത്തിന്റെ അതിരുകളില്ലാത്ത ആഘോഷം കൂടിയാണ്.

തത്വചിന്ത മാത്രമല്ല എല്ലാ വിജ്ഞാനശാഖകളും അറിവിന്റെ ലോകത്തിലേക്കുള്ള പ്രവേശനമാണ് ആഗ്രഹിക്കുന്നത്. എന്നാൽ തത്വചിന്ത ഏതെങ്കിലും മണ്ഡലത്തിൽ അന്വേഷണത്തെ പരിമിതപ്പെടുത്തുന്നില്ല. ജന്തുശാസ്ത്രം (Zoology) ജന്തുക്കളുടെ ശരീരഘടനയും വർഗീകരണവും അനുബന്ധകാര്യങ്ങളുമാണ് പഠിക്കുന്നത്. അതുപോലെ സസ്യശാസ്ത്രത്തിൽ ചെടികളുടെ വർഗീകരണവും ശരീരഘടനയും പഠനവിഷയമാക്കുന്നു. ജീവനുള്ള ലോകത്തെ വർഗീകരിക്കാൻ (Classify) ഇന്നും അവലംബിക്കുന്നത് അരിസ്റ്റോട്ടിൽ നൽകിയ വർഗീകരണരീതി

അരിസ്റ്റോട്ടിൽ

ശാസ്ത്രമാണ്. ജന്തുക്കളെയും സസ്യങ്ങളെയും അവയുടെ സാദൃശ്യത്തിന്റെ അടിസ്ഥാനത്തിൽ വേർതിരിച്ചു കൊണ്ടാണ് പ്രത്യേകം പ്രത്യേകം വിഭാഗങ്ങളാക്കി അരിസ്റ്റോട്ടിൽ നിർണയിച്ചത്. മാത്രമല്ല ദ്വിനാമീകരണ (binomial) ത്തെ അടിസ്ഥാനമാക്കി ചെടികൾക്കും ജന്തുക്കൾക്കും പേരിടുന്ന രീതിയും അരിസ്റ്റോട്ടിലാണ് തുടങ്ങിയത്. എങ്കിലും അരിസ്റ്റോട്ടിലിന്റെ പഠനങ്ങൾ പ്രായോഗികമെന്നോ പ്രവർത്തനങ്ങൾക്ക് വേണ്ടിയെന്നോ പറയാവുന്ന വിഭാഗത്തിൽപ്പെടുത്താനും കഴിയില്ല. മറിച്ച് ദ്രവ്യം (Substance) ഗുണം (quality) എന്നീ മൗലികതത്വങ്ങളെക്കുറിച്ചുള്ള അന്വേഷണത്തിന്റെ ഭാഗമായാണ് അരിസ്റ്റോട്ടിൽ ആഖ്യാനം നിർവഹിച്ചത്. തത്വചിന്ത എല്ലാ പ്രശ്നങ്ങളിലും അന്തർഭവിച്ച പൊതുതത്വങ്ങളാണ് വിശകലനം ചെയ്യുന്നത്. ഇതര വിഷയങ്ങളിൽ ലോകത്തിന്റെ ഏതെങ്കിലും ഭാഗത്തുള്ള ഏതെങ്കിലും ഒരു പ്രശ്നമാണ് പഠനവിഷയമാവുക. എല്ലാ ശാസ്ത്രങ്ങളും കാര്യകാരണബന്ധമെന്ന മൗലികതത്വത്തെ സംബന്ധിച്ചാണ് നിലനിൽക്കുന്നത്. എല്ലാ കാര്യത്തിനും കാരണമുണ്ടെന്നും ഒരേ സാഹചര്യത്തിൽ ആ ബന്ധം തുടരുമെന്നുമുള്ള വിശ്വാസമാണ് ശാസ്ത്രവിഷയങ്ങളെ പിന്തുണക്കുന്നത്. കാര്യ–കാരണബന്ധം എല്ലാറ്റിനും കാരണത്തെ സങ്കൽപ്പിക്കുന്നതിനാൽ ‘ആദ്യകാരണം’ എന്ന യുക്തിക്കും ന്യായീകരണം ആവശ്യമായി വരും. ഡബ്ല്യു ടി സ്റ്റാസ് (W T Stace) പറയുന്ന പോലെ കാര്യകാരണബന്ധത്തെ സംബന്ധിക്കുന്ന അടിസ്ഥാനം തകർന്നാൽ എല്ലാ ശാസ്ത്രങ്ങളും പ്രതിസന്ധിയിലാകും.[1] തത്വചിന്തയിൽ കാര്യകാരണബന്ധം തന്നെ പ്രശ്നവൽക്കരിക്കപ്പെടുകയാണ്. തത്വചിന്ത പൊതുവെ ബുദ്ധിമുട്ടുള്ള ഒരു വിഷയമായാണ് പറയപ്പെടുന്നത്. അതിന്റെ ഒരു കാരണം അനുഭവഗോചരമല്ലാത്ത കാര്യങ്ങൾ നാം അനുഭവത്തിന്റെ ഭാഷയിൽ സംസാരിക്കുന്നതു കൊണ്ടാണ് ഉണ്ടാവുന്നത്. എല്ലാ പ്രശ്നങ്ങൾക്കും നമുക്ക് നമ്മുടെ പഞ്ചേന്ദ്രിയങ്ങൾ കൊണ്ട് ഒരു ചിത്രം രൂപപ്പെടുത്താനാണ് നാം സാധാരണ ശ്രമിക്കാറുള്ളത്. എന്നാൽ ഇത്തരത്തിൽ ഒരു ചിത്രീകരണം എല്ലാ കാര്യത്തിലും സാധ്യമാണോ എന്ന ചോദ്യവും തത്വചിന്തയുടെ ഭാഗമാണ്.

പ്രകൃതിയും സംസ്കാരവും

പ്രകൃതി (Nature) മനുഷ്യജീവിതത്തിന്റെ ഭാഗമാണ്. പ്രകൃതിയുടെ ഭാഗമായി ജനിച്ചുവളരുന്ന മനുഷ്യർ ചിന്തിക്കുന്നതും പ്രവർത്തിക്കു

ന്നതും പ്രകൃതിയുടെ ഭാഗമെന്ന നിലയിലാണ്. എല്ലാ ജീവജാലങ്ങളും പ്രകൃതിയുടെ ഭാഗമാണ്. വെള്ളവും വായുവും, ഭക്ഷണവും പ്രകൃതിയിൽ നിന്ന് സ്വീകരിച്ചു കൊണ്ടാണ് ജൈവലോകം നിലനിൽക്കുന്നത്. മനുഷ്യൻ മറ്റ് ജന്തുക്കളിൽ നിന്ന് വിഭിന്നമായി പ്രകൃതിയെ മാറ്റിത്തീർക്കുന്നതിലും നിർണായകമായ പങ്ക് വഹിക്കുന്നു. പ്രകൃതി സ്വയം തന്നെ മാറ്റത്തിന് വിധേയമാകുന്നുണ്ടെങ്കിലും മനുഷ്യന്റെ പ്രവർത്തനം കൊണ്ടും ഇടപെടൽ കൊണ്ടും പ്രകൃതിയിൽ ഗണ്യമായ മാറ്റം സംഭവിക്കുന്നുണ്ട്. ഒരു സിംഹമോ പശുവോ ഭക്ഷണം കണ്ടെത്തുകയും, ഇരയെയും ഇണയെയും കണ്ടെത്തുകയും ചെയ്യുകയല്ലാതെ അവ പ്രകൃതിയിൽ ഗണ്യമായ മാറ്റങ്ങൾ ഉണ്ടാക്കുന്നില്ല. മാർക്സ് മൂലധനത്തിൽ പറയുന്ന പോലെ തേനീച്ച മനോഹരമായ കൂട് (Honey Comb)ഉണ്ടാക്കുമെങ്കിലും അവ എക്കാലത്തും ഒരേ ജൈവപ്രക്രിയയുടെ ഭാഗമാണ്. അതിനാൽ മനുഷ്യരല്ലാത്ത ജീവജാലങ്ങൾ നടത്തുന്ന പ്രവർത്തനങ്ങളെ 'അധ്വാനം' (Labour) എന്ന ഗണത്തിൽപ്പെടുത്താൻ പറ്റില്ല! അധ്വാനം ചിന്തയും പ്രവൃത്തിയും സംയോജിച്ചു കൊണ്ടാണ് നടക്കുന്നത്. അധ്വാനത്തിൽ കയ്യും തലയും ഒരുപോലെ പങ്കുചേരുന്നു. മാത്രമല്ല കൈകൊണ്ടുള്ള പങ്കിനേക്കാൾ പലപ്പോഴും തലച്ചോറിന്റെ പങ്ക് വലുതായിത്തീരുന്നു. അതുകൊണ്ട് ഉണ്ടാകാൻ പോകുന്ന വാസസ്ഥലമോ പാതയോ ഭക്ഷണമോ ഭാവനയിൽ ഉണ്ടാക്കാനും വ്യത്യസ്തമായ രൂപങ്ങളിലും ഭാവങ്ങളിലും നിർമിക്കാനും മനുഷ്യന് കഴിയുന്നു. കുരുവികളും തേനീച്ചകളും ഒരേതരം കൂട്ടുകൾ മാത്രം ചരിത്രത്തിലുടനീളം നിർമിക്കുമ്പോൾ മനുഷ്യൻ വ്യത്യസ്തമായ വീടുകളും റോഡുകളും പാലങ്ങളും മാത്രമല്ല, കവിതകളും ഗാനങ്ങളും കഥകളും ദർശനങ്ങളും ഉപകരണങ്ങളും നിർമിച്ചു കൊണ്ടാണ് മുന്നോട്ട് പോകുന്നത്.

ഹെഗൽ[2] മനുഷ്യനിൽ ഒരു രോഗിയായ മൃഗത്തെയാണ് ദർശിച്ചത്. മരിക്കാനും രോഗവിമുക്തനാവാനും കഴിയാത്ത ഒരു മനുഷ്യൻ ജീവിക്കാൻ നിർബന്ധം പിടിക്കുന്ന അവസ്ഥ ഏത് മനുഷ്യനിലും എപ്പോഴും ഹെഗൽ കാണുന്നു. മനുഷ്യജന്മത്തെ പ്രകൃതിയുടെ മരണമായാണ് ഹെഗൽ വിവരിക്കുന്നത്. മനുഷ്യാധ്വാനത്തിന്റെയും ഭാവനയുടെയും വ്യതിരിക്തത ഹെഗൽ രസകരമായി വിവരിച്ചിട്ടുണ്ട്. പ്രകൃതിയെന്ന വിസ്മയത്തിന് പകരം പ്രകൃതിയുടെ ഭാഗമായ മനുഷ്യനെന്ന വിസ്മയം നമ്മൾ എങ്ങനെ സമീപിക്കുന്നു എന്നതാണ് തത്വചിന്തയിലെ മുഖ്യ വിഷയം. മനുഷ്യനിൽ ഒരു 'രാത്രി'

ഹെഗൽ

(Night) യാണ് ഹെഗൽ കാണുന്നത്. എങ്കിലും മനുഷ്യൻ ചിന്ത കൊണ്ടും അധ്വാനം കൊണ്ടും രാത്രിയെ വെളിച്ചമാക്കുന്നു (Night becomes Light). വൈദ്യശാസ്ത്രത്തിൽ എന്താണ് മനുഷ്യനെന്ന് പഠിക്കുകയും ശരീരത്തെ അപഗ്രഥിക്കുകയും ചെയ്യുന്നു. എന്തുകൊണ്ട് മനുഷ്യനെന്നോ, എന്തുകൊണ്ട് പ്രകൃതിയെന്നോ, എന്തുകൊണ്ട് തൃഷ്ണയെന്നോ, എന്തുകൊണ്ട് കലയെന്നോ അന്വേഷിക്കുന്നത് തത്വചിന്തയിലാണ്.

രാവും പകലും മാറി വരുന്നത് മനുഷ്യന് ആദ്യകാലത്ത് അത്ഭുതവും അന്വേഷണവിഷയവുമായിരുന്നു. ടെലസ്കോപ്പോ മറ്റ് ഉപകരണങ്ങളോ ഇല്ലാതിരുന്ന വൈദികകാലത്ത്[3] പ്രകൃതി സൂക്ഷിക്കുന്ന ക്രമബദ്ധമായ ചലനം എന്തുകൊണ്ടാണെന്ന അന്വേഷണത്തിൽ മനുഷ്യൻ ഇടപെട്ടിരുന്നു. "റിഥം, സത്യം വിജ്ഞാനി" എന്ന് ഋക്‌വേദത്തിൽ പറയുന്നത് പല വിധത്തിലും വ്യാഖ്യാനിക്കപ്പെട്ടിട്ടുണ്ട്. എങ്കിലും പ്രകൃതിയിലും മനുഷ്യന്റെ പെരുമാറ്റത്തിലും കാണുന്ന ക്രമമായിരുന്നു പ്രധാന ചിന്താവിഷയം. എന്തെല്ലാം കണ്ടുപിടിത്തങ്ങൾ (discoveries) നടന്നാലും മനുഷ്യർക്ക് പ്രകൃതിയിൽ കാണുന്ന ക്രമബദ്ധമായ വ്യവസ്ഥ ഒരത്ഭുതവും അന്വേഷണവിഷയവും തന്നെയാണ്. സൂര്യനും ചന്ദ്രനും മറ്റ് ഗ്രഹങ്ങളും നിലനിൽക്കുന്നത് നിശ്ചിത ഇടങ്ങളിലാണ്. അവയുടെ ചലനങ്ങൾക്കും അവ പ്രക്ഷേപിക്കുന്ന ഊർജത്തിനും മനുഷ്യന്റെ നിലനിൽപ്പുമായി ബന്ധമുണ്ട്. സൗരോർജമില്ലെങ്കിൽ ഭൂമിയുടെ സ്ഥിതി എന്താണ്? സൂര്യൻ തീർച്ചയായും ഒരു വിസ്മയം തന്നെ. ചന്ദ്രനും മറ്റ് ഗ്രഹങ്ങളും അതുപോലെ നമുക്ക് അത്ഭുതകരമായ ഗോളങ്ങൾ തന്നെ. എന്നാൽ ആയിരക്കണക്കിന് വർഷങ്ങൾക്ക് മുമ്പ് കരുതിയ പോലെ അവ ചെറിയ പ്രകാശഗോളങ്ങളോ സ്വർഗീയ ശരീരങ്ങളോ (Heavenly bodies) അല്ല. അവയെ സംബന്ധിക്കുന്ന വിവരണാത്മകമായ പഠനങ്ങൾ ഇന്ന് ധാരാളമായി നമുക്ക് ലഭ്യമാണ്. നമ്മുടെ കണക്കുകൂട്ടലുകൾ ശരിവെക്കും വിധത്തിൽ ആകാശത്തും ഭൂമിയിലും സഞ്ചരിക്കാനും കാണാനും കേൾക്കാനും നമുക്കിന്ന് സാധിക്കുന്നു. ഗണിതശാസ്ത്രപരമായും ഭൗതികശാസ്ത്രപരമായും നമ്മുടെ അറിവിന്റെ മണ്ഡലം വളരെയധികം വികസിച്ചിട്ടുണ്ട്. അതേസമയം നാമെന്തു കൊണ്ട് നിലനിൽക്കുന്നു എന്നോ, നിലനിൽക്കണമെന്നോ ചോദിക്കുന്നതിനുള്ള ത്വര നമ്മളിൽ അവശേഷിക്കുകയും ചെയ്യുന്നു! പ്രകൃതിയുടെ രഹസ്യങ്ങളായി കരുതിയ നിരവധി കാര്യങ്ങൾ ഇന്ന് നമുക്ക് അറിയാം. എങ്കിലും എന്തിന് പ്രകൃതി എന്നും എന്താണതിന്റെ നിലനിൽപ്പിന്റെ അടിസ്ഥാനമെന്നും ചോദിക്കുന്ന മനുഷ്യപ്രകൃതി ഇപ്പോഴും തുടരുക തന്നെ ചെയ്യുന്നു. തത്വചിന്തയുടെ ഉത്ഭവം അത്ഭുതങ്ങളിൽ നിന്നാണെന്ന് പ്രാചീന ഗ്രീക്കു തത്വചിന്തകർ പറയുന്നത് ഈ അർഥത്തിലാണ്. കൃത്യമായി കാലത്ത് സൂര്യനുദിക്കുന്നു, വൈകുന്നേരം അസ്തമിക്കുന്നു, ചെടികൾ കിളിർക്കേണ്ട സമയം മഴ വരുന്നു. വേനൽക്കാലം പതിവായി എത്തുകയും വിദ്യാലയങ്ങൾ

അടച്ചുപൂട്ടി വിദ്യാർഥികൾ കളിക്കാനും വിശ്രമിക്കാനും പോവുന്നു! എല്ലാറ്റിനും ഒരുതരം കൃത്യത. കൃത്യമായും വ്യക്തമായും സംഭവിക്കേണ്ടത് ചിലപ്പോൾ വഴിമാറുന്നു. അപ്പോൾ നാമതിൽ കൂടുതൽ ആവലാതിപ്പെടുകയും അദൃശ്യശക്തികളെ വിളിച്ച് പ്രാചീനകാലം മുതൽ പ്രാർഥിക്കുകയും ചെയ്യുന്നു!

കൃത്യമായും നിശ്ചയമായും സംഭവിക്കേണ്ട കാര്യങ്ങളെ നാം അനിവാര്യത (Necessity)യായി കാണുന്നു. ചിലപ്പോൾ വഴിമാറിയോ, അപ്രതീക്ഷിതമായോ ഉണ്ടാവുന്നവയെ നാം യാദൃച്ഛിക (casual) മായും കാണുന്നു. തത്വചിന്തയിൽ അനിവാര്യതയും യാദൃച്ഛികതയും ഒരുപോലെ ചോദ്യങ്ങൾക്ക് വിധേയമാവുന്നു. എന്തിനാണീ അനിവാര്യമായ കൃത്യതയും സഞ്ചാരപഥവും? എന്തിനാണ് ഇടക്കിങ്ങനെ വഴിമാറി അപകടങ്ങളോ വിള്ളലുകളോ ഞെട്ടലുകളോ ഉണ്ടാക്കുന്നത്? ഇപ്പോൾ നമുക്ക് ഇന്ദ്രനും വരുണനും ആവശ്യമില്ല. മഴയും കാറ്റും ഇടിയും മിന്നലും ഉണ്ടാവുന്നതിന്റെ ഭൗതികശാസ്ത്രപരമായ വിവരണങ്ങൾ പാഠപുസ്തകങ്ങളിൽ തന്നെ പഠിക്കുന്നു. പക്ഷേ എന്തിന് വേണ്ടി ഇതെല്ലാം സംഭവിക്കുന്നു എന്ന ചോദ്യം അതിരുകളില്ലാത്ത അന്വേഷണത്തിന്റെ ആദ്യഘട്ടമായി ഇന്നും തുടരുന്നു. ഹൈദഗർ[4] പറയുന്ന പോലെ മനുഷ്യൻ ഈ ലോകത്തേക്ക് എറിയപ്പെട്ടതാണെങ്കിലും പിന്നീട് സ്വന്തം അസ്തിത്വം അവനോ അവളോ തിരഞ്ഞെടുക്കുന്നതാണ്.

വെള്ളത്തിന് നിറമോ മണമോ രുചിയോ ഇല്ലെന്ന് രസതന്ത്രത്തിൽ പഠിക്കുന്നു. വെള്ളത്തിന്റെ രൂപം അത് ഒഴിക്കുന്ന പാത്രത്തിനനുസരിച്ചാണ്. വെള്ളം മധുരം ചേർത്തോ ഉപ്പ് ചേർത്തോ മറ്റെന്തെങ്കിലും ചേർത്തോ വ്യത്യസ്തമായ രുചിയുള്ളതാക്കാവുന്നതാണ്. മനുഷ്യൻ അവൻ/അവൾ വളരുന്ന പരിസരത്തിനനുസരിച്ച് സ്വതന്ത്രമോ ചങ്ങലകളിലോ മതത്തിലോ ജാതിയിലോ മരുഭൂമിയിലോ ദ്വീപിലോ വളരുന്നു. എവിടെ വളരുമ്പോഴും ഏത് കാലഘട്ടത്തിലും അവന്റെ/അവളുടെ ചിന്ത സ്വയം സ്വാതന്ത്ര്യം പ്രഖ്യാപിക്കുന്നു. ആധുനികസൗകര്യങ്ങളൊന്നുമില്ലാത്ത സന്ദർഭത്തിൽ ഫാഹിയാൻ[5] ചൈനയിൽ നിന്നും ഇന്ത്യയിലേക്ക് വന്നത് ഇവിടെ നശിച്ചുകൊണ്ടിരുന്ന ബുദ്ധമത ചിന്തകളുടെ പ്രമാണങ്ങൾ തേടിയാണ്. "And is not the love of learning the love of wisdom, which is philosophy? They are the same, he replied." (Plato, *The Republic*, പു-70, Translated by Jowelt M A). "പഠിക്കാനുള്ള അഭിലാഷം തന്നെയല്ലേ ജ്ഞാനത്തോടുള്ള അഭിലാഷവും അഥവാ തത്വചിന്തയും" എന്ന ചോദ്യത്തിന് അവ രണ്ടും ഒന്നുതന്നെയാണെന്ന മറുപടിയാണ് സോക്രട്ടീസ് നൽകിയത്. ഇവിടെ പഠനമെന്നത് സമൂഹത്തിന്റെയും വ്യക്തിയുടെയും ജീവിതത്തെ കൂടുതൽ സ്വതന്ത്രവും ആരോഗ്യപൂർണവും ആക്കിത്തീർക്കാനുള്ളവയാണെന്ന് പ്ലേറ്റോയുടെ *റിപ്പബ്ലിക്* വായിക്കുമ്പോൾ നമുക്ക് എളുപ്പം ബോധ്യപ്പെടും. ചോദ്യങ്ങളും വ്യാഖ്യാനങ്ങളും പ്രകൃതിയെ സംബന്ധിച്ച് മാത്രമല്ല വ്യക്തിയെയും സമൂഹത്തെയും സംബന്ധിക്കുന്നവയുമായിത്തീരുന്നു.

തോറോ

സംസ്കാരത്തെ സംബന്ധിക്കുന്ന അന്വേഷണമാണ് തത്വചിന്തയിലെ മിക്ക ചോദ്യങ്ങളും. അതുകൊണ്ടാണ് വിൽഡ്യൂരന്റെ (Will Durant) തത്വചിന്തയെ പ്രകൃതിയെയും സംസ്കാരത്തെയും അധികരിച്ചുള്ള ഭാവനാത്മകമായ വ്യാഖ്യാനമാണെന്ന് നിർവചിച്ചത്.[6] മനുഷ്യൻ ഒരിക്കലും ഒറ്റയ്ക്കല്ല ജീവിക്കുന്നത്. ഒറ്റക്ക് ജീവിക്കാനുള്ള ശ്രമം അപൂർവ്വമായി തോറോയെ[7]പ്പോലുള്ളവർ നടത്തിയിട്ടുണ്ടെങ്കിലും അവർ പോലും അറിയപ്പെട്ടത് എഴുത്ത് പോലുള്ള സാമൂഹികപ്രക്രിയയുടെ ഭാഗമായാണ്. വ്യക്തികൾ സമൂഹത്തിന്റെ ഭാഗമാവുമ്പോൾ അനിവാര്യമായും രൂപപ്പെടുന്ന ചിന്തകൾ സംസ്കാരത്തിന്റെ ഭാഗമാണ്. എന്ത് ചെയ്യാമെന്നും, ചെയ്യരുതെന്നും ഒരാൾ ചിന്തിക്കേണ്ടി വരുന്നത് അവൻ/അവൾ സമൂഹത്തിന്റെ ഭാഗമാവുമ്പോഴാണ്. ഒരാളുടെ സ്വാതന്ത്ര്യം തന്നെ ചോദ്യചിഹ്നമായിത്തീരുന്നതും അവന്/അവൾക്കു ചുറ്റും സമൂഹം നിലനിൽക്കുന്നത് കൊണ്ടാണ്. ശരിയെന്താണെന്നും തെറ്റ് എന്താണെന്നും, സൗന്ദര്യവും വൈരൂപ്യവും മനസ്സും ശരീരവും ഉത്തമവും അധമവും, നീതിയും അനീതിയും സംസ്കാരത്തിന്റെ ഭാഗം തന്നെയാണ്. അതുകൊണ്ട് മനുഷ്യൻ എക്കാലത്തും സംസ്കാരത്തെ മുൻനിർത്തി വ്യാഖ്യാനങ്ങൾ നടത്തുന്നു. പ്രകൃതിയുടെ നിലനിൽപ്പ് പോലും സംസ്കാരത്തെ ആശ്രയിച്ചാണ്. കാരണം മരങ്ങളോടും, കാടിനോടും, പുഴകളോടും, കടലിനോടും, മാനിനോടും, കിളികളോടും, പൂമ്പാറ്റകളോടും നാം സ്വീകരിക്കുന്ന നിലപാട് നമ്മുടെ സാംസ്കാരികമായ തിരിച്ചറിവിൽ നിന്നാണ് ഉണ്ടാവുന്നത്. എന്തെല്ലാം നിലനിൽക്കണമെന്നും നിലനിർത്തണമെന്നും തീരുമാനിക്കുന്നത് നമ്മുടെ സംസ്കാരം തന്നെ. അതുകൊണ്ട് പ്രകൃതിയെയും സംസ്കാരത്തെയും വ്യാഖ്യാനിക്കുന്നതാണ് തത്വചിന്തയെന്ന വിൽഡ്യൂരന്റിന്റെ നിരീക്ഷണം പ്രസക്തമായി മാറുന്നു.

സംസ്കാരവും ഭാഷയും

അധ്വാനത്തിന്റെയും ആശയവിനിമയത്തിന്റെയും ഭാഗമായി മനുഷ്യൻ വികസിപ്പിച്ച ഭാഷയാണ് സംസ്കാരത്തിന്റെ കേന്ദ്രമായി മാറുന്നത്. ഭാഷ എപ്പോഴും മറ്റൊരാളെ സങ്കൽപ്പിക്കുന്നുണ്ട്. നാം പറയുമ്പോഴും എഴുതുമ്പോഴും അത് കേൾക്കുകയോ കാണുകയോ ചെയ്യുന്ന (ചെയ്യേണ്ട) ഒരാൾ നമ്മുടെ മുന്നിലുണ്ട്. അപ്പോൾ കേൾക്കാനും കാണാനും ശേഷിയില്ലാത്ത ഹെലൻ കെല്ലർ എങ്ങനെ ആദ്യത്തെ ബിരുദധാരിയായി? എങ്ങനെ ലോകപ്രസിദ്ധയായി? കെല്ലർ പഠിച്ചതെങ്ങനെ? അവളുടെ

അധ്യാപികയുടെ പ്രത്യേകത എന്തായിരുന്നു? അവരുടെ ശബ്ദമോ രൂപമോ കാണാതെ തന്നെ അവർ തമ്മിൽ അടുത്ത ബന്ധമുണ്ടായതെങ്ങനെ? ഏത് നിലയിലാണെങ്കിലും ഭാഷയാണ് വ്യക്തികൾക്ക് അനന്തമായ ബന്ധങ്ങൾ സാധ്യമാക്കുന്നത്. ഒരു വ്യക്തി സമൂഹത്തിന്റെ ഭാഗമാവുന്നതും അയാൾക്ക് മറ്റുള്ളവരുമായി അകലവും അടുപ്പവും ഉണ്ടാക്കുന്നതും ഭാഷ തന്നെയാണ്. ഒരു കുലചിഹ്നം മുതൽ ഒരു സംഘടനയുടെ കൊടി വരെ ഭാഷാചിഹ്നമാണ്. അതുകൊണ്ട് ഒരു കൊടിയോ കുലചിഹ്നമോ (Totem) വ്യക്തികളെ അടുപ്പിക്കാനും അകറ്റാനും സഹായിക്കുന്നു. പച്ചയ്ക്കും ചുമപ്പിനും ഇന്നത്തെ നിലയിൽ ശത്രുവും മിത്രവും ഉണ്ടായത് ആ വർണങ്ങൾ കൊടികളുടെ വർണങ്ങളായതുകൊണ്ടാണ്.

ഭാഷ എന്ന് പറയുമ്പോൾ നാം സാധാരണ മലയാളം, ഇംഗ്ലീഷ്, ഹിന്ദി, അറബി, സംസ്കൃതം മുതലായവ മാത്രമായാണ് കരുതുക. എന്നാൽ വയനാട്ടിലെ ഇടക്കൽ ഗുഹ[8] യിൽ ആദിമമനുഷ്യർ കോറി വരച്ച അടയാളങ്ങളും ചിത്രങ്ങളും മനുഷ്യനിർമിത ഭാഷയാണെന്ന് ഇന്ന് നമുക്കറിയാം. അങ്ങനെ മനുഷ്യൻ എഴുത്തിലൂടെ മറ്റുള്ളവരുമായി മാത്രമല്ല വരുംതലമുറകളുമായി പോലും ആശയവിനിമയത്തിലേർപ്പെടുകയാണ്. ഖുറാനിൽ[9] ആദ്യമായി 'വായിക്കുക' (ഇഖ്റഅ്) എന്നാണ് പറയുന്നത്. വായിക്കണമെങ്കിൽ എഴുതണം. എഴുത്തും വായനയും വ്യക്തിയിൽ നിന്നു വ്യക്തിയിലേക്കും സമൂഹത്തിൽ നിന്നു സമൂഹത്തിലേക്കും സംക്രമിക്കുന്നു. മനുഷ്യൻ ആശയവിനിമയത്തിനു വേണ്ടി രൂപപ്പെടുത്തുകയും നിർമിക്കുകയും ചെയ്യുന്ന ഏത് ചിഹ്നവും പരസ്പരബന്ധത്തിന്റെ ചരടായി മാറുന്നു. അങ്ങനെ ബന്ധങ്ങൾക്ക് മാത്രമല്ല ബന്ധനങ്ങൾക്കും ഭാഷ കണ്ണിയായി മാറുന്നതാണ് നമ്മുടെ സംസ്കാരചരിത്രം.

തത്വചിന്ത സംസ്കാരത്തിന്റെ അനിവാര്യ ഭാഗമാണ്. സംസ്കാരത്തെ പഠിക്കാനും വിശകലനം ചെയ്യാനും ഭാഷാവിശകലനം അനിവാര്യമായിത്തീരുന്നു. ഭാഷാദർശനം (Language Philosophy) എന്ന വൈജ്ഞാനികശാഖ തന്നെ ഇരുപതാം നൂറ്റാണ്ടിൽ സജീവമായിട്ടുണ്ട്. നമ്മുടെ ശരിതെറ്റുകൾക്കും നന്മതിന്മകൾക്കും, നീതിക്കും അനീതിക്കും ഭാഷയിൽ അതായത് ആശയവിനിമയത്തിൽ (Communication) നിർണായക സ്ഥാനമുണ്ട്. നമ്മുടെ കാഴ്ചയും കാഴ്ചപ്പാടും ഭാഷയുമായി ബന്ധപ്പെട്ടാണ് വികസിക്കുന്നത്. ഒന്നും കാണാൻ ശേഷിയില്ലാത്ത

ഹെലൻ കെല്ലർക്കും എല്ലാം കാണാൻ കഴിയുന്നു! മനുഷ്യരും അവരുടെ നിർമിതിയായ ഭാഷകളും അത്ഭുതലോകം തന്നെയാണ്. ഭാഷകൾ മരിക്കുമോ എന്ന ചോദ്യം കൂടി ഈ സന്ദർഭത്തിൽ ഉയർന്നുവരാം.

സംസ്കൃതഭാഷയെക്കുറിച്ചാണ് 'മൃതഭാഷ' യെന്ന പ്രയോഗം ഇ. എം എസിനെപ്പോലുള്ളവർ നടത്തിയത്. യഥാർഥത്തിൽ ഭാഷയെക്കുറിച്ചുള്ള വ്യത്യസ്തമായ ഒരു വ്യാഖ്യാനമാണ് ആവശ്യം. എല്ലാ ഭാഷകളും ഒരേ ധർമമല്ല നിർവഹിക്കുന്നത്. സമൂഹത്തിന്റെയോ, വ്യക്തിയുടെയോ ആവശ്യത്തിനും നീതിബോധത്തിനുമനുസരിച്ച് ഏത് ഭാഷാധർമത്തെയും വിമർശിക്കുകയോ വ്യാഖ്യാനിക്കുകയോ ചെയ്യാം. അതേസമയം ഭാഷകൾ മരിക്കുന്നില്ലെന്ന യാഥാർഥ്യവും തിരിച്ചറിയണം. ഭാഷകൾ രൂപപ്പെടുകയും ആവിഷ്കരിക്കപ്പെടുകയും ചെയ്ത് കഴിഞ്ഞാൽ അവ നിലനിൽക്കും. അതേസമയം അവ നിലനിൽക്കുന്നത് വായനക്കാരിലൂടെയാണ്. ഇടക്കൽ ഗുഹ ആരും സന്ദർശിച്ചില്ലെങ്കിൽ അവിടെ അവശേഷിച്ച ആലേഖനങ്ങൾ നമ്മൾ കാണുകയോ കേൾക്കുകയോ ചെയ്യില്ല. പാലിഭാഷ[10] തകർത്തെന്ന് പറയുമ്പോഴും ആ ഭാഷ തകരാതെ നമുക്കിടയിൽ എവിടെയോ നിലനിൽക്കുന്നു. ഇപ്പോഴും പഠിതാക്കളും ഗവേഷകരും ബുദ്ധദർശനവും വ്യാഖ്യാനങ്ങളും പാലിഭാഷയിൽ അന്വേഷിച്ചു കൊണ്ടിരിക്കുന്നു!

(ഭാഷയിൽ ഉണ്മയെ അന്വേഷിക്കുന്ന ദാർശനികപ്രവണത പല വഴികളിലൂടെ സഞ്ചരിച്ചു കൊണ്ട് തത്വചിന്തക്ക് തന്നെ പുതിയ ഉണർവ് അടുത്തകാലത്ത് നൽകിയിട്ടുണ്ട്. ഭാഷാദാർശനികരായ സൊസ്സൂർ, ബാർത്, മനശ്ശാസ്ത്രവിശ്ലേഷകനായ ലക്കാൻ, അപനിർമാണചിന്തകനായ ദറിദ, പ്രാതിഭാസിക വിജ്ഞാനീയ ചിന്തകരായ ലെവിനാസ്, ബ്ലാങ്കോട്ട്, നവചരിത്രവാദിയായ ഫൂക്കോ മുതലായവരെല്ലാം ഭാഷാദർശനത്തിന് പ്രാധാന്യം നൽകുന്നവരാണ്). ഭാഷ സംസ്കാരത്തെ പ്രകടിപ്പിക്കുകയും ഒളിപ്പിക്കുകയും ചെയ്യുന്നതുമായി ബന്ധപ്പെട്ട ദാർശനിക വിശകലനങ്ങൾക്ക് ഇന്ന് വളരെയധികം താൽപ്പര്യം വർധിച്ചിട്ടുണ്ട്. കാരണം നമ്മുടെ സമൂഹം അതിവേഗം ഒരു ആഗോളഗ്രാമമായി (global village) മാറിക്കൊണ്ടിരിക്കുകയാണ്. ഏത് പ്രദേശത്തും വിവിധ ഭാഷകൾ സംസാരിക്കുകയും വിഭിന്നസംസ്കാരം സൂക്ഷിക്കുകയും ചെയ്യുന്നവർ കൂടിക്കുഴഞ്ഞ് താമസിക്കുന്ന സാമൂഹ്യാവസ്ഥയാണ്. അമേരിക്കയുൾപ്പെടെയുള്ള രാജ്യങ്ങളിൽ വിവിധ സാംസ്കാരിക കൂട്ടായ്മകൾ അധിവസിക്കുന്നുണ്ട്. ലണ്ടനിലും ദുബായിലും കോഴിക്കോട്ടും വ്യത്യസ്ത ഭാഷയും സംസ്കാരവും സൂക്ഷിക്കുന്ന ജനവിഭാഗങ്ങൾ ഇന്ന് ഒന്നിച്ച് താമസിക്കുന്നത് കാണാൻ കഴിയും. അതുകൊണ്ട്

ഴാങ്പോൾ സാർത്ര്

തന്നെ പഴയ ഉറച്ച് കട്ടപിടിച്ച വെളിച്ചം കടക്കാത്ത 'ദേശീയ', 'മത', 'ഭാഷാ' സംസ്കാര സങ്കൽപ്പനങ്ങളൊന്നും സാമൂഹികമായ നിലനിൽപ്പിന് ഗുണം ചെയ്യില്ല. സംസ്കാരത്തെ അധികരിച്ച് 'അന്യൻ' (other) നിലനിൽക്കുന്ന അവസ്ഥ മാറ്റുന്നതിൽ സംസ്കാരത്തെ അപനിർമിക്കുന്ന തത്വചിന്താപരമായ സമീപനത്തിന് ഗണ്യമായ പങ്കുണ്ട്. ഒരു വ്യക്തി എന്ന നിലയിലുള്ള അന്യനെ (other) യാണ് ഴാങ്പോൾ സാർത്ര് (Jean Paul Sartre) വിശദീകരിച്ചത്.

ഒരാൾ മറ്റൊരാളുടെ മുന്നിൽ 'അന്യനായി' മാറുന്ന (being-for-others) അവസ്ഥയായിരുന്നു അസ്തിത്വവാദികളുടെ മുന്നിൽ അപഗ്രഥന വിധേയമായത്. എന്നാൽ ഒരു വ്യക്തിപരമായ കാഴ്ചയുടെയോ, അന്ധതയുടെയോ, സമീപനത്തിന്റെയോ പ്രശ്നമല്ല 'അന്യത്വത്തിൽ' (otherness) പ്രവർത്തിക്കുന്നത്. സാർത്രിനെ സംബന്ധിച്ചിടത്തോളം കോഫീഹൗസിലെ വെയിറ്ററോ, കാമുകന് സ്വന്തം കരങ്ങൾ ബോധപൂർവമല്ലാതെ വിട്ടുകൊടുക്കുന്ന പെൺകുട്ടിയും താക്കോൽദ്വാരത്തിലൂടെ നോക്കുന്ന അപരനും വ്യക്തികൾ മാത്രമായിരുന്നു. എന്നാൽ അന്യത്വം ഒരു സാമൂഹികമായ നിർമിതിയാണെന്ന് ഇന്ന് ഏറെക്കുറെ വ്യക്തമാണ്. സാമൂഹികമായ നിർമിതിക്കകത്ത് രൂപപ്പെടുന്ന 'അന്യനാണ്' സമൂഹത്തിൽ വിദ്വേഷത്തിന്റെയും അകൽച്ചയുടെയും ചിലപ്പോൾ സംഘർഷത്തിന്റെയും കാരണവും ആയി മാറുന്നത്.

ഭക്ഷണത്തിന്റെയോ, വസ്ത്രത്തിന്റെയോ ഭാഷയുടെയോ വിശ്വാസത്തിന്റെയോ അനുഷ്ഠാനത്തിന്റെയോ അർഥത്തിൽ ഒരാളെ അന്യനായി കാണുന്നത് അയാൾ അഥവാ ഒരു വ്യക്തി എന്ന നിലയിലല്ല. മറിച്ച് കാണുന്ന വ്യക്തിയെ സംബന്ധിച്ച് അന്യമായ ഒരു ജീവിതരീതിയുടെ അനുകർത്താവ് എന്ന നിലയിലാണ്. അന്യൻ എന്നതിന് ഹെർമൻ ഗുണ്ടർട്ടിന്റെ നിഘണ്ടുവിൽ 'അന്യജാതിക്കാരൻ' (of another caste) എന്നും അർഥം നൽകിയതായി കാണാൻ കഴിയും. 'മറ്റൊരു വിഭാഗം' എന്ന ചിന്തയോ യുക്തിയോ തോന്നലോ ആണ് അന്യത്വം സൃഷ്ടിക്കുന്നത്. എല്ലാവരും എല്ലാ ഭാഷയും തിരിച്ചറിയുകയും, എല്ലാ സംസ്കാരവും തിരിച്ചറിയുകയും ചെയ്യുമ്പോൾ മനുഷ്യർക്കിടയിൽ 'അന്യത്വ' (otherness) കേന്ദ്രിതമായ 'അകലം' (distance) കുറയുകയും വെറുപ്പ് (hatred) ഇല്ലാതാവുകയും ചെയ്യും. അരിസ്റ്റോട്ടിലിന്റെ സൗഹൃദത്തെ സംബന്ധിക്കുന്ന സംവാദങ്ങളിൽ എങ്ങനെ നല്ല ബന്ധം വ്യക്തികൾക്കിടയിൽ സാധ്യമാക്കാൻ കഴിയുമെന്നതായിരുന്നു അന്വേഷിച്ചത്. *ഖസാക്കിന്റെ ഇതിഹാസ*ത്തിൽ ശിവരാമൻ നായർ രവിയോട് പറയുന്നത് കാണുക:

"പ്രേതം നേരന്യാ മേഷ്ഷേ," അയാൾ പറഞ്ഞു. "പക്ഷെ, ബൗദ്ധന്റെ പ്രേത, മ്ലേച്ഛപ്പെട്ട ആത്മാവാണ്. അത്രയ്ക്ക് ഊറ്റംന്ന് പറയാനൂല്ല, നൊമ്പടെ മുതുകൊളത്തിയമ്മടെ കാവിലെ ആ വലിയ കതനപെട്ടിയാല് ഈ ബൗദ്ധപ്രേതം തൂറുന്ന് വെച്ചോളിൻ" (പു. 35, *ഖസാക്കിന്റെ ഇതി*

ഹാസം). ശിവരാമൻ നായരുടെ അസുഖത്തെക്കുറിച്ച് നോവലിസ്റ്റ് പറയുന്നതിങ്ങനെ: "ആരോടുമല്ലാത്ത ആ പകയ്ക്ക് എന്തൊരു വ്യഗ്രത! ശ്വാസം കഴിച്ചുകൂടാ. ഒരു ദിവസം ശിവരാമൻ നായർ പാലക്കാട്ടെ ആശുപത്രിയിൽ ചെന്നു. അവർ കണങ്കയ്യിൽ റബ്ബർക്കുഴലു ചുറ്റി കാറ്റടിച്ച് അളവെടുത്തു. രക്തസമ്മർദമാണെന്ന് പറഞ്ഞു." (പു. 38).

സ്വയം തന്നെയും മറ്റുള്ളവരും വിദ്വേഷത്തിന്റെ പടുകുഴിയിൽ തകരുന്ന 'അന്യത്വത്തെ' യാണ് ഒ വി വിജയൻ നോവലിൽ പ്രശ്നവൽക്കരിക്കുന്നത്. സാമൂഹികജീവിതത്തിൽ വർണം, ജാതി, മതം, ഭാഷ, വസ്ത്രം, ഭക്ഷണം മുതലായവയെയെല്ലാം അടിസ്ഥാനമാക്കി ബഹുസംസ്കാരസമൂഹം (Multi culture society) എന്ന സങ്കൽപ്പമാണ് ഇന്ന് തത്വചിന്തകർ വിഭാവനം ചെയ്യുന്നത്. നമ്മുടെ പഴയ പ്രാമാണിക ഗ്രന്ഥങ്ങൾ പോലും അപനിർമിക്കേണ്ടി വരുന്നത് അവ പ്രക്ഷേപിച്ച 'അന്യത്വ' ത്തെ തിരിച്ചറിയാനും തിരുത്താനുമാണ്. തത്വചിന്താപരമായ അന്വേഷണങ്ങൾ ആധുനികാനന്തരം സംസ്കാരവിശകലനത്തിലേക്ക് പ്രവേശിച്ചതിന്റെ ചില സൂചനകൾ മാത്രമാണ് ഇവിടെ നൽകിയത്.

ശാസ്ത്രവും തത്വചിന്തയും

ശാസ്ത്രവും തത്വചിന്തയും തമ്മിൽ എക്കാലത്തും സജീവബന്ധമാണുള്ളത്. ശാസ്ത്രത്തിന്റെ അടിസ്ഥാനം കാര്യകാരണബന്ധമാണ്. എല്ലാ ശാസ്ത്രീയഗവേഷണങ്ങൾക്കും പ്രേരണ നൽകുന്ന ദാർശനികമായ ചോദ്യങ്ങൾ പ്രാചീനകാലം മുതൽ ഉണ്ടായിട്ടുണ്ട്. ഗ്രീക്ക് ചിന്തകനായ ഡമോക്രറ്റസിന്റെ അണുവാദം മുതൽ ഫ്രാൻസിസ് ബാക്കന്റെ ആഗമനസിദ്ധാന്തം വരെ ഇത്തരത്തിൽ ശാസ്ത്രപുരോഗതിയെ സഹായിച്ച ദർശനങ്ങളാണ്. ശാസ്ത്രത്തെക്കുറിച്ചുള്ള സാമ്പ്രദായിക ധാരണകളെ വിമർശാത്മകമായി കാണുന്ന സമീപനവും വികസിച്ചിട്ടുണ്ട്. ശാസ്ത്രം (Science) അറിവ് എന്ന അർഥത്തിൽ തന്നെയാണ് പാശ്ചാത്യരും ആദ്യകാലത്ത് ഉപയോഗിച്ചത്. വസ്തുനിഷ്ഠ യാഥാർഥ്യത്തെ അധികരിച്ച് വികസിപ്പിക്കുന്ന ജ്ഞാനരൂപമെന്ന നിലയിൽ പ്രാചീനകാലം മുതൽ ശാസ്ത്രം നിലനിന്നിട്ടുണ്ട്. എങ്കിലും ശാസ്ത്രത്തിന്റെ അടിസ്ഥാനമായി കണക്കാക്കുന്ന 'ശാസ്ത്രീയരീതി' (Scientific method) യെക്കുറിച്ചുള്ള വിചിന്തനം പിൽക്കാലത്താണ് ഉണ്ടായത്. വ്യക്തമായി പറഞ്ഞാൽ ആധുനികശാസ്ത്രത്തിന്റെ യുക്തി ഫ്രാൻസിസ് ബാക്കന്റെ *ശാസ്ത്രത്തിന്റെ പുതിയ ഉപകരണം*[11] എന്ന കൃതിയിലാണ് ആവിഷ്കരിച്ചത്. ലാറ്റിൻഭാഷയിൽ ആദ്യം പ്രസിദ്ധീകരിച്ച ഈ കൃതി ഇംഗ്ലീഷിലേക്ക് വിവർത്തനം ചെയ്തതോടു കൂടിയാണ് കൂടുതൽ വായനക്കാർ രൂപപരമായ തർക്കശാസ്ത്രത്തിൽ (formal logic) നിന്നും വിഭിന്നമായ ഭൗതികവാദപരമായ തർക്കശാസ്ത്ര (Materialistic logic) ത്തെക്കുറിച്ച് അറിയുന്നത്.

പുതിയ ശാസ്ത്രസമീപനമായി ബാക്കൻ പ്രാരംഭം കുറിച്ച സമീപ

നരീതി വസ്തുനിഷ്ഠ യാഥാർഥ്യത്തെ അവലംബിച്ച് ശരിയും തെറ്റും നിർണയിക്കുന്നതാണ്. ആഗമനരീതി ശാസ്ത്രത്തിന്റെ (Method of Induction) പിതാവായും അനുഭവജ്ഞാനവാദത്തിന്റെ (empiricism) ആവിഷ്കർത്താവായും ബാക്കനെ ചരിത്രത്തിൽ അടയാളപ്പെടുത്തിയതായി കാണാം. ബാഹ്യലോകത്തിലെ തെളിവുകളുടെ അടിസ്ഥാനത്തിൽ ഒരു പ്രസ്താവം (Statement) ശരിയാണോ തെറ്റാണോ എന്ന് വിലയിരുത്തുന്ന രീതി അങ്ങനെ നിലവിൽ വന്നു. ശാസ്ത്രീയസമീപനം പിൽക്കാലത്ത് വിവിധ ദാർശനികരും ചിന്തകരും വ്യത്യസ്തമായ നിലയിൽ വികസിപ്പിക്കുകയുണ്ടായി.

തോമസ് കൂൻ

ശാസ്ത്രദർശനം അഥവാ ഫിലോസഫി ഓഫ് സയൻസ് എന്ന ജ്ഞാനശാഖ തന്നെ പിന്നീട് വികസിച്ചു വന്നു. തോമസ് കൂൻ (Thomas Kuhn), കാൾ പോപ്പർ (Karl Popper) മുതലായ ദാർശനികർ ശാസ്ത്രീയജ്ഞാനവുമായും പുരോഗതിയുമായും ബന്ധപ്പെട്ട വിഷയങ്ങളിൽ തത്വചിന്താപരമായ നിരീക്ഷണങ്ങൾ മുന്നോട്ട് വെച്ചു. നിരീക്ഷണവും പരീക്ഷണവും (Observation and Experiment) നടത്തി എല്ലാ കാര്യങ്ങളിലും ശരിയുത്തരങ്ങൾ കണ്ടെത്താമെന്ന അനുഭവജ്ഞാനകേന്ദ്രിത വാദം നേച്ചറൽ സയൻസിന്റെയും ഫിസിക്കൽ സയൻസിന്റെയും അടിസ്ഥാനമായി മാറി. അതേസമയം സാമൂഹ്യശാസ്ത്രപരവും മനശ്ശാസ്ത്രപരവുമായ കാര്യങ്ങളിൽ നിരീക്ഷണ-പരീക്ഷണയുക്തി അതേപടി പ്രായോഗികമല്ലാതായി. അതോടൊപ്പം ശാസ്ത്രീയജ്ഞാനമെന്ന അവസാനവാക്കിന്റെ അടിസ്ഥാനത്തിൽ നടക്കുന്ന കമ്പോളകേന്ദ്രിതവും ലാഭകേന്ദ്രിതവുമായ താൽപ്പര്യങ്ങളെയും പടിഞ്ഞാറൻ അധിനിവേശത്തെയും ചോദ്യം ചെയ്തു തുടങ്ങി. ബർട്രന്റ് റസ്സൽ പറയുന്നതുപോലെ ഓരോ കാലത്തും ശാസ്ത്രം വ്യത്യസ്തമായ ദർശനത്തെയാണ് അവലംബിച്ചത്.

കാൾ പോപ്പർ

ശാസ്ത്രത്തിന് ഉചിതമായി തോന്നിയ തത്വചിന്ത കാലാകാലങ്ങളിൽ മാറിക്കൊണ്ടിരുന്നു. ന്യൂട്ടനും അദ്ദേഹത്തിന്റെ സമകാലിക

രായ മിക്കവാറും ഇംഗ്ലീഷ് ശാസ്ത്രജ്ഞർക്കും സർവശക്തനായ നിയമദാതാവെന്ന നിലയിൽ ദൈവത്തിന്റെ അസ്തിത്വത്തിനുള്ള തെളിവ് ശാസ്ത്രം പിന്തുണക്കുമെന്നാണ് തോന്നിയത്. ഗുരുത്വാകർഷണ നിയമവും മറ്റെന്തെല്ലാം പ്രകൃതിനിയമങ്ങൾ ഇംഗ്ലീഷുകാർ കണ്ടെത്തിയിരുന്നോ, അതെല്ലാം അദ്ദേഹം (Newton) ശരിയാണെന്ന് പ്രസ്താവിച്ചിരുന്നു. (ബർട്രന്റ് റസ്സൽ, പു. 77)[12]

The Philosophy which has seemed appropriate to science has varied from time to time. To Newton and most of his English contemporaries science seemed to afford proof of the existence of God as the Almighty law gives: He had decreed the law of gravitation and whatever other natural laws had been discovered by Englishmen. (page. 77)

ശാസ്ത്രീയമെന്ന് വിളിക്കുന്ന ജ്ഞാനരൂപങ്ങൾക്ക് വിശ്വാസ്യതയും സ്വീകാര്യതയും വർധിച്ചതിന്റെ പ്രധാന കാരണം സാങ്കേതികവിദ്യയിലുണ്ടായ മുന്നേറ്റമാണ്. യൂറോപ്പിലെ വ്യവസായ വിപ്ലവകാലത്ത് (ഏതാണ്ട് 1750 മുതൽ 1850 വരെയുള്ള കാലഘട്ടം) ഉണ്ടായ വമ്പിച്ച സാങ്കേതികവികാസം ചരിത്രത്തിൽ മുമ്പൊരിക്കലുമില്ലാത്ത വിധം പുതിയ ഉപകരണങ്ങളും തൊഴിലും മാത്രമല്ല പദാവലികൾ പ്രദാനം ചെയ്തുകൊണ്ട് ലോകമെമ്പാടും അതിന്റെ അലകൾ സൃഷ്ടിച്ചു. എറിക് ഹോബ്സ് ബാം നിരീക്ഷിച്ചത് പോലെ രാജാക്കന്മാരും ദൈവങ്ങളും ആവിയന്ത്രത്തിന്റെയും വ്യാപാരികളുടെയും മുന്നിൽ അശക്തരായിത്തീർന്നു. (The Gods and kings of the past were powerless before the businessmen and steam-engines of the present). വ്യവസായവിപ്ലവവും തുടർന്നുണ്ടായ പാശ്ചാത്യ അധിനിവേശവും ശാസ്ത്രസത്യങ്ങൾ (Scientific truths) വ്യാപിപ്പിക്കുന്നതിന് കാരണമായി. അതേസമയം മനുഷ്യസമൂഹം വിവിധ ദേശങ്ങളിലും ജീവിതസാഹചര്യങ്ങളിലും കണ്ടെത്തിയ അറിവും രൂപകൽപ്പന ചെയ്ത ഉപകരണങ്ങളും അപ്രസക്തമാക്കും വിധത്തിൽ പാശ്ചാത്യശാസ്ത്ര തത്വങ്ങളെ അധിനിവേശത്തിന് വേണ്ടി ഉപയോഗിച്ചു എന്നതും ഒരു യാഥാർഥ്യമാണ്.

മറ്റെല്ലാ ജ്ഞാനരൂപങ്ങളെയും ആവിഷ്കാരങ്ങളെയും തകർക്കും വിധത്തിൽ പോസിറ്റിവിസം അഥവാ യഥാർഥ വാദം പ്രത്യേകം തത്വചിന്താപദ്ധതിയായി പാശ്ചാത്യലോകത്ത് പ്രചരിച്ചു. ലോജിക്കൽ പോസിറ്റിവിസത്തിന്റെ പേരിൽ വിയന്ന കേന്ദ്രീകരിച്ച് ഏതാനും ശാസ്ത്രജ്ഞർ കവിതയെയും തത്വചിന്തയെയും അനാവശ്യമാണെന്ന് പോലും വാദിക്കുന്ന സ്ഥിതിയുണ്ടായി.[13] ഇതെല്ലാമാണെങ്കിലും കവിതയും, തത്വചിന്തയും മാത്രമല്ല മനുഷ്യസമൂഹത്തിന്റെ വിവിധങ്ങളായ നാടൻകലാവിഷ്കാരങ്ങൾ വരെ ജൈവലോകത്തിന്റെ അനിവാര്യതയായി കാണുന്ന പ്രവണതകളും വളർന്നു വന്നു. കവിതയിലും തത്വചിന്തയിലും വസ്തു

നിഷ്ഠയാഥാർഥ്യമല്ല ആവിഷ്കരിക്കപ്പെടുന്നതെന്ന വിമർശനമാണ് ശുദ്ധ ശാസ്ത്രവാദികൾ ഉയർത്തിയത്. അതിഭൗതികവാദപരവും സൗന്ദര്യശാസ്ത്രപരവുമായ അന്വേഷണങ്ങളെയും ആവിഷ്കാരങ്ങളെയും നിർവീര്യമാക്കാനാണ് പോസിറ്റിവിസ്റ്റുകളിൽ ഒരു വിഭാഗം ശ്രമിച്ചത്.

കുറിപ്പുകൾ

1. W T Stace, A critical history of Greek Philosophy.
2. Hegel: Logic, Encyclopaedia of the philosophical sciences, Part I. Trans. William Wallace. Oxford up.
3. വേദകാലം: ചുരുങ്ങിയത് ക്രിസ്തുവിന് മൂവായിരം വർഷങ്ങൾക്കു മുമ്പാണ് ഋക്‌വേദം ഉണ്ടായതെന്നാണ് നിരീക്ഷിക്കപ്പെട്ടിട്ടുള്ളത്. Ritaliterally means "the course of things,". It stands for law in general and the immanence of justice, Indian philosophy, vol.1. S.Radhakrishnan, Oxford up2002, page. 78.
4. Martin Heidegger: 'ജീവിതലോകം' (lIfe-world) ഒരാൾ എത്തിപ്പെടുന്ന സ്ഥലമാണെങ്കിലും അയാൾ സമീപിക്കുന്ന വിധത്തിലാണ് രൂപപ്പെടുന്നത്.
5. ഫാഹിയാൻ.
6. Will Durant. Story of Philosophy
7. Henry David Thoreau: Walden, or Life in the Woods
8. ഇടക്കൽ ഗുഹ
9. Koran, trans. A J Arberry.
10. പാലി
11. Francis Bacon: New Instrument of Science, 1620.
12. Bertrand Russel, The Impact of Science on Society.
13. വിയന്ന കേന്ദ്രീകരിച്ച് തുടങ്ങിയ പ്രസ്ഥാനത്തിന് Moritz Schlick, Otto Neurath, Rudolf Carnap എന്നിവരും ബ്രിട്ടീഷ് ദാർശനികനായ A J Ayer ഉം നേതൃത്വം നൽകി.

2

അതിഭൗതികശാസ്ത്രം
Metaphysics

റെനെ ദക്കാർത്

തത്വചിന്തയുടെ അനിവാര്യഭാഗമായാണ് അതിഭൗതികവാദത്തെ കണക്കാക്കുന്നത്. ഭൗതികത്തിനപ്പുറമുള്ള എന്ന അർഥത്തിൽ ഭൗതികകാര്യങ്ങളെ സംബന്ധിക്കുന്ന പുസ്തകങ്ങൾക്ക് ശേഷം അരിസ്റ്റോട്ടിൽ അദ്ദേഹത്തിന്റെ ലൈബ്രറിയിൽ ചില പുസ്തകങ്ങൾ സൂക്ഷിച്ചിരുന്നു. ആ പുസ്തകങ്ങൾ 'ഭൗതികത്തിനപ്പുറം' വിശകലനം ചെയ്യുന്നു എന്ന നിഗമനത്തിൽ നിന്നാണ് 'അതിഭൗതികവാദം' (Metaphysics) എന്ന പ്രയോഗം ഉത്ഭവിച്ചതെന്ന് കരുതുന്നു. ഫിസിക്സിന് അപ്പുറം (Beyond physics) എന്ന് അർഥം വരുന്ന മെറ്റാ, ഫിസിക്കാ (meta, physika) എന്നീ ഗ്രീക്ക് പദങ്ങളിൽ നിന്നാണ് ഈ വാക്കിന്റെ നിഷ്പത്തി.

അതിഭൗതികവാദം ഉണ്മ അഥവാ അസ്തിത്വത്തെ കുറിച്ചാണ് മുഖ്യമായും പ്രതിപാദിക്കുന്നത്. ആധുനിക തത്വചിന്തയുടെ പിതാവായി അറിയപ്പെടുന്ന റെനെ ദക്കാർത് (Rene Descartes) ഇങ്ങനെ ചോദിക്കുന്നു:

> അതുകൊണ്ട്, ഞാൻ ചോദിക്കുന്നു, എന്റെ അസ്തിത്വം (ഉണ്മ) എന്തിൽ നിന്നാണ് ഉത്ഭവിച്ചത്? ഒരുപക്ഷേ എന്നിൽ നിന്ന് തന്നെയാവാം, അല്ലെങ്കിൽ എന്റെ രക്ഷിതാക്കളിൽ നിന്നാവാം, അതുമ

> ല്ലെങ്കിൽ ദൈവത്തേക്കാൾ അപൂർണമായ മറ്റ് കാരണങ്ങളിൽ നിന്നാവാം; കാരണം എനിക്ക് ദൈവത്തെയോ, ദൈവതുല്യമായ തിനെയോ പോലും കവിഞ്ഞ് പൂർണതയുള്ള (Perfect) മറ്റൊന്നിനെയും ചിന്തിക്കാനോ, ഊഹിക്കാനോ കഴിയുന്നില്ല." (Rene Descartes, Medications II, The European Philosophers, പു. 50)

എന്താണ് നിലനിൽപ്പെന്ന് ചോദിക്കുമ്പോൾ മനുഷ്യൻ അവന്റെ/അവളുടെ അസ്തിത്വത്തെയാണ് അന്വേഷിക്കുന്നത്. പ്രാചീനകാലം മുതൽ സ്വന്തം ഉണ്മ (being) യെക്കുറിച്ചും ചുറ്റുമുള്ള വസ്തുക്കളുടെ ഉണ്മയെക്കുറിച്ചും മാത്രമല്ല അദൃശ്യമായ ആത്മാവ്, ദൈവം മുതലായ അസ്തിത്വങ്ങളെക്കുറിച്ചും മനുഷ്യൻ ആലോചനയിൽ മുഴുകിയിട്ടുണ്ട്. ദക്കാർത് ദൈവത്തിലാണ് പൂർണത (Perfection) കണ്ടെത്തുന്നത്. അതുകൊണ്ട് പൂർണതയാർജിക്കാത്ത മനുഷ്യന്റെ ഉത്ഭവം ദൈവേതരമായ എന്തിൽ നിന്നോ ആയിരിക്കണമെന്ന് സങ്കൽപ്പിക്കുകയാണ് ചെയ്തത്. എന്നാൽ ദക്കാർത്തിന്റെ 'സംശയ രീതി' (Doubting method) ഇവിടെ അവസാനിക്കുന്നില്ല. ദൈവത്തിന്റെ പൂർണതയും മനുഷ്യന്റെ അപൂർണതയും മാത്രമല്ല ചിന്തയും ദക്കാർത്തിന്റെ അസ്തിത്വവിചാരത്തിന്റെ അടിത്തറയായി മാറുന്നു. എങ്ങനെയാണ് ദൈവത്തിനെക്കുറിച്ച്, ദൈവത്തിന്റെ പൂർണതയെക്കുറിച്ച് എനിക്ക് ബോധ്യമുണ്ടായതെന്ന് ദക്കാർത് സ്വയം ചോദിക്കുന്നു. ഇങ്ങനെ ചോദ്യങ്ങൾ സ്വന്തം അസ്തിത്വത്തെയും ദൈവാസ്തിത്വത്തെയും സംബന്ധിച്ച് നിരന്തരം ചോദിക്കുകയാണ് ദക്കാർത് ചെയ്യുന്നത്. ചോദ്യങ്ങൾ ചോദിക്കുന്ന, ചിന്തിക്കുന്ന മനുഷ്യനായി ദക്കാർത് സ്വയം അടയാളപ്പെടുത്തുന്നു. അതുകൊണ്ട് 'ഞാൻ ചിന്തിക്കുന്നു' (I think) എന്നത് എന്റെ ഉണ്മയുടെ അനിവാര്യഭാവമായി ഒരാൾ സ്വയം തിരിച്ചറിയുന്നു. ഇത്തരത്തിൽ "ഞാൻ ചിന്തിക്കുന്നു, അതുകൊണ്ട് ഞാൻ നിലനിൽക്കുന്നു" എന്ന പരികൽപ്പനയിലേക്ക് ദക്കാർത് സ്വയം എത്തിച്ചേരുകയാണ്.

ഞാനെന്തിന് നിലനിൽക്കുന്നു; ഞാൻ ആരാണ്; ഞാൻ ചിന്തിക്കുന്നതെല്ലാം എങ്ങനെയാണ് എന്നിൽ രൂപപ്പെട്ടത്? ഞാൻ മാത്രമല്ല ഞാനുപയോഗിക്കുന്ന ആശയങ്ങളും അക്കങ്ങളും നിലനിൽക്കുന്നു; അവ എങ്ങനെ എവിടെ നിലനിൽക്കുന്നു. ദക്കാർത് ദൈവത്തെ പൂർണതയായി കരുതുന്നു. എന്നാൽ ദക്കാർത്തിന് തന്നെ ദൈവത്തെയും ദൈവത്തിന്റെ പൂർണതയെയും സംബന്ധിക്കുന്ന ആശയം എങ്ങനെ തന്നിലുണ്ടായെന്ന ചോദ്യം മാറ്റിവെക്കാനാവുന്നില്ല!

> എങ്ങനെയാണ് ഈ ആശയം ഞാൻ സമ്പാദിച്ചത്. പഞ്ചേന്ദ്രിയങ്ങളിലൂടെ ഞാനിത് ആർജിച്ചിട്ടില്ല, അപ്രതീക്ഷിതമായി ഒരിക്കലും എനിക്കിത് ലഭിച്ചിട്ടില്ല, ഇന്ദ്രിയഗോചരമായ വസ്തുക്കൾ പോലെ ബാഹ്യഇന്ദ്രിയങ്ങളിലൂടെ ഒരിക്കലും ഇത് സംഭവിക്കുന്നില്ല.

അതുപോലെ ഇതൊരിക്കലും എന്റെ മനസ്സിന്റെ ഭാവനയോ ഉൽപ്പന്നമോ അല്ല; കാരണം അതിൽനിന്ന് എന്തെങ്കിലും എടുക്കലോ കൂട്ടിച്ചേർക്കലോ എന്റെ കഴിവിൽപ്പെട്ടതല്ല. തൽഫലമായി ഒരേ ഒരു മറ്റൊരുമാർഗം ഈ ആശയം എന്നിൽ നൈസർഗികമായി (innately) എന്നെക്കുറിച്ച് എന്നിലുള്ള ആശയം പോലെ ഉള്ളതാണെന്ന് കരുതുകയാണ് (പു. 52).

ദൈവം പൂർണതയാണോ, അല്ലയോ എന്ന ചിന്തയായിരുന്നില്ല ദക്കാർത്തിന്റെ മുഖ്യ അന്വേഷണവിഷയം. മറിച്ച് ആധുനികമെന്ന് ഇന്ന് വിളിക്കുന്ന സമീപന രീതി വികസിപ്പിക്കലായിരുന്നു. അതേസമയം നിലനിൽക്കുന്ന മനുഷ്യനെന്ന നിലയിൽ സ്വന്തം അസ്തിത്വത്തെക്കുറിച്ചും അതിന്റെ ഉത്ഭവത്തെക്കുറിച്ചുമുള്ള ഉൽക്കണ്ഠകൾ ദൈവത്തെക്കുറിച്ചും പൂർണതയെക്കുറിച്ചുമെല്ലാമുള്ള അന്വേഷണങ്ങളിലേക്ക് ദക്കാർത്തിനെ നയിച്ചു. ദക്കാർതിന്റെ ‘Cogito ergosum’ (ഞാൻ ചിന്തിക്കുന്നു, അതുകൊണ്ട് ഞാനുണ്ട്) എന്ന ചൊല്ല് പ്രസിദ്ധമാണ്. ചിന്തയെ സംബന്ധിക്കുന്ന ആശയവും ചിന്തയിലെ അസംസ്കൃതവസ്തുവിനെക്കുറിച്ചുള്ള അന്വേഷണവും എക്കാലത്തും തത്വചിന്തയുടെ ഭാഗമാണ്.

റസ്സൽ

ബർട്രന്റ് റസ്സൽ സാർവികങ്ങൾ (Universals) എന്ന ശീർഷകത്തിൽ ആശയങ്ങളെ കുറിച്ച് വിശദമായി പ്രതിപാദിക്കുന്നുണ്ട്. (Problems of Philosophy, Bertrand Russel) പ്ലേറ്റോ ആശയങ്ങൾ (ideas) എന്ന് ഉപയോഗിച്ചത് സാമാന്യമായ ആശയം എന്ന നിലയിലാണ്. ആശയം എന്നും ആശയസിദ്ധാന്തം (Theory of ideas) എന്നും പറയുമ്പോഴുണ്ടാകുന്ന അവ്യക്തത മറികടക്കാനാണ് റസ്സൽ Universal (സാർവികം) എന്ന പദം പ്രത്യേകം ഉപയോഗിക്കാൻ തുടങ്ങിയത്. സാർവത്രികമായ ആശയം എന്ന നിലയിലാണ് ‘സാർവികം’ എന്ന പദം ഉപയോഗിക്കുന്നത്. അതായത് വെളുപ്പ് ഒരു സാർവികമാണ്. വെളുത്ത കടലാസോ ചുമരോ പാലോ അല്ല വെളുപ്പ്. വെളുത്ത വസ്തുക്കളിലെല്ലാം ഉണ്ടെങ്കിലും ഏതെങ്കിലും വെളുത്ത വസ്തുവിൽ മാത്രം ‘വെളുപ്പിനെ’ ചുരുക്കാൻ കഴിയില്ല. പ്ലേറ്റോ നീതിയെക്കുറിച്ച് പറയുന്നത് റസ്സൽ പരിശോധിക്കുന്നുണ്ട്. ഏതെങ്കിലും ഒരു പ്രവൃത്തി ‘നീതി’ യാണോ എന്ന് പരിശോധിക്കാം. അങ്ങനെ പല പ്രവർത്തനങ്ങളും പരിശോധിച്ചു നോക്കാം. എല്ലാ നീതിപൂർവമായ പ്രവർത്തനങ്ങളിലും പൊതുവായി കാണുന്ന ഒരു ഘടകത്തെ ‘നീതി’ യെന്ന് വിളിക്കുന്നു. നീതി (justice) ഏതെങ്കിലും ഒരു പ്രത്യേക സമീപനമോ പ്രവർത്തനമോ ആണെന്ന് പറയാനേ പറ്റില്ല. ഇന്ദ്രിയഗോചരമായ ഒരു പ്രത്യേക വെളുത്തവസ്തു

വല്ല 'വെളുപ്പ്' എന്നതുപോലെ സംഭവമോ, അനുഭവമോ അല്ല നീതി! പ്രത്യേക പ്രവർത്തനങ്ങളിൽ നീതി കാണാമെങ്കിലും 'നീതി' എന്ന ആശയം ഒരു സാർവത്രിക സങ്കൽപ്പമാണ്. അതുകൊണ്ട് റസ്സൽ ഇത്തരം ആശയങ്ങൾക്ക് സാർവികം (Universal) എന്ന പേര് നൽകി. അനുഭവ ജ്ഞാനത്തിനപ്പുറമുള്ള (Supra sensible) ലോകത്തേക്കാണ് സാർവ ത്രിക ആശയത്തെ സംബന്ധിക്കുന്ന സിദ്ധാന്തത്തിലൂടെ സഞ്ചരിക്കു ന്നതെന്ന് റസ്സൽ അഭിപ്രായപ്പെടുന്നു. അതായത് വെളുത്ത കൊറ്റിയെയും വെളുത്ത പാലും വെളുത്ത കടലാസുമാണ് നമുക്ക് വെളുപ്പിന്റെ തെളി വ്. എന്നാൽ വെളുപ്പ് ഇതിലേതെങ്കിലും ഒരു വസ്തുവല്ല. അതുപോലെ പൗരനോ പൗരക്കോ അവകാശം നൽകുന്നത് നീതിനിർവഹണത്തിന്റെ ഭാഗമാണ്. എന്നാൽ 'നീതി' ഇതിലേതെങ്കിലും ഒരു പ്രവൃത്തിയല്ല. നീതി നിർവഹണം സന്ദർഭങ്ങൾക്കനുസരിച്ച് വ്യാഖ്യാനിക്കപ്പെടും. അതേ സമയം 'നീതി' അങ്ങനെ സന്ദർഭത്തിലേക്ക് വെട്ടിച്ചുരുക്കാൻ കഴിയാത്ത പൊതുആശയമാണ്, സാർവികമാണ്. മനുഷ്യന്റെ എല്ലാ ഭാഷണങ്ങ ളിലും ഒരു സാർവികമെങ്കിലും ഉണ്ടാവുമെന്നാണ് റസ്സൽ പറയുന്നത്. അതുകൊണ്ട് സാർവികങ്ങളെക്കുറിച്ചുള്ള അറിവും പരിചയവും സത്യം തിരിച്ചറിയാൻ അനിവാര്യവുമാണെന്ന് റസ്സൽ സിദ്ധാന്തിക്കുന്നുണ്ട്.

അരിസ്റ്റോട്ടിലിന്റെ ഒരു പ്രധാന പുസ്തകം അതിഭൗതികം (Meta-physics) ആണ്. ഈ പുസ്തകത്തിൽ എന്താണ് അസ്തിത്വം അഥവാ ഉണ്മ? എന്തെല്ലാം വിധത്തിലുള്ള വസ്തുക്കളാണ് ഈ ലോകത്ത് നില നിൽക്കുന്നത്? മാറ്റങ്ങൾ സംഭവിക്കുന്നതിനിടയിലും എങ്ങനെയാണ് വസ്തുക്കൾ നിലനിൽക്കുന്നത്? ഈ ലോകത്തെ പൂർണമായി മനസിലാ ക്കാനാവുമോ? ലോകം നശ്വരമോ അനശ്വരമോ നിശ്ചലമോ ചലനാത്മ കമോ മുതലായ ചോദ്യങ്ങൾ ഹെറാക്ലിറ്റസും (Heraclitus) പാർമ നൈഡ്സും (Parmenides) ചോദിക്കുകയും തർക്കങ്ങൾ ഉയർന്നുവരി കയും ചെയ്ത ശേഷമാണ് പ്ലേറ്റോയും, അരിസ്റ്റോട്ടിലും അസ്തിത്വത്തെ സംബന്ധിക്കുന്ന യുക്തിവിചാരത്തിലേർപ്പെടുന്നത്. രൂപവും (forms) ദ്രവ്യവും (matter) ചേർന്നാണ് എല്ലാ വസ്തുക്കളും ഉണ്ടാവുന്നതെന്ന നിഗമനത്തിലാണ് അരിസ്റ്റോട്ടിൽ എത്തിച്ചേർന്നത്. ചോദ്യങ്ങൾ ദാർശ നികമാവുമ്പോൾ വസ്തുക്കളിലോ (things) വസ്തുതകളിലോ (State of affairs) മാത്രം ഒതുങ്ങാൻ കഴിയില്ല. വസ്തുക്കൾക്കും വസ്തു തകൾക്കുമപ്പുറം അന്വേഷണം കടക്കുന്നതുകൊണ്ടാണ് 'അതിഭൗതികം' തത്വചിന്തയുടെ ഭാഗമായിത്തീരുന്നത്.

ഇരുപതാം നൂറ്റാണ്ടിലെ ഒരു പ്രബല ദാർശനികനായ ദലൂസ് "ഞാ നൊരു അതിഭൗതികവാദിയാണെന്ന്" ഉറപ്പിച്ച് പ്രഖ്യാപിക്കുന്നത് അദ്ദേഹം ഒരു ദാർശനികനാണെന്ന് പ്രഖ്യാപിക്കാൻ വേണ്ടി മാത്രമാണ്. അതായത് ചോദ്യങ്ങളും അന്വേഷണങ്ങളും ഏതെങ്കിലും അതിരുകളിൽ തളച്ചിട്ടാൽ ദാർശനികവ്യവഹാരം അസാധ്യമാവും. മതാത്മകമോ ശുദ്ധ ഭൗതികവാദപരമോ ആയി തത്വചിന്തയെ ചുരുക്കാനാവില്ല. മതാത്മകവും

ഭൗതികവാദപരവുമായ വ്യാഖ്യാനങ്ങളും തത്വചിന്തയുടെ ഭാഗമാണ്. തത്വചിന്തക്ക് ഏതെങ്കിലും ഒരേ ഒരു വ്യാഖ്യാന മാതൃക കൊണ്ടോ രീതിശാസ്ത്രം കൊണ്ടോ തൃപ്തിപ്പെടാനാവില്ല. 'ഭൗതികത്തിനപ്പുറം' എന്ന് പറയുമ്പോൾ 'ആത്മീയം' (Spiritual) എന്ന ഗണത്തിലോ പര ലോകശാസ്ത്ര (Eschatological) കേന്ദ്രിതമായോ തത്വചിന്തയെ ചുരുക്കാമെന്ന് കരുതേണ്ടതില്ല. മറിച്ച് ഇന്ദ്രിയഗോചരവും, അറിയാവുന്നതും, ഉറപ്പായതും മാത്രം അന്വേഷിക്കുകയോ അപഗ്രഥിക്കുകയോ ചെയ്യുന്നതിന് പകരം എല്ലാ അതിരുകളും ഉല്ലംഘിച്ചുകൊണ്ട് 'സത്ത'യും, 'അസ്തിത്വവും' അന്വേഷിക്കാനും അപഗ്രഥിക്കാനുമുള്ള ത്വരയാണ് തത്വചിന്ത പ്രകടിപ്പിക്കുന്നത്.

"ഒന്നുമില്ലായ്മയിൽ നിന്നും ഒന്നും ഉണ്ടാവുകയില്ല" (Ex nihilo nihil fit) എന്ന് അരിസ്റ്റോട്ടിൽ പറയുമ്പോൾ ഉണ്ടാവുക അഥവാ നിലവിൽ വരിക എന്ന അവസ്ഥയെ കുറിച്ചുള്ള അന്വേഷണമാണ് പ്രതിഫലിക്കുന്നത്. ഉണ്മയും ഇല്ലായ്മയും സാധാരണ സംവാദ വിഷയമല്ല. എന്നാൽ പ്രകൃതിയെക്കുറിച്ചും, മനുഷ്യനെക്കുറിച്ചും, ആത്മാവിനെയും ദൈവത്തെയും സംബന്ധിച്ചും പരമമായ ചോദ്യങ്ങൾ ചോദിക്കുമ്പോൾ ഉണ്മയും ഇല്ലായ്മയും (Being and Nothing) പ്രധാന ദാർശനിക പ്രശ്നമായി ഉയർന്നുവരുന്നു. എന്താണ് അതിഭൗതികവാദം (What is metaphysics?) എന്ന ഹൈദഗറുടെ ലേഖനത്തിൽ ഉണ്മയെക്കുറിച്ചാണ് പ്രതിപാദിക്കുന്നത്. "ശുദ്ധ ഉണ്മയും ശുദ്ധ ഇല്ലായ്മയും അതുകൊണ്ട് ഒന്നുതന്നെയാണ്" എന്ന ഹെഗലിന്റെ നിരീക്ഷണത്തോട് ഹൈദഗർ യോജിക്കുകയാണ് (Basic writings, Heidegger, പു.108). ശുദ്ധ ഉണ്മ പോലെ ശുദ്ധ ഇല്ലായ്മ (Pure Nothing) സങ്കൽപ്പത്തിൽ സാധ്യമാവുന്ന ഒരവസ്ഥയാണ്. ഇമ്മാനുവൽ കാന്റ് പറയുന്നതുപോലെ നമ്മുടെ മുന്നിൽ നിന്ന് എല്ലാം എടുത്ത് മാറ്റുക. നാം മാറ്റുന്നത് സാന്നിധ്യത്തെയാണ്. എല്ലാ സാന്നിധ്യവും അപ്രത്യക്ഷമായാൽ അവശേഷിക്കുന്നത് ഇല്ലായ്മ അഥവാ അസാന്നിധ്യമാണ്. ഇവിടെ ശുദ്ധ സാന്നിദ്ധ്യം പോലെ ശുദ്ധ അസാന്നിധ്യവും മാറുന്നു. മറ്റൊന്നുമായും ബന്ധമില്ലാതെ സങ്കൽപ്പിക്കാൻ കഴിയുന്ന ഒരു ശുദ്ധ ഉണ്മ മറ്റൊരു വിധത്തിൽ ശുദ്ധ അഭാവം അഥവാ ഇല്ലായ്മ തന്നെയാണ്. അതുകൊണ്ട് ഹൈദഗർ അരിസ്റ്റോട്ടിലിന്റെ നിരീക്ഷണത്തെ മാറ്റിയെഴുതുന്നു. അരിസ്റ്റോട്ടിൽ ex nihilo nihil fit- ഒന്നുമില്ലായ്മയിൽ നിന്നും ഒന്നും ഉണ്ടാവില്ല എന്നാണ് പറഞ്ഞത്. ഹൈദഗർ ex nihilo omne ens qua ens fit - ഒന്നുമില്ലായ്മയിൽ നിന്നും എല്ലാ അസ്തിത്വങ്ങളും അസ്തിത്വങ്ങളായി നിലവിൽ വരുന്നു-എന്ന് തിരുത്തി എഴുതുന്നു. അതുകൊണ്ട് എല്ലാ ഉണ്മയും അഭാവത്തെ/ഇല്ലായ്മയെ ആശ്രയിക്കുന്നു. അഭാവത്തെ/ഇല്ലായ്മയെ/ശൂന്യതയെ അവഗണിച്ചുകൊണ്ട് ശാസ്ത്രത്തിന് മുന്നോട്ട് പോകാൻ കഴിയില്ലെന്നാണ് ഹൈദഗർ പറയുന്നത്.

> Only if science exists on the basis of metaphysics can it advance further in its essential task, which is not to amass and classify bits of knowledge but to disclose in ever-renewed fashion the entire region of truth in nature and history. (Basic Writings, page. 109).

"അതിഭൗതികവാദത്തെ അടിസ്ഥാനമാക്കി നിലനിന്നാൽ മാത്രമേ ശാസ്ത്രത്തിന് അതിന്റെ അനിവാര്യമായ കർത്തവ്യത്തിലേക്ക് മുന്നേറാൻ കഴിയൂ, ആ കർത്തവ്യം ചെറിയ വിവരങ്ങൾ ശേഖരിക്കുകയും വർഗീകരിക്കുകയും ചെയ്യലല്ല, മറിച്ച് പ്രകൃതിയിലും ചരിത്രത്തിലുമുള്ള മുഴുവൻ സത്യങ്ങളും എപ്പോഴും പുതുക്കിപ്പണിയുന്ന മട്ടിൽ അനാവരണം ചെയ്യലാണ്."

ഹൈദഗർ ശാസ്ത്രത്തിന്റെ ഉത്തരവാദിത്വവും വർധിപ്പിക്കുകയാണ്. സത്യത്തിന്റെ മുഴുവൻ പ്രദേശവും "സദാ-പുതുക്കുന്ന ഫാഷനിൽ" അനാവരണം ചെയ്യാൻ ശാസ്ത്രം തയ്യാറാവണമെന്നാണ് ഹൈദഗർ പറയുന്നത്. ശാസ്ത്രം ദൈനംദിനജീവിതത്തിന്റെ ഭിന്നവശങ്ങൾ തന്നെയാണ് പരിശോധിക്കുന്നത്. ശാസ്ത്രം മനുഷ്യാധ്വാനത്തോടൊപ്പം, ഉൽപ്പാദനഉപകരണങ്ങൾ വികസിപ്പിച്ചുകൊണ്ട് മുന്നേറുന്നു. ശാസ്ത്രത്തിന് മുന്നിൽ എപ്പോഴും ഒരു ദൗത്യമുണ്ട്; സഞ്ചരിക്കുന്നതിന്, ആശയവിനിമയം നടത്തുന്നതിന്, ചികിത്സിക്കുന്നതിന്, സൂക്ഷിക്കുന്നതിന് ഇങ്ങനെ പലതരം ഉദ്ദേശ്യങ്ങളുണ്ട്. ആധുനികോത്തര ദാർശനികനായ ലിയോത്താർ (Francois Lyotard) പറയുന്ന പോലെ ഇന്ന് (എന്നും) ശാസ്ത്രത്തിന് യഥാർഥ്യമായ, സത്യസന്ധമായ, ഉൽക്കടമായ അന്വേഷണവാഞ്ഛയിലൂടെ മുന്നേറാൻ കഴിയില്ല. മറിച്ച് താൽക്കാലികമായ താൽപ്പര്യങ്ങളുടെ, സമ്പത്തിന്റെ, ലാഭേച്ഛയുടെ അതിരുകളിൽ ശാസ്ത്രം മുട്ടി നിൽക്കേണ്ടി വരുന്നു. ഹൈദഗർ പറയുന്ന പോലെ തുണ്ടം തുണ്ടം അറിവ് (bits of knowledge) എന്നത് തള്ളിക്കളയാൻ കഴിയില്ല. എന്നാൽ തുണ്ടം തുണ്ടം അറിവിനപ്പുറം മനുഷ്യന്റെ അന്വേഷണത്വര നീളുമെന്നും അങ്ങനെ എല്ലാ അതിരുകൾക്കുമപ്പുറം നമ്മുടെ ഉണ്മയും ഇല്ലായ്മയും തത്വചിന്തയിൽ അനിവാര്യമായും സ്ഥലം നേടുമെന്നും തിരിച്ചറിയണം.

നിലനിൽക്കുന്നതിന്റെ അടിസ്ഥാനഭാവമെന്താണ്, പരമമായ സത്യമെന്താണ്, സ്വതന്ത്രഇച്ഛ നിലനിൽക്കുന്നുണ്ടോ, കാര്യകാരണ ബന്ധംകൊണ്ട് എന്തെല്ലാം നിർണയിക്കാം, അമൂർത്ത സംപ്രത്യയങ്ങൾ എങ്ങനെയാണ് രൂപപ്പെടുന്നത്, അവ ഏത് വിധത്തിലാണ് നിലനിൽക്കുന്നത് മുതലായ നിരവധി അന്വേഷണങ്ങളുടെ അപഗ്രഥനങ്ങളും അതിഭൗതികവാദത്തിന്റെ ഭാഗമാണ്. എന്നാൽ അതിഭൗതികവാദം തന്നെ അസംബന്ധമാണെന്ന് സ്ഥാപിക്കുന്ന ലോജിക്കൽ പോസിറ്റിവിസ്റ്റുകൾ (Logical Positivists) ശുദ്ധശാസ്ത്രത്തിന്റെ യുക്തി മാത്രം ശരിയാണെന്ന് വാദിച്ചിരുന്നു. എ ജെ അയറെപ്പോലുള്ള (A J Ayer) ബ്രിട്ടീഷ് പോസി

റ്റിവിസ്റ്റുകൾ അതിഭൗതികം മാത്രമല്ല കവിത പോലും അസംബന്ധമാണെന്ന് വാദിക്കുകയാണ് ചെയ്തത്. എല്ലാ തർക്ക വാകൃങ്ങളും ശരിയോ തെറ്റോ ആയിരിക്കണം. എന്നാൽ കവിതയുടെയും അതിഭൗതികവാദത്തിന്റെയും ഭാഷ ശരി/തെറ്റ് തർക്കവാകൃഘടനയല്ല പിന്തുടരുന്നതെന്ന വിമർശനമാണ് പോസിറ്റിവിസ്റ്റുകൾ മുന്നോട്ടു വെച്ചത്!

അതിഭൗതികവാദം 'അതീന്ദ്രിയ യാഥാർഥ്യം' (transcendental reality) അന്വേഷിക്കുകയാണെന്ന ധാരണയാണ് ഭൗതികവാദത്തിന്റെയും ശാസ്ത്രവാദത്തിന്റെയും പേരിൽ അതിഭൗതികത്തെ നിഷേധിക്കാൻ പലരേയും പ്രേരിപ്പിക്കുന്നത്. അതീന്ദ്രിയ യാഥാർഥ്യമാണെന്ന മുൻവിധിയാണ് നമ്മുടെ അന്വേഷണങ്ങളെ പരിമിതപ്പെടുത്തുന്നത്. സ്ഥലം (space), കാലം (time), പദാർഥം (substance), ഗുണം (quality), മനസ്സ് (mind), കാര്യകാരണ ബന്ധം (casuality) മുതലായ ചിന്തയെ അസ്വസ്ഥതപ്പെടുത്തുന്ന പ്രശ്നങ്ങളും പ്രശ്നപരിസരങ്ങളും നീട്ടിവെയ്ക്കാൻ കഴിയുമെങ്കിലും സ്ഥിരമായി മാറ്റിവെക്കാൻ കഴിയില്ല.

> So long as man exists, philosophizing of some sort occurs. Philosophy what we call philosophy - is metaphysics, getting under way, in which philosophy comes to itself all to its explicit tasks (Basic writings, page.110).

"മനുഷ്യൻ നിലനിൽക്കുന്ന കാലത്തോളം ഏതെങ്കിലും വിധത്തിലുള്ള തത്വവിചാരം ഉണ്ടാവും. തത്വചിന്ത-നമ്മൾ എന്തിനെയാണോ തത്വചിന്തയെന്ന് വിളിക്കുന്നത് - അത് അതിഭൗതികവാദമായി മുന്നേറുകയും, അതിൽ തത്വചിന്ത സ്വയം ആവിർഭവിക്കുകയും അതിന്റെ പ്രകടമായ കടമ നിർവഹിക്കുകയും ചെയ്യുന്നു." (പു.110). എന്നാൽ എ. ജെ. അയർ പറയുന്നത് മറ്റൊരു വിധത്തിലാണ്.

> For our object is merely to show that philosophy, as a genuine branch of knowledge, must be distinguished from metaphysics. . . we shall, however, point out later on that the majority of the 'great philosophers' of the past were not essentially metaphysicians (Logic truth and Language, page. 23)

"നമ്മുടെ ലക്ഷ്യം തത്വചിന്ത, ഒരു യഥാർഥ ജ്ഞാനശാഖ എന്ന നിലയിൽ, അതിഭൗതികവാദത്തിൽ നിന്നും വേർതിരിക്കണമെന്നാണ്. . പിന്നീട് ഭൂതകാലത്തെ മഹാന്മാരായ ദാർശനികരിൽ ഭൂരിഭാഗവും അനിവാര്യമായും അതിഭൗതികവാദികളായിരുന്നില്ലെന്ന് നമ്മൾ കാണിച്ചുകൊടുക്കുന്നതാണ്. . .(പു. 23).

ശാസ്ത്രീയതാർക്കികരായി അറിയപ്പെട്ടവരുടെ കാര്യത്തിൽ തെളിവും (proof) തെളിയിക്കാനുള്ള സാധ്യതയുമാണ് (Verifiability)

തർക്കശാസ്ത്രപ്രസ്താവങ്ങളുടെ അവലംബം. ഒരു പ്രസ്താവന (Statement) ശരിയോ, തെറ്റോ ആയിരിക്കണം. ശരി/തെറ്റ് നിർണയിക്കുന്നത് ലഭ്യമായ തെളിവിന്റെ അടിസ്ഥാനത്തിലാണ്. അതുകൊണ്ട് അതിഭൗതികവാദപരമായ നിഗമനങ്ങളെ അർഥരഹിതവും അസംബന്ധവുമായാണ് അവർ കണക്കാക്കിയത്. അതേസമയം തത്വചിന്തക്ക് അതിഭൗതികവാദത്തിൽ നിന്നും വേറിട്ട നിലനിൽപ്പ് സാധ്യമാണെന്നും എ ജെ അയറെപ്പോലുള്ളവർ വാദിച്ചു.

3

സത്താശാസ്ത്രം
Ontology

തത്വചിന്തയുടെ ഏറ്റവും പ്രധാനപ്പെട്ട ഒരു ശാഖയാണ് സത്താശാസ്ത്രം. തത്വചിന്തയടെ ഒരു ഭാഗമെന്നതിലുപരി തത്വചിന്ത തന്നെ സത്താവാദമാണെന്ന് പറഞ്ഞാലും തെറ്റാവില്ല. ഗ്രീക്ക് ഭാഷയിലെ 'Onto' എന്ന വാക്കും 'logia' എന്ന മറ്റൊരു ഗ്രീക്കു പദവും ചേർന്നാണ് Ontology ഉണ്ടായത്. 'Onto' എന്നതിന് ഉണ്മ, സത്ത, അസ്തിത്വം, നിലനിൽപ്പ് എന്നെല്ലാമാണ് അർഥം. logia എന്നാൽ ശാസ്ത്രം, പഠനം എന്നിങ്ങനെയും. ഓണ്ടോളജി (Ontology) എന്നാൽ സത്താവാദം അഥവാ ഉണ്മാശാസ്ത്രം എന്ന് മലയാളത്തിൽ പരിഭാഷപ്പെടുത്താം. സത്താവാദം ഉണ്മയുടെ അഥവാ നിലനിൽപ്പിന്റെ സ്വഭാവവും അതുമായി ബന്ധപ്പെട്ട ഗണങ്ങളുമാണ് പഠനവിധേയമാക്കുന്നത്. അതിഭൗതിക വാദപരമായ തത്വചിന്തയുടെ പ്രധാനഭാഗവും ഉണ്മയെ അധികരിച്ചുള്ള സംവാദമാണ്. എന്താണ് നിലനിൽക്കുന്നത്? എങ്ങനെയാണ് നിലനിൽക്കുന്നത് തുടങ്ങി ഉണ്മയുമായി ബന്ധപ്പെടുന്ന വിഭിന്ന യുക്തിരൂപങ്ങളാണ് ദാർശനികർ മുന്നോട്ടുവെക്കുന്നത്.

തത്വചിന്തയിൽ എന്നും മൗലികമായ ചോദ്യങ്ങളാണ് ചോദിക്കുന്നതും വ്യാഖ്യാനിക്കുന്നതും. ഇലയുടെ പച്ചനിറം ക്ലോറോഫിൽ കൊണ്ടാണെന്ന് സസ്യശാസ്ത്രം നമ്മെ പഠിപ്പിക്കുന്നു. ഇലയിലെ ക്ലോറോഫിൽ മാറ്റിയാൽ തുണ്ടം തുണ്ടമായി മുറിച്ചാൽ, അതിന്റെ പരമമായ അവസ്ഥ എന്താണ്? ഇതെല്ലാം ചോദിക്കാനുള്ള അവകാശം ചിന്തയുടെ ഭാഗമാണ്. എന്നാൽ ഇലയുടെ പരമമായ അസ്തിത്വവും അതിന്റെ സ്വഭാവവും ഒരാൾക്ക് ചോദ്യം ചെയ്യാവുന്നതാണ്. എന്താണ് ഉണ്മ (being)? അസ്തിത്വം എങ്ങനെയാണ് നിർണയിക്കുന്നത്? എന്താണ് അസ്തിത്വത്തിന്റെ സ്വഭാവം? എന്താണ് പരമമായ അഥവാ മൗലികമായ അസ്തിത്വം? വസ്തുക്കളുടെ ഉണ്മയെ എങ്ങനെയാണ് അനിവാര്യമായ

അസ്തിത്വമായും യാദൃച്ഛികമായ അസ്തിത്വമായും കണക്കാക്കുന്നത്. മാറ്റവും സ്ഥിരതയും എവിടെയാണ് വേർപിരിയുന്നത്. ഇങ്ങനെ ഉണ്മയെ (being)സംബന്ധിക്കുന്ന നിരവധി ചോദ്യങ്ങൾ പ്രാചീനകാലം മുതൽ ചോദിക്കുകയും വ്യാഖ്യാനിക്കുകയും ചെയ്തുകൊണ്ടാണ് തത്വചിന്ത ഇതര ശാസ്ത്രങ്ങളിൽ നിന്നു വേറിട്ട് നിന്നത്.

സോക്രട്ടീസിന് മുമ്പ് തന്നെ ഗ്രീക്ക് ചിന്തകനായ പാർമനൈഡ്സ് (ജനനം, ക്രി. മു. 514) അസ്തിത്വത്തിന്റെ പരമഭാവത്തെക്കുറിച്ച് വിചിന്തനം ചെയ്തിട്ടുണ്ട്. മാറ്റമില്ലാത്ത, അനശ്വര സത്തയായി അസ്തിത്വത്തെ കാണാനാണ് പാർമനൈഡ്സ് ശ്രമിച്ചത്. സ്ഥിരമായി മാറിക്കൊണ്ടിരിക്കുന്ന ഒരു വസ്തുവിനെക്കുറിച്ച് നമുക്ക് അറിവുണ്ടാക്കാൻ സാധ്യമല്ല. അതുകൊണ്ട് നമ്മുടെ യുക്തികൊണ്ട് ശരിയായ ജ്ഞാനം ആർജിക്കേണ്ടത് മാറ്റമില്ലാത്ത അനശ്വരമായ അസ്തിത്വത്തെ അഥവാ എല്ലാറ്റിന്റെയും അടിത്തറയാവുന്ന ഉണ്മയെക്കുറിച്ചാണെന്ന് പാർമനൈഡ്സ് വാദിച്ചു. ഉണ്മയാണ് പരമമായ സത്യം. ഇല്ലായ്മ അസത്യമാണ്. മാറ്റമെന്നത് ഇന്ദ്രിയ ജ്ഞാനം ഉണ്ടാക്കുന്ന തോന്നലുകളോ വെറും അഭിപ്രായമോ ആണ്. അനന്തവും അനശ്വരവുമായ ഉണ്മയെ യുക്തികൊണ്ട് മാത്രം അറിയാവുന്ന സത്യമായി പാർമനൈഡ്സ് സങ്കൽപ്പിച്ചു. ഊർജം ഉണ്ടാക്കാനോ നശിപ്പിക്കാനോ കഴിയില്ലെന്നും ഊർജം ഒന്നിൽ നിന്ന് മറ്റൊന്നിലേക്ക് രൂപാന്തരം ചെയ്യുക മാത്രമാണ് സംഭവിക്കുന്നതെന്നുമുള്ള ആധുനിക ഊർജസംരക്ഷണ നിയമം (law of conservation of energy)പാർമനൈഡ്സിന്റെ തത്വവിചാരത്തിന്റെ തുടർച്ചയാണെന്ന് അഭിപ്രായപ്പെടുന്നവരുണ്ട്. സത്യം യുക്തിയെ മാത്രം അവലംബിക്കുകയാണെന്നും ഇന്ദ്രിയങ്ങളുടെ ലോകത്തിലല്ലെന്നുമുള്ള ആശയവാദത്തിന്റെ മൗലികരൂപമാണ് പാർമനൈഡ്സ് മുന്നോട്ടു വെക്കുന്നതെന്ന വിമർശനവുമുണ്ട്. (W T Stace രചിച്ച *ഗ്രീക്ക് തത്വചിന്തയുടെ ചരിത്രം* കാണുക).

ശാസ്ത്രം (science) അന്വേഷിക്കുന്ന അസ്തിത്വമല്ല തത്വചിന്ത അന്വേഷിക്കുന്നത്. *ബർട്രന്റ് റസ്സൽ* പറയുന്നതുപോലെ ശാസ്ത്രം ഒരു നിശ്ചിത സ്ഥലത്ത് നിലനിൽക്കുന്ന മേശയാണ് പരിശോധിക്കുന്നത്. ശാസ്ത്രത്തെ സംബന്ധിച്ചിടത്തോളം ഒരു നിശ്ചിത സ്ഥലത്ത് (space) നിൽക്കാനും ചലനനിയമമനുസരിച്ച് ചലിക്കാനുള്ള ശേഷിയുമാണ് ശാസ്ത്രം മേശക്ക് സങ്കൽപ്പിക്കുന്ന ഗുണം. എന്നാൽ ഒരാൾ കാണുന്ന മേശയുടെ നിറവും, സ്പർശിക്കുന്ന കാഠിന്യവും, കൈവിരൽ കൊണ്ടു തൊടുമ്പോഴുണ്ടാകുന്ന ശബ്ദവും എവിടെയാണ് ഒളിഞ്ഞിരിക്കുന്നതെന്ന് ചിന്തിക്കുമ്പോഴാണ് യഥാർഥമേശ (real table) എന്ന പ്രശ്നം ഉത്ഭവിക്കുന്നത്. ഞാൻ കണ്ണടച്ചാൽ മേശയുടെ വർണം കാണില്ല. എന്നാൽ കണ്ണ് തുറന്നാൽ വീണ്ടും മേശയുടെ വർണം കാണുന്നു. എന്റെ സംവേദദത്തം (sense-data) ആയി മാറുന്ന മേശയുടെ വർണം എന്തിന്റെ ഭാഗമാണ്? ഞാൻ വിരൽകൊണ്ട് ഞൊട്ടിയാൽ ശബ്ദമുണ്ടാവുന്നത് എവിടെനിന്നാണ്. ഇവിടെ ഒരു യഥാർഥമേശ അഥവാ ഞാൻ കണ്ടില്ലെ

ങ്കിലും, മറ്റാരും കാണാനില്ലെങ്കിലും നിലനിൽക്കുന്ന ഒരു മേശയുണ്ടെങ്കിൽ അതിന്റെ ഉണ്മയെങ്ങനെയുള്ളതാണ്?

What is the nature of this real table, which persists independently of my perception of it? (Russell, *problems of philosophy*, page. 13). ദാർശനികർ അന്വേഷിക്കുന്ന മേശ അഥവാ നിലനിൽപ്പിന്റെ യഥാർഥ അടിസ്ഥാനം എങ്ങനെയാണ് ശാസ്ത്രീയ നിരീക്ഷണങ്ങളിൽനിന്നും വേറിട്ട് നിൽക്കുന്നതെന്ന് വിശദീകരിക്കാൻ ദാർശനികനും ഗണിതശാസ്ത്രജ്ഞനുമായിരുന്ന റസ്സൽ ഗൗരവപൂർവം ശ്രമിച്ചിട്ടുണ്ട്. ശാസ്ത്രശാഖകൾ വളർന്നത് കൊണ്ടും നിരവധി ചോദ്യങ്ങൾക്ക് ശാസ്ത്രം ഉത്തരം കണ്ടെത്തിയതിനാലും തത്വചിന്ത അപ്രസക്തമായെന്ന് പറയുന്നവർക്കുള്ള മറുപടി കൂടിയാണ് യഥാർഥത്തിൽ റസ്സൽ നൽകുന്നത്.

ശാസ്ത്രത്തെ സംബന്ധിച്ചിടത്തോളം ഒരു വസ്തു എപ്പോഴും ഒരു സ്ഥലം (space) ആവശ്യപ്പെടുന്നുണ്ട്. അതായത് നിലനിൽക്കാൻ സ്ഥലമില്ലാതെ ദ്രവ്യം (matter) ഉണ്ടാവില്ല. എന്നാൽ ഇവിടെ സ്ഥലമെന്ന് പറയുന്നത് നമുക്ക് സ്പർശിക്കാനോ കാണാനോ കഴിയുന്നതല്ല. നാം കാണുന്നതും സ്പർശിക്കുന്നതും കുട്ടിക്കാലം മുതൽ ലഭിക്കുന്ന പഠനത്തിന്റെ ഫലമാണ്. എന്നാൽ ദ്രവ്യം നിലനിൽക്കുന്ന സ്ഥലം ദ്രവ്യത്തെപ്പോലെ നമുക്ക് സ്പർശിക്കാൻ കഴിയുന്നതല്ല. നമുക്ക് കാണാൻ കഴിയുന്നതുമല്ല സ്ഥലം. സ്ഥലവും കാലവും (time) തത്വചിന്തയിൽ എന്നും വിചിന്തനവിധേയമായിക്കൊണ്ടിരിക്കുന്ന വിഷയങ്ങളാണ്. റസ്സൽ യഥാർഥ വസ്തുവിനെ അഥവാ ദ്രവ്യത്തെക്കുറിച്ചാണ് ചർച്ചചെയ്യുന്നത്. നാം കാണുകയും സ്പർശിക്കുകയും ചെയ്യുന്ന വസ്തുവിൽനിന്ന് വിഭിന്നമായി അതിന്റെ അടിത്തറ എങ്ങനെ എവിടെ നിലനിൽക്കുന്നു എന്നതാണ് പ്രശ്നം. ഒരു നാണയം ഒരാൾ കാണുന്നതുപോലെയല്ല മറ്റൊരാൾ കാണുന്നത്. നോക്കുന്ന സ്ഥാനത്തിനനുസരിച്ച് നാണയത്തിന്റെ വൃത്താകൃതിക്ക് മാറ്റം വരും ആ നാണയത്തിന്റെ വൃത്താകൃതി കാഴ്ചക്കാരന്റെ പ്രതീതിയിലുള്ള മാറുന്ന രൂപമല്ല. പ്രത്യക്ഷമായ അന്ധകാരം വ്യക്തിയുടെയും കണ്ണിന്റെയും നോട്ടസ്ഥാനത്തിനനുസരിച്ച് മാറും. ഒരാളുടെ പ്രത്യക്ഷ സ്ഥലിയിലുള്ള ഒരു നാണയവും നാണയത്തിന്റെ യഥാർഥരൂപവും വ്യത്യസ്തമായിരിക്കും. പ്രത്യക്ഷ സ്ഥലി ഒരു വ്യക്തിയുടെ സ്വകാര്യസ്ഥലി (private space) ആണ്. എന്നാൽ യഥാർഥത്തിൽ നാണയത്തിന്റെ കൃത്യമായ വൃത്തരൂപം യഥാർഥസ്ഥലിയിൽ ആണ് നിലനിൽക്കുന്നത്. അതുകൊണ്ട് ശാസ്ത്രം പഠനവിധേയമാക്കുന്ന സ്ഥലി നമ്മൾ കാണുകയും അനുഭവിക്കുകയും ചെയ്യുന്ന സ്ഥലിയുമായി ബന്ധമുണ്ടെങ്കിലും വ്യത്യസ്തവും വേറിട്ടതുമാണെന്ന് റസ്സൽ കരുതുന്നു. കാഴ്ച വ്യത്യസ്തമാവുന്നത് കാഴ്ചയുടെ സ്ഥാനം വ്യത്യസ്തമായതുകൊണ്ടാണെന്ന് പറഞ്ഞ് പ്രശ്നത്തെ ലളിതവൽക്കരിക്കുന്നത് ശരിയല്ല. എന്നാൽ റസ്സൽ അങ്ങനെയല്ല ചെയ്യുന്നത്. മറിച്ച് കാഴ്ചയിലെ രൂപം അഥവാ

നാണയത്തിന്റെ അണ്ഡാകൃതി ഒരു പ്രത്യേകസ്ഥലിയിൽ തന്നെയാണ് സാധ്യമാകുന്നത്. അതുകൊണ്ട് കാഴ്ചയെയും മറ്റ് അനുഭവങ്ങളെയും രൂപപ്പെടുത്തുന്നതിൽ സ്ഥലവും കാലവും ഏത് വിധത്തിൽ എങ്ങനെ പ്രവർത്തിക്കുന്നു എന്ന ദാർശനിക പ്രശ്നം വിശകലനം ചെയ്യാൻ റസ്സൽ സ്വന്തമായ വിശകലനം മുന്നോട്ടു വെക്കുകയാണ് ചെയ്തത്. ഫിസിക്സ്, ജ്യോമട്രി, ആസ്ട്രോണമി മുതലായ വിഷയങ്ങളിൽ ഭൗതിക സ്ഥലം (physical space) ആണ് പഠനവിധേയമാക്കുന്നത്. കാഴ്ചക്കാർക്ക് വ്യത്യസ്തമായി അനുഭവപ്പെടുന്ന 'സ്വകാര്യ സ്ഥലം' (private space) സംവേദ ദത്ത (sense-data)ത്തിന്റെ ഭാഗമാണ്. നമ്മുടെ സംവേദ ദത്തവും ഭൗതികസ്ഥലിയിലെ വസ്തുക്കളും തമ്മിൽ നിയതമായ ഒരു ബന്ധമുണ്ടെന്നാണ് അനുഭവത്തിൽനിന്നും അനുമാനിക്കാൻ കഴിയുക.

നമ്മൾ കാണുകയോ കേൾക്കുകയോ ചെയ്യുന്നത് യഥാർഥ വസ്തു വല്ല. എങ്കിലും അവയും യഥാർഥവസ്തുവും തമ്മിൽ നിശ്ചിതബന്ധമുണ്ടെന്നതും കാണേണ്ടതാണ്. അപ്പോൾ കാണുന്ന വസ്തുവിന്റെ 'ഉണ്മ'യും എങ്ങനെ എവിടെ വേർതിരിക്കും? സൂര്യനിൽ നിന്നും പ്രകാശം നമ്മുടെ കണ്ണുകളിലെത്താൻ എട്ട് മിനുട്ടുകൾ വേണം. അത് കൊണ്ട് നാം കാണുന്ന സൂര്യപ്രകാശം എട്ട് മിനുട്ടുകൾക്കു മുമ്പ് സൂര്യനിൽ നിന്നും ഉത്ഭവിച്ച അഥവാ പുറപ്പെട്ട സൂര്യരശ്മികളാണ്. എട്ട് നിമിഷം മുമ്പ് സൂര്യൻ പ്രകാശോൽപ്പാദനം നിർത്തിയിരുന്നെങ്കിലും നാം പ്രകാശം കാണും. കാരണം എട്ട് മിനുട്ടിന് ശേഷമേ നമുക്ക് അത് അനുഭവപ്പെടുകയുള്ളു. നമ്മുടെ അനുഭവത്തിന് ലഭിക്കുന്ന സെൻസ് ഡാറ്റ (sense-data) യും യഥാർഥവസ്തുവും രണ്ടാണെന്ന് ഇതിൽ നിന്നും തിരിച്ചറിയാവുന്നതാണ്. അതേസമയം ഈ വ്യത്യാസത്തെ മുൻനിർത്തി ബർക്കിലി (Berkeley) പറയുന്നതുപോലെ ശുദ്ധ ആശയവാദത്തിലേക്ക് വഴുതേണ്ടതുമില്ലെന്നാണ് റസ്സൽ പറയുന്നത്.

ബർക്കിലി പ്രത്യക്ഷ ജ്ഞാനത്തിലൂടെ ഒരാൾക്ക് ലഭിക്കുന്ന അറിവിന്റെ സ്ഥാനം മനസാണെന്ന് സങ്കൽപ്പിക്കുന്നു. നിങ്ങൾ കാണുന്ന മരം നിങ്ങളുടെ മനസിലാണെന്ന് ബർക്കിലി കരുതുന്നു. ലാറ്റിൻ ഭാഷയിൽ 'esse est percipi' (എസ്സെ എസ്റ്റ് പെർസിപി) എന്ന പ്രസിദ്ധമായ പ്രയോഗം ബർകിലിയുടേതാണ്. To be is to be perceived, അതായത് 'ഉണ്ടായിരിക്കുക എന്നാൽ അനുഭവിക്കുക'; വർണം ഉള്ളത് വർണം കാണുന്നതിനാലാണ്. അന്ധന് വർണമില്ല. ചെവികേൾക്കുന്നവർക്കാണ് ശബ്ദം. കേൾവിയില്ലെങ്കിൽ ഒരാൾക്ക് ലതാമങ്കേഷ്കറെയും ബിസ്മില്ലാഖാനെയും വേർതിരിക്കാൻ

ബർക്കിലി

കഴിയില്ല. യേശുദാസും ഗിരീഷ് പുത്തഞ്ചേരിയും പാടുമ്പോൾ വ്യത്യാസം അനുഭവപ്പെടുന്നത് പാട്ട് കേൾക്കുന്നവർക്കുമാത്രമാണ്. ആകാശത്തിലെ നക്ഷത്രങ്ങളും ഭൂമിയിലെ പച്ചപ്പും കാഴ്ചശക്തിയില്ലെങ്കിൽ ആസ്വദിക്കാനാവില്ല. ആയതിനാൽ ബർക്കിലി വർണത്തെ കാഴ്ചയായും, ശബ്ദത്തെ കേൾവിയായും ചുരുക്കി. നിങ്ങളുടെ മുന്നിൽ ശ്രീശാന്ത് ഉള്ളത് അദ്ദേഹം നിങ്ങളുടെ മനസിലുള്ളതിനാലാണെന്ന് ബർക്കിലിയുടെ സിദ്ധാന്തം അനുശാസിക്കുന്നു. എന്നാൽ ബർക്കിലിയുടെ ആത്മനിഷ്ഠ ആശയവാദം (Subjective Idealism) റസ്സൽ തള്ളിക്കളയുന്നു. ഞാൻ കണ്ടാലും ഇല്ലെങ്കിലും ശ്രീശാന്ത് ഈ ലോകത്തുണ്ട്. ഞാൻ പാട്ട് കേൾക്കാതിരുന്നാൽ യേശുദാസിന്റെ ഗാനങ്ങൾ ഇല്ലാതാവുന്നില്ല. 'ഹരിവരാസനം വിശ്വമോഹനം' എന്ന് തുടങ്ങുന്ന ഭക്തിഗാനം അഥവാ അയ്യപ്പഭക്തി ഗാനം കേൾക്കുമ്പോഴെല്ലാം നമ്മൾ യേശുദാസിനെ ഓർക്കുന്നു. കേൾവിശക്തിയില്ലാത്ത ഒരാൾക്ക് യേശുദാസിന്റെ ഗാനം നിലനിൽക്കുന്നില്ല! യേശുദാസിന്റെ ഗാനം നിലനിൽക്കുന്നത് കേൾവിക്കാരിലാണ്. എന്നാൽ ആരും കേൾക്കാതിരുന്നാൽ യേശുദാസിന്റെ ഗാനങ്ങൾ ഇല്ലെന്ന് പറയാൻ കഴിയുമോ? നാം കേട്ടാലും ഇല്ലെങ്കിലും യേശുദാസിന്റെ ഗാനങ്ങൾ പ്രപഞ്ചത്തിന്റെ ഭാഗമായുണ്ട്.

മലയാളമറിയാത്ത ഒരാൾക്ക് ഈ ഗാനം മലയാളമറിയുന്ന ഒരാളുടേതിൽനിന്ന് വിഭിന്നമായി അനുഭവപ്പെടും. അയ്യപ്പഭക്തനിൽനിന്ന് വിഭിന്നമായായിരിക്കും ഈ ഗാനം നിരീശ്വരവാദി കേൾക്കുന്നത്. യു കലാനാഥൻ കേരളത്തിലെ നിരീശ്വരപ്രസ്ഥാനത്തിന്റെ നേതാവെന്ന നിലയിൽ അദ്ദേഹത്തിന്റെ മനസ്സിനെ സ്വയം ഈശ്വരനിഷേധപക്ഷത്ത് ഉറപ്പിച്ചിരിക്കുകയാണ്, അതുകൊണ്ട് ഒരു അയ്യപ്പഭക്തന്റെ മാനസികാവസ്ഥയോട് കൂടി ഈ ഗാനമോ ഇതുപോലുള്ള യേശുദാസിന്റെ മറ്റ് നിരവധി ഗാനങ്ങളോ ശ്രവിച്ച് ആസ്വദിക്കാൻ നിരീശ്വരമതക്കാരന് കഴിയണമെന്നില്ല. (ഇതര വിശ്വാസികൾക്കും). ഇത് സൂചിപ്പിക്കുന്നത് കേൾക്കുന്ന ഗാനവും കേൾവിക്കാരന്റെ മനസും കൂടി ചേർന്നാണ് അനുഭവമാകുന്നത്. അതുകൊണ്ട് സംവേദ ദത്ത (sense-data) മായി മാറുന്ന ഓരോ ശബ്ദത്തിലും മനസിന്റെ കൂടി സാന്നിധ്യമുണ്ട്. യേശുദാസിന്റെ എല്ലാ ഗാനങ്ങളും ഒരുപോലെയല്ല ഒരാൾ കേൾക്കുന്നത്. 'രക്ഷകാ എന്റെ പാപഭാരമെല്ലാം നീക്കണേ' തുടങ്ങിയ യേശുദാസിന്റെ വരികൾ ഒരു ക്രിസ്തുമതവിശ്വാസിയെ ആകർഷിക്കുന്നതുപോലെ അയ്യപ്പവിശ്വാസിയെ ആകർഷിക്കാൻ സാധ്യതയില്ല. കേൾക്കുന്ന വ്യക്തിയുടെ മാനസികമായ അവസ്ഥ ഇവിടെ പ്രധാനമാണ്. ശ്രോതാവിന്റെ കേൾവിയുടെ സ്ഥലമെന്നത് അയാളിൽ രൂപപ്പെട്ട സാംസ്കാരിക സ്ഥലിയാണ്. അതുകൊണ്ട് *പഥേർ പാഞ്ചാലി*യിൽ കൈകൊണ്ട് വൃദ്ധ ചോറു തിന്നുന്ന രംഗം ഫ്രഞ്ച് സംവിധായകനായ ത്രൂഫോവിന് കണ്ടിരിക്കാൻ പറ്റാത്ത അപരിഷ്കൃത രംഗമായി മാറി. കാഴ്ചക്കാരന്റെ /കേൾവിക്കാരിയുടെ വിശ്വാസം, ധാരണ/മുൻധാരണ സമീപനം/നിലപാട് ഇതെല്ലാം കാഴ്ചയെ/ കേൾവിയെ നിർണയി

ക്കുമല്ലോ. എങ്കിലും യേശുദാസ് പാടുന്നു എന്നതും യേശുദാസിന്റെ പാട്ട് അന്തരീക്ഷത്തെ മുഖരിതമാക്കുന്നു എന്നതും അനിഷേധ്യമായ യാഥാർഥ്യമായി നിലനിൽക്കുന്നു. പ്രത്യക്ഷജ്ഞാനം വേറിട്ട അനുഭവമാണെന്നതുകൊണ്ട് അവ പൂർണമായും മനസിനകത്ത് നിലനിൽക്കുന്നതാണെന്ന് പറയാൻ കഴിയില്ല.

ഇമ്മാനുവൽ കാന്റ് പറയുന്നതുപോലെ മനസ്സ് ഒരു സജീവപ്രക്രിയയാണെന്ന് പറയാമെങ്കിലും 'മരത്തെ' മനസിൽ നിന്നും ഉണ്ടാക്കേണ്ട ആവശ്യമില്ല. വരാന്തയിൽ ഇരിക്കുന്ന വ്യക്തി തന്നെയാണ് എന്റെ മനസിലെ വ്യക്തിയെന്ന് പറയാനാവില്ല. എങ്കിലും വരാന്തയിലിരിക്കുന്ന വ്യക്തിയും തന്റെ മനസ്സിലെ വ്യക്തിയും തമ്മിൽ ഒരു നിശ്ചിതബന്ധമുണ്ട്. ഞാൻ കാണുന്നത് യഥാർഥവ്യക്തിയാവണമെന്നില്ല. ഞാൻ മനസിലാക്കാത്ത, തിരിച്ചറിയാത്ത മറ്റൊരാളാകാനുള്ള സാധ്യത തീർച്ചയായും അയാളിൽ ഉണ്ട്. അതുകൊണ്ട് ശരിയായ, യഥാർഥമായ വ്യക്തിയെ കാണാനാണ് ശ്രമിക്കേണ്ടതെന്ന് വാദിക്കാം. എന്നാൽ അപ്പോഴും കാണുന്ന, കേൾക്കുന്ന, മനസിലാക്കുന്ന വ്യക്തി ബർട്രന്റ് റസ്സൽ പറയുന്നപോലെ, 'സ്വകാര്യസ്ഥലി'യിലെ വ്യക്തിയാണ്. ഇന്ദ്രിയജ്ഞാനത്തിന് വിധേയമാകുന്ന ഒരു വസ്തു, ഒരു കാര്യം, ഒരു വ്യക്തി, ഒരു ശബ്ദം, എന്നിങ്ങനെ നിലനിൽക്കുന്നു എന്നതുപോലെ കാഴ്ചക്കും കേൾവിക്കും വിധേയമാകാത്ത ഒരു 'വസ്തു' അഥവാ അസ്തിത്വം ഉണ്ടോ, ഉണ്ടെങ്കിൽ എങ്ങനെ എവിടെ എന്നതും എക്കാലത്തും ദാർശനിക പ്രശ്നമായിരുന്നു. കാണുന്ന വ്യക്തിയിൽ ഞാനുദ്ദേശിച്ച, ആഗ്രഹിച്ച സവിശേഷതകളില്ലെന്ന് തിരിച്ചറിയുമ്പോൾ എന്നിൽ അമ്പരപ്പുണ്ടാവാം. അതുകൊണ്ടാണ് അരിസ്റ്റോട്ടിൽ 'O friends, there are no friends'(സുഹൃത്തുക്കളെ, ഇവിടെ സുഹൃത്തുക്കളില്ല) എന്ന് പലപ്പോഴും ആവർത്തിക്കുന്നത്. സുഹൃത്തുക്കളായി സംബോധന ചെയ്യുമ്പോഴും സുഹൃത്തിൽ പ്രതീക്ഷിക്കുന്ന സവിശേഷഗുണങ്ങളെവിടെ എന്നാണീ ചോദ്യം ഉന്നയിക്കുന്നത്. അപ്പോൾ അവരുടെ അഥവാ അയാളുടെ ഗുണങ്ങളാണോ അവരെ/അയാളെ നിർണയിക്കുന്നത്. അയാളുടെ ഗുണങ്ങളിൽ നിന്ന് വേറിട്ട് അയാൾക്ക് ഉണ്മയില്ലേ? എനിക്ക് അയാളുടെ ഉണ്മ, അയൽവാസിയായി, ശത്രുവായി, മിത്രമായി, മാത്രമാണ്. എന്നാൽ അയാളുടെ ഉണ്മ അയാൾ എനിക്ക് ആരാണെന്നതിനെ മാത്രം അവലംബിച്ചല്ല നിർണ്ണയിക്കപ്പെടേണ്ടത്.

പ്രതിനിധാനസിദ്ധാന്തം (Representation theory) എന്ന് വിളിക്കുന്ന ദാർശനിക സമീപനം ബാഹ്യലോകത്തെ മനുഷ്യാനുഭവത്തിലെ വെറും പ്രതിനിധാനങ്ങളോ ആശയങ്ങളോ ആയാണ് സങ്കൽപ്പിക്കുന്നത്. എന്നാൽ യാഥാതഥവാദം അഥവാ യഥാർഥവാദം(Realism) എന്ന് അറിയപ്പെടുന്ന ദാർശനികസമീപനം സാമാന്യബോധത്തിൽ വേരോടിയ വസ്തുക്കൾ മനുഷ്യൻ കണ്ടാലും ഇല്ലെങ്കിലും ബാഹ്യലോകത്ത് നിലനിൽക്കുമെന്ന നിലപാടാണ് മുന്നോട്ട് വെക്കുന്നത്. പ്രതിനിധാന സൈദ്ധാ

ന്തികർക്കിടയിൽ ശുദ്ധ ആശയവാദികളും ഗൗരവമുള്ള അതിഭൗതിക ചോദ്യങ്ങളുന്നയിക്കുന്ന തത്വചിന്തകരും ഉണ്ട്. ആശയവാദികളായാലും യഥാതഥവാദികളായാലും അനുഭവത്തിലും അതിനപ്പുറവുമുള്ള അസ്തിത്വം (existence) അഥവാ ഉണ്മ (being) എന്താണെന്ന അന്വേഷണം സത്താശാസ്ത്രത്തിന്റെ പ്രധാന മേഖലയാണ്. ഉണ്മയെക്കുറിച്ചുള്ള സംവാദം പ്രാചീനഗ്രീക്കുചിന്തകർ മുതൽ ആധുനികോത്തര ദാർശനികർവരെ നിർവഹിച്ചിട്ടുണ്ട്. ഉണ്മയും ഇല്ലായ്മയും (Being and Nothingness) സാർത്രിന്റെ ഒരേ ഒരു ശുദ്ധദാർശനികകൃതിയാണെന്ന് പറയാം. (മറ്റ് രചനകൾ നാടകങ്ങൾ, നോവൽ, കഥകൾ മതലായവയാണ്) അതുപോലെ *ഉണ്മയും കാലവും* (*Being and Time*) എന്ന ഹൈദറുടെ കൃതിയും തത്വചിന്താപഠനത്തിൽ പ്രബല സ്ഥാനം നേടിയിട്ടുണ്ട്. ഉണ്മയെന്നാൽ എന്താണെന്നും എങ്ങനെയാണ് ഉണ്മയെക്കുറിച്ചുള്ള അറിവ് ആർജിക്കുന്നതെന്നും ഉണ്മയും കാലവുമായി ഏത് വിധം ബന്ധപ്പെടുന്നു എന്നുമെല്ലാം ദാർശനിക മനസുകളെ എന്നും ഉൽക്കണ്ഠപ്പെടുത്തിയതുകൊണ്ടാണ് ഇതുപോലുള്ള രചനകൾ ഉണ്ടായതെന്ന് കരുതാം. സാർത്രിനെപ്പോലുള്ള ലോകപ്രസിദ്ധസാഹിത്യകാരൻ തത്വചിന്തയിൽ നൽകിയ സംഭാവന ഉണ്മയുടെ അപഗ്രഥനത്തിലാണ് കേന്ദ്രീകരിച്ചത്.

"ദാർശനികനാവാൻ ആഗ്രഹിക്കുന്ന ഒരാൾ യുക്തിയാഭാസങ്ങൾ (Absurdities) കണ്ടാൽ ഭയപ്പെടാതിരിക്കാൻ പഠിക്കണമെന്ന് ബർട്രന്റ് റസ്സൽ നിർദ്ദേശിക്കുന്നുണ്ട്." ഇത്തരത്തിലുള്ള ഒരു നിർദേശം റസ്സലിനെപ്പോലൊരു ദാർശനികൻ മുന്നോട്ട് വെച്ചത് ദ്രവ്യത്തിന്റെ അസ്തിത്വത്തെ സംബന്ധിക്കുന്ന വിശകലനത്തിലാണെന്നതും ശ്രദ്ധേയമാണ്'.

'നിലനിൽപ്പ്' എന്ന് പറയുമ്പോൾ ഒരു നിശ്ചിത സമയം ഉണ്ടാവുക എന്നാണ് നാമർഥമാക്കുന്നത്. എന്നാലിതുതന്നെയാണ് പ്രാചീന ഗ്രീക്ക്ചിന്തകനായ സെനോ ചോദ്യം ചെയ്തത്. നിങ്ങൾ കാണുമ്പോൾ വസ്തു അഥവാ കാഴ്ചക്ക് വിധേയമാവുന്ന സംവേദദത്തം മാറുകയല്ലേ എന്നതാണ് ചോദ്യം. ഒരു സെക്കന്റിന്റെ ഒരു ചെറിയ ഒരംശം സമയമെടുത്താൽ കാണുന്ന വസ്തു അപ്പോൾ ചലിക്കുകയാണോ? അഥവാ നിശ്ചലമാണോ. ചലിക്കുകയാണെങ്കിൽ എങ്ങനെയാണ് നമ്മുടെ കാഴ്ചയെ അഥവാ കാഴ്ചയിൽ തെളിയുന്ന ദ്രവ്യത്തെ നിർണയിക്കുക. നമ്മൾ കാണുന്നത് എട്ട് നിമിഷം മുമ്പ് സൂര്യനിൽനിന്ന് പുറപ്പെട്ട പ്രകാശമാണ്. കാണുന്ന സമയം സൂര്യനിൽ നിന്നും പുറപ്പെടുന്ന പ്രകാശം എട്ട് നിമിഷത്തിന് ശേഷമാണ് കാണാൻ കഴിയുക. അപ്പോഴും ഒരു ചോദ്യം അവശേഷിക്കുന്നു. എട്ട് നിമിഷം മുമ്പുള്ള സൂര്യപ്രകാശമാണോ അല്ലെങ്കിൽ സൂര്യപ്രകാശമായി കൺമുന്നിലെത്തുന്ന സെൻസ്ഡാറ്റ മാത്രമാണോ അത്. പെട്ടെന്ന് നാം നേരിൽ കാണുന്ന (കേൾക്കുന്ന) വസ്തുവിനെ അഥവാ വസ്തുതയെ സെൻസ് ഡാറ്റയായാണ് (സംവേദദത്തം) റസ്സൽ സംബോധന ചെയ്യുന്നത്. നാം കാണുന്ന രൂപത്തിലും

വർണത്തിലുമുള്ള മേശ നമ്മുടെ 'കാഴ്ച'യാണ്, അതായത് കണ്ണിന് അനുഭവപ്പെടുന്ന സംവേദ ദത്തം (Sense-data). അതേസമയം മേശ ഈ കാഴ്ചയ്ക്കപ്പുറമുള്ള യഥാർഥവസ്തു എന്ന നിലയിൽ - ഭൗതിക വസ്തുവായി നിലനിൽക്കുന്നുണ്ട്. അതിനെയാണ് നമ്മൾ ദ്രവ്യം (matter) എന്ന് വിളിക്കുന്നത്, കാഴ്ചയിലോ കേൾവിയിലോ ഉള്ള അനുഭവം സെൻസ് ഡാറ്റയാണെങ്കിൽ അതിനപ്പുറം ഭൗതികവസ്തുവെന്ന (Physical object) നിലയിൽ നിലനിൽക്കുന്ന മേശയാണ് ദ്രവ്യം. ഇവിടെ സത്താവാദത്തിൽ സെൻസ് ഡാറ്റ എങ്ങനെ എവിടെ നിൽക്കുന്നു എന്ന ചോദ്യം ഒരു വശത്തുണ്ട്? മറുവശത്ത് മേശയുടെ ദ്രവ്യാവസ്ഥ എങ്ങനെ അവിടെ നിലനിൽക്കുന്നു എന്ന ചോദ്യവും ഉണ്ട്.

"The word matter is, in philosophy the name of a problem". "ദ്രവ്യമെന്ന വാക്ക്, തത്ത്വചിന്തയിൽ ഒരു പ്രശ്നത്തിന്റെ നാമമാണ്."

തത്വചിന്തയിൽ ദ്രവ്യം ഒരു പ്രശ്നത്തിന്റെ നാമമാണന്ന് റസ്സൽ പറയുന്നത് പ്രത്യേകം ശ്രദ്ധേയമാണ്. കാരണം ഫിസിക്സിൽ matter (ദ്രവ്യം) എന്താണെന്ന് സന്ദേഹിക്കേണ്ട ആവശ്യമില്ല. ഫിസിക്സ് സങ്കൽപ്പിക്കുകയും പഠിക്കുകയും പരീക്ഷിക്കുകയും ചെയ്യുന്ന ദ്രവ്യമല്ല തത്വചിന്തയിൽ ദ്രവ്യം. ഇംഗ്ലീഷിൽ 'matter' എന്നും 'substance' എന്നും നാമകരണം ചെയ്ത ഭൗതികവസ്തു അഥവാ ഭൗതികാസ്തിത്വം ഫിസിക്സിൽ സംശയരഹിതമായി സ്ഥലകാലബദ്ധമാണ്. എന്നാൽ തത്വചിന്തയിൽ ദ്രവ്യമെന്താണെന്ന് ചോദിക്കുമ്പോഴും അപഗ്രഥിക്കുമ്പോഴും നിലനിൽപ്പ് തന്നെ പ്രശ്നവൽക്കരിക്കപ്പെടുകയാണ്. ഭൗതികശാസ്ത്രം അളക്കുകയും അപഗ്രഥിക്കുകയും ചെയ്യുന്ന ദ്രവ്യം എവിടെയാണ് നിലനിൽക്കുന്നത്. ഉണ്മയെക്കുറിച്ചുള്ള അന്വേഷണത്തിൽ ലൈബ്നിസ് (Leibniz) അഞ്ച് തരത്തിലുള്ള ദ്രവ്യത്തെയാണ് വിശദീകരിക്കുന്നത്. ലൈബ്നിസിനെ സംബന്ധിച്ചിടത്തോളം ഇൻഫിനിറ്റിസിമൽ കാൽക്കുലസിന്റെ കണ്ടുപിടുത്തം കൊണ്ടും, സിംബോളിക് ലോജിക്കിന്റെ അടിത്തറ പാകുന്നതിലൂടെയും സമ്പാദിച്ച പ്രസിദ്ധി പ്രത്യേകം എടുത്തു പറയേണ്ടതാണ്. ലൈബ്നിസ് (1646-1716) ന്യൂട്ടന്റെ കാലഘട്ടത്തിൽ തന്നെ സ്വന്തം നിലയിൽ സ്വതന്ത്രമായി ഡയനാമിക്സിലും കാൽക്കുലസിലും മൗലികമായ നിരീക്ഷണം മുന്നോട്ട് വെച്ച ചിന്തകനാണ്. സമകാലികരായ ശാസ്ത്രജ്ഞരോടും, മതചിന്തകരോടും ആശയവിനിമയം നടത്താനും സ്വന്തം നിലപാട് വീണ്ടും വീണ്ടും പറഞ്ഞുറപ്പിക്കാനും ലൈബ്നിസ് പ്രത്യേകം ശ്രദ്ധിച്ചിരുന്നു.

എല്ലാ വസ്തുക്കളുടെയും അടിസ്ഥാനവും അടിത്തറയുമായി ലൈബ്നിസ് കാണുന്നത് 'മൊണാഡു'കളെന്ന് (Monads)നാമകരണം ചെയ്ത ഏകകങ്ങളാണ്. ഇങ്ങനെ അടിത്തറയായി നിലനിൽക്കുന്ന മൊണാഡുകളുടെ അസ്തിത്വം അണുവിനോട് സാദൃശ്യം പുലർത്തുന്നുണ്ടെങ്കിലും അണുവല്ല. മൊണാഡുകൾ അവിഭാജ്യവും നിലനിൽപ്പിന് സ്ഥലി ആവശ്യമില്ലാത്തതുമായ സൂക്ഷ്മാസ്തിത്വമാണ്. മൊണാ

ഡിനെ ഏതെങ്കിലും തരത്തിൽ മാറ്റാൻ കഴിയില്ല. കാരണം അത് സ്വയം പൂർണവും പൂർവനിശ്ചിതവുമാണ്, മൊണാഡിന്റെ ഘടന അടഞ്ഞതാണ്. അതിനകത്തേക്കോ അതിൽ നിന്ന് പുറത്തേക്കോ യാതൊന്നും പ്രവേശിക്കുന്നില്ല. എന്നാൽ മൊണാഡുകൾ പരസ്പരം സംയോജിച്ച് വസ്തുക്കളായി മാറുന്നുണ്ട്. ഓരോ മൊണാഡിനും സ്വതന്ത്രമായ അസ്തിത്വവും ഗുണവും ഉണ്ട്. എങ്കിലും ഏറ്റവും ചെറിയ ഘടകമെന്ന നിലയിൽ ഓരോ മൊണാഡിന്റേയും അസ്തിത്വം സ്ഥലകാലബദ്ധമല്ല. ഓരോ മൊണാഡും ഇതര മൊണാഡുകളിൽ നിന്നും വ്യത്യസ്തമാണ്. സൃഷ്ടിക്കപ്പെട്ട എല്ലാ വസ്തുക്കളും മാറ്റത്തിന് വിധേയമാകുന്നതിനാൽ മൊണാഡുകളും മാറ്റത്തിന് വിധേയമാകുന്നതായും ലൈബ്നിസ് സങ്കൽപ്പിക്കുന്നു. ലൈബ്നിസിന്റെ അനുമാനത്തിൽ എല്ലാറ്റിന്റേയും അടിസ്ഥാനമാകുന്ന ഏകകങ്ങൾ ഒരേ സമയം സൂക്ഷ്മവും സങ്കീർണവുമാണ്. എല്ലാ ഗുണങ്ങളുടെയും കാഴ്ചയുടേയും ഒരംശം ഓരോ ഏകകത്തിലും അന്തർലീനമായിരിക്കും.

ലൈബ്നിസ് പറയുന്നത് കാണാം:

> Each portion of matter may be conceived of as a garden full of plants, and as a pond full of fish. But each branch of the plant, each member of the animal, each drop of its humors is also such a garden or such a pond. (Monadology, 67, in Monroe C, Beardsley, Page. 297).

പ്രപഞ്ചത്തിൽ അഥവാ നിലനിൽക്കുന്ന എല്ലാത്തിലും ഒരു പൂർവ നിശ്ചിത സ്വരൈക്യം (pre-established harmony) ഉണ്ടെന്നാണ് ലൈബ്നിസിന്റെ നിഗമനം. ദക്കാർത് (Rene Descartes) ആത്മാക്കൾക്ക് ഭൗതികവസ്തുക്കളുടെ (ശരീരത്തിന്റെ) മേൽ നിയന്ത്രണമോ ശക്തിയോ ഇല്ലെന്നാണ് കരുതിയത്. എന്നാൽ ദക്കാർത്തിന്റെ ഈ അനുമാനം ലൈബ്നിസ് തള്ളിക്കളയുന്നു. ആത്മാക്കൾ പ്രവർത്തിക്കുന്നത് അന്തിമകാരണങ്ങളുടെ നിയമമനുസരിച്ചാണെന്നും ഭൗതികവസ്തുക്കൾ ചലനകാരണങ്ങൾ അഥവാ ചലനനിയമമനുസരിച്ചാണ് പ്രവർത്തിക്കുന്നതെന്നും ലൈബ്നിസ് സിദ്ധാന്തിച്ചു.

> The soul follows its own peculiar laws and the body also follows its own laws and they agree in virtue of the pre-established harmony between all substances, since they are all representations of one of the same universe (78, Monadology).

ആത്മാക്കൾ അവയുടെ നിയമവും, ഭൗതിക ശരീരം അതിന്റെ ചലനനിയമങ്ങളും അവലംബിക്കുമ്പോഴും അവ പരസ്പരം പൂർവ നിശ്ചിത നിയമമനുസരിച്ച് സ്വരൈക്യത്തിൽ പ്രവർത്തിക്കുന്നതായാണ് ചുരുക്കം. ദൈവകേന്ദ്രിതമായ വാദത്തിലാണ് ലൈബ്നിസ് ചെന്നെത്തുന്നത്.

സത്താവാദങ്ങളുടെ ചരിത്രം ഇവിടെ വിവരിക്കാൻ ഉദ്ദേശിക്കുന്നില്ല. മറിച്ച് സത്താവാദപരമായ വാദങ്ങൾ തർക്കശാസ്ത്രത്തിലും, തത്വചിന്തയിലും ഉയർന്നുവന്ന രീതി വിശദമാക്കുക മാത്രമാണ് ചെയ്യുന്നത്. മധ്യകാല ദാർശനികരായ സെന്റ് തോമസ് അക്വിനാസ് (Saint Thomas Aquinas, 1225-1274) സെന്റ് അൻസ്ലെം (Saint Anselm, 1033-1109), പേർഷ്യൻ ദാർശനികനായ ഇബ്നുസിന (Avicenna, 980-1098) അറബ് ദാർശനികരായ ഇബ്നുറുഷ്ദ്, (Ibn Rushd 1126-1198) മുതലായവരും ഇന്ത്യൻ തത്വചിന്തകരായ ശ്രീബുദ്ധൻ മുതൽ ശ്രീശങ്കരാചാര്യർ വരെയും സത്താശാസ്ത്രപരമായ അന്വേഷണങ്ങൾ മുന്നോട്ട് വെച്ചിട്ടുണ്ട്.

അന്റോണിയോ നെഗ്രി

മാർക്സിസ്റ്റ് ദാർശനികരായ ലൂക്കാച്ച് മുതൽ (Gyorgy Lukacs, 1885-1971) അന്റോണിയോ നെഗ്രി (Antonio Negri, ജനനം 1933) വരെയുള്ള ദാർശനികരും സത്താവാദത്തെ അധികരിച്ച് ചിന്തകൾ മുന്നോട്ട് വെച്ചിട്ടുണ്ട്. തത്വചിന്തയുടെ ചരിത്രത്തിൽ സത്താവാദം അനിവാര്യമായ സ്ഥാനം പിടിച്ചതിന്റെ കാരണം പരമമായ അസ്തിത്വത്തെക്കുറിച്ചുള്ള അനന്തമായ അന്വേഷണം തത്വചിന്തയുടെ ഭാഗമായതുകൊണ്ടാണ്. ലോകവ്യാപകമായി മറ്റ് നിരവധി ചിന്തകരും ഇതുപോലുള്ള അന്വേഷണങ്ങളും അപഗ്രഥനങ്ങളും മുന്നോട്ട് വെച്ചിട്ടുണ്ട്. വായനക്കാരുടെ താൽപ്പര്യങ്ങൾക്കനുസരിച്ച് അവയെല്ലാം കണ്ടെത്തുകയും വായിക്കുകയും ചെയ്യാവുന്നതാണ്.

4

ജ്ഞാനസമ്പാദന ശാസ്ത്രം
Epistemology

യുക്തിഭദ്രമായി ചിന്തിക്കുന്ന ഒരാൾക്ക് സംശയിക്കാൻ കഴിയാത്ത വിധം സുനിശ്ചിതമായ ഏതെങ്കിലും അറിവ് ഈ ലോകത്തിലുണ്ടോ? ഒറ്റനോട്ടത്തിൽ ബുദ്ധിമുട്ടില്ലെന്ന് തോന്നുന്ന ഈ ചോദ്യമാണ് യഥാർഥത്തിൽ ചോദിക്കാൻ കഴിയുന്ന ഏറ്റവും ബുദ്ധിമുട്ടുള്ള ചോദ്യം.

ബർട്രന്റ് റസ്സൽ

(*The Problems of Philosophy*)

അറിവിനെ സംബന്ധിക്കുന്ന പഠനമാണ് ജ്ഞാനസമ്പാദനശാസ്ത്രം. ഗ്രീക്ക്ഭാഷയിലെ എപിസ്റ്റീം (Episteme) എന്ന വാക്കിന് അറിവ് അഥവാ ശാസ്ത്രം എന്നാണ് അർഥം. ഗ്രീക്ക് പദമായ ലോഗോസ് (Logos) എന്ന വാക്കിന് പഠനം എന്നും അർഥമുണ്ട്. അങ്ങനെ എപിസ്റ്റമോളജി (epistemology) അറിവിനെക്കുറിച്ചുള്ള പഠനം അഥവാ ജ്ഞാനസമ്പാദനശാസ്ത്രം എന്ന തത്വചിന്തയുടെ അനിവാര്യഭാഗമായി മാറുന്നു. എന്താണ് 'അറിവ്, എങ്ങനെയാണ് അറിവ് ആർജിക്കുന്നത്, നമുക്ക് അറിയാവുന്ന കാര്യങ്ങൾ എങ്ങനെയാണ് യഥാർഥത്തിൽ നാം ആർജിച്ചത്. ഇതുപോലെ അറിവിന്റെ അടിസ്ഥാനസങ്കൽപ്പവുമായി തന്നെ കെട്ടുപിണഞ്ഞു നിരവധി ചോദ്യങ്ങൾ പണ്ടുകാലം മുതൽ തത്വചിന്തയുടെ ഭാഗമായിരുന്നു.

ഇന്ന് തത്വചിന്തയിലും സംസ്കാരപഠനത്തിലും രൂപപ്പെട്ട ഒരു പ്രയോഗം ഉപയോഗിച്ചു പറയുകയാണെങ്കിൽ നമ്മൾ അറിവായി കരുതുന്ന കാര്യങ്ങൾ തന്നെ 'പ്രശ്നവൽക്കരിക്കാൻ' ദാർശനികർ എന്നും ശ്രമിച്ചതായി കാണാവുന്നതാണ്. തർക്കശാസ്ത്രത്തിന്റെ പിതാവായി അറിയപ്പെടുന്ന അരിസ്റ്റോട്ടിൽ അദ്ദേഹത്തിന്റെ തർക്കശാസ്ത്രം (Logic)

തുടങ്ങുന്നത് തന്നെ പൂർവനിശ്ചിതമായ അറിവാണ് എല്ലാ തർക്കങ്ങളുടെയും ഉത്ഭവം എന്ന പ്രസ്താവത്തോടു കൂടിയാണ്. "തർക്കങ്ങളിലൂടെ നൽകുകയോ ലഭിക്കുകയോ ചെയ്യുന്ന എല്ലാ ശിക്ഷണവും പൂർവ്വനിശ്ചിത അറിവിൽ നിന്നാണ് മുന്നോട്ട് പോവുന്നത്" (Introduction to Aristotle. page. 9) അറിവിന്റെ ഭിന്ന സാധ്യതകളെ കുറിച്ചുള്ള അന്വേഷണമാണ് അരിസ്റ്റോട്ടിലിനെ മൗലികമായ ചില നിരീക്ഷണങ്ങളിലേക്ക് നയിച്ചത്. ഒരു വസ്തുവിനെക്കുറിച്ചുള്ള അറിവ് മാത്രമല്ല നാം ആർജ്ജിക്കുന്നത്. നമ്മുടെ യുക്തി കൊണ്ടും ചില വസ്തുതകൾ കണ്ടെത്താറുണ്ട്. വസ്തു മാത്രമല്ല യുക്തിപരമായി എത്തിച്ചേർന്ന വസ്തുതയും (reasoned fact) മനുഷ്യചിന്തയുടെ ഭാഗമാണ്. ചന്ദ്രനെ നാം കാണുന്നു. അതുകൊണ്ട് നമ്മുടെ കാഴ്ചക്ക് വിധേയമായ, നാം കണ്ടുകൊണ്ടിരിക്കുന്ന ഒരു ചന്ദ്രൻ നമ്മുടെ അറിവിന്റെ ഭാഗമാണ്. എന്നാൽ ചന്ദ്രന്റെ പ്രകാശത്തെക്കുറിച്ചും കറക്കത്തെക്കുറിച്ചും നാം അറിവ് ഉണ്ടാക്കുന്നത് നമ്മുടെ യുക്തിസഹമായ അന്വേഷണത്തിൽ നിന്നാണ്.

ഏത് അറിവാണ് യഥാർഥം? അനുഭവജ്ഞാനം നമ്മുടെ പഞ്ചേന്ദ്രിയങ്ങളിലൂടെ ലഭിക്കുന്നത് മാത്രമാണോ? അനുഭവത്തിനുള്ള ശേഷിയും യുക്തിയും പ്രവർത്തിക്കുന്നവർക്കാണ് അറിവുണ്ടാക്കാൻ കഴിയുകയെന്ന് ഒരു സന്ദർഭത്തിൽ അരിസ്റ്റോട്ടിൽ നിരീക്ഷിക്കുന്നുണ്ട്. യഥാർഥ അറിവിന്റെ സാധൂകരണം എന്താണ്? പ്രത്യക്ഷം (Perception) അറിവിന് അവലംബിക്കാവുന്ന സാധൂകരണമാണോ? പഞ്ചേന്ദ്രിയങ്ങൾ നൽകുന്നത് ശരിയായ അറിവാണെങ്കിൽ എല്ലായ്പ്പോഴും പഞ്ചേന്ദ്രിയങ്ങളെ ആശ്രയിച്ച് നിഗമനങ്ങളിലെത്താൻ കഴിയുമോ. ഒരാൾ സൂര്യൻ കിഴക്കുനിന്ന് പടിഞ്ഞാറ് ദിവസവും കറങ്ങുന്നത് കാണുന്നതിനാൽ അത് വിശ്വസിക്കണമോ? സൂര്യൻ കറങ്ങുകയല്ല ഭൂമിയാണ് കറങ്ങുന്നതെന്ന് മനുഷ്യൻ കണ്ടെത്തുകയാണ്. ഈ കണ്ടെത്തലിന് ചില മുൻധാരണ അഥവാ പരികൽപ്പന (hypothesis) ആവശ്യമായിരുന്നു. ഇത്തരം പരികൽപ്പനകൾ പലപ്പോഴും ഇന്ദ്രിയജ്ഞാനത്തിലൂടെ ലഭിക്കുന്നതല്ല. അറിവുമായി ബന്ധപ്പെട്ട പ്രാചീനഗ്രീക്ക് ചിന്തകനായ സോക്രട്ടീസ് മുതൽ ഈ നൂറ്റാണ്ടിലെ പ്രബല ദാർശനികനായ ദലൂസ് വരെ നിരീക്ഷണങ്ങൾ നടത്തിയിട്ടുണ്ട്.

സോക്രട്ടീസ് ശരിയായ അറിവിന് വേണ്ടി മൗലികമായൊരു രീതിശാസ്ത്രം ആവിഷ്കരിക്കുകയുണ്ടായി. സോക്രാട്ടിക് മെത്തേഡ് (Socratic method) എന്ന് അറിയപ്പെടുന്ന സോക്രട്ടീസിന്റെ സംവാദാത്മകരീതി പ്ലേറ്റോയാണ് അദ്ദേഹത്തിന്റെ കൃതികളിലൂടെ അവതരിപ്പിക്കുന്നത്. ആധുനിക ഭൗതികവാദസമീപനം തർക്കശാസ്ത്രത്തിൽ ആവിഷ്കരിച്ചു കൊണ്ട് ആദ്യകാല ഉദാരവാദത്തിന് (liberalism) അടിത്തറപാകിയ ജെ എസ് മിൽ സോക്രാട്ടിക് മെത്തേഡിനോടും അത് പഠിപ്പിച്ച പ്ലേറ്റോയോടും സ്വന്തം പിതാവായ ജയിംസ് മില്ലിനുള്ള കടപ്പാട് ആത്മകഥയിൽ വിവരിക്കുന്നുണ്ട്. സ്വയം വിമർശനമെന്നും, സംവാദാ

ത്മകരീതിയെന്നും ഇന്ന് പറയാറുള്ള സത്യാന്വേഷണമാർഗമാണ് സോക്രട്ടീസ് അവലംബിച്ചത്. ഏഥൻസ് നഗരത്തിൽ ഒത്തുചേരുന്ന അന്നത്തെ പ്രഗത്ഭരായ വ്യക്തികളോടും സോഫിസ്റ്റുകളായി അറിയപ്പെടുന്ന ചിന്തകരോടും അദ്ദേഹം തർക്കത്തിലേർപ്പെട്ടു. എന്താണ് സത്യം, എന്താണ് നീതി, എന്താണ് ധീരത, എന്താണ് നിയമം എന്നിങ്ങനെ നമ്മൾ വിശ്വസിക്കുന്ന, ആദരിക്കുന്ന മനസിൽ സൂക്ഷിക്കുന്ന ആശയങ്ങളും (ideas) ആദർശങ്ങളും (ideals) സ്വയം വിശകലനവിധേയമാക്കുന്ന ചോദ്യങ്ങളിലേക്കാണ് സോക്രട്ടീസ് നയിച്ചത്. സ്വന്തം മനസ്സിൽ സൂക്ഷിക്കുകയും വിശ്വസിക്കുകയും ചെയ്യുന്ന തത്വങ്ങളെയാണ് വിമർശനാത്മകമായി സ്വയം പരിശോധന നടത്തുവാൻ ഒരാൾ നിർബന്ധിതനാവുന്നത്. ഒരു വിധത്തിൽ പറഞ്ഞാൽ പിൽക്കാലത്ത് വികസിച്ച പ്രത്യയശാസ്ത്രവിമർശനത്തിന്റെ ആദ്യകാല മാതൃക സോക്രട്ടീസും പ്ലേറ്റോയും മുന്നോട്ട് വെച്ചതായി കാണാൻ കഴിയും.

പ്ലേറ്റോ അറിവിനെ രണ്ടായി തരംതിരിക്കുന്നു. ഒന്ന് അറിവ് അഥവാ ജ്ഞാനം. രണ്ടാമത്തേത് അഭിപ്രായം. അറിവ് അഥവാ ജ്ഞാനം (knowledge) ആന്തരികമായ ഒരു ഘടകത്തെ ആശ്രയിച്ചാണ് ഉണ്ടാവുന്നത്. സാർവികം (universal) എന്ന് വിളിക്കാവുന്ന സാമാന്യമായ ആശയത്തിന്റെ അഥവാ രൂപത്തിനെ (forms) ആശ്രയിച്ചാണ് അറിവുണ്ടാവുന്നത്. എന്നാൽ അഭിപ്രായം (opinion) താൽക്കാലികമായതും മാറിക്കൊണ്ടിരിക്കുന്നതുമായ ബാഹ്യാനുഭവങ്ങളെ മാത്രം അവലംബിച്ചാണ്. അതുകൊണ്ട് രൂപത്തെ (form) പ്രത്യേകം പ്രത്യേകം വസ്തുതകളെ ഉൾക്കൊള്ളാൻ കഴിയുന്ന ഒരു സാമാന്യതത്വമെന്ന നിലയിലാണ് പ്ലേറ്റോ അവതരിപ്പിക്കുന്നത്. പ്ലേറ്റോ *റിപ്പബ്ലിക്കിൽ* ഗുഹയുടെ രൂപകം ഉപയോഗിച്ചു കൊണ്ട് ഇത് വ്യക്തമാക്കുന്നുണ്ട്. പ്ലേറ്റോയുടെ ഗുഹയിൽ ഏതാനും പേരെ കാലിലും കഴുത്തിലും ചങ്ങലകളിൽ കെട്ടിയിരിക്കയാണ്. ചങ്ങലകൾ കാരണം തിരിയാനോ മറിയാനോ കഴിയാതെ നേരെ മുന്നിലുള്ളത് കാണാൻ മാത്രമേ അവർക്ക് കഴിയൂ. ഈ തടവിലാക്കപ്പെട്ട മനുഷ്യർക്ക് പിന്നിലും മുകളിലും തീ എരിയുകയാണ്. എരിഞ്ഞുകൊണ്ടിരിക്കുന്ന അഗ്നിക്കും ചങ്ങലകളിൽ ബന്ധിതരായ മനുഷ്യർക്കുമിടയിൽ ഒരു പാലം പോലെ ഉയർന്ന ഒരു സ്ഥലമുണ്ട്. അവിടെ ഒരു സ്ക്രീനിൽ പാവക്കളി തെളിയുന്നത് കാണാം. അതിലെ നടന്നുപോകുന്ന മനുഷ്യർ പാത്രങ്ങളും, പ്രതിമകളും, മറ്റ് വസ്തുക്കളും എടുത്ത് കൊണ്ടു പോകുന്നത് കാണാം. ഈ ഗുഹാകഥ കേട്ടുകേട്ടിരിക്കെ ഗ്ലോക്കോൺ പ്രതികരിക്കുന്നു; "നിങ്ങൾ എനിക്ക് ഒരു വിചിത്രമായ ഭാവനാചിത്രമാണ് കാണിച്ചു തരുന്നത്, അവർ വിചിത്രമായ തടവുകാരാണ്" (Republic p. 254). തടവുകാരുടെ പിന്നിൽ തീ എരിയുന്നത് അവർ കാണുന്നില്ല. അവരുടെ പിന്നിലെ ചുമരിൽ പാവനാടകം നടക്കുന്നതും അവർ കാണുന്നില്ല. കാരണം അതെല്ലാം അവരുടെ പിന്നിലാണ്. അവർ കാണുന്നത് അവരുടെ മുന്നിലെ ഗുഹാചുമരിൽ തെളിയുന്ന നിഴൽ മാത്ര

മാണ്. ആ ഗുഹാചുമരിൽ അവരുടെ പിന്നിൽ നടക്കുന്ന പാവക്കളിയുടെ പ്രതിബിംബം പതിയുന്നു! ഈ പ്രതിബിംബങ്ങൾ കണ്ട് അവ യാഥാർത്ഥ്യ മാണെന്ന് കരുതിയാൽ സ്ഥിതി എന്തായിരിക്കും? ഗുഹാചുമരിൽ കാണുന്ന ഓരോ വസ്തുവിനും ഓരോ പേര് തടവുകാർ നൽകിയെന്ന് കരുതുക! അവ യാഥാർഥവുമായി പൊരുത്തപ്പെടുമോ? പിന്നീട് ഇവരെ ചങ്ങലകളിൽ നിന്നും മോചിപ്പിച്ചാൽ അവർക്ക് യാഥാർഥ്യം കാണാൻ കഴിയും. അപ്പോൾ അവർ വെറും നിഴലിനെയാണ് യാഥാർഥ്യമായി കരുതിയതെന്നും അവർ വിളിച്ച പേരുകൾ ആ വസ്തുക്കൾക്ക് ചേരുന്നതല്ലെന്നും തിരിച്ചറിയും! മാത്രമല്ല ഗുഹാതടവുകാരെ പുറത്തേക്ക് കൊണ്ടുപോയാൽ പെട്ടെന്ന് അവർക്ക് സൂര്യപ്രകാശവുമായി അവരുടെ കണ്ണുകൾ പൊരുത്തപ്പെടാൻ കുറച്ചു സമയമെടുക്കും. അങ്ങനെ സാവകാശം അവർ യാഥാർഥ്യത്തിന്റെ ഉയർന്ന വിതാനത്തിലേക്ക്, സത്യത്തിലേക്ക് എത്തിച്ചേരും.

> മുകളിലെ ലോകത്തിന്റെ കാഴ്ചകളുമായി പൊരുത്തപ്പെടുന്നതിന് അയാൾ വളരണം. അങ്ങനെ അയാൾ ആദ്യം നിഴലുകൾ നന്നായി കാണും, പിന്നീട് മനുഷ്യരുടെയും വസ്തുക്കളുടെയും പ്രതിബിംബം വെള്ളത്തിലും, പിന്നീട് യഥാർഥവസ്തുക്കളും കാണും; പിന്നീട് അയാൾ നിലാവിന്റെ വെളിച്ചവും, നക്ഷത്രങ്ങളും തിളങ്ങുന്ന ആകാശലോകവും; പിന്നീടയാൾ പകൽവെളിച്ചത്തിലെ സൂര്യനെക്കാൾ നന്നായി നക്ഷത്രങ്ങളും ആകാശങ്ങളും രാത്രിയുടെ സൗന്ദര്യമായി അനുഭവിക്കുന്നു. (പു. 255).

പ്ലേറ്റോയുടെ ഗുഹാവിവരണവും സൂര്യന്റെയും പ്രകാശത്തിന്റെയും കഥകളും ഇവിടെ അവസാനിക്കുന്നില്ല. ഴാക്ദറിദ പ്ലേറ്റോയുടെ *റിപ്പബ്ലിക്കി*ന്റെ വായനാനുഭവം വിവരിക്കുന്നുണ്ട്. ഒരു ദാർശനിക കൃതിയായാലും ഭാഷാപരമായ സവിശേഷതകളും രൂപകാത്മകശേഷിയും വായനയെ നിർണയിക്കുന്നതായാണ് ദറിദ സൂചിപ്പിക്കുന്നത്. ഏതായാലും പ്ലേറ്റോയുടെ ഗുഹയിലെ തടവുകാർ സത്യത്തിൽ നിന്നും വളരെ അകലെയാണ്. അവർ പാവക്കളിയിലെ നിഴൽ പോലും കാണുന്നില്ല. ആ നിഴലിന്റെ പ്രതിബിംബമാണ് അവർക്കു മുന്നിലെ ഗുഹാചുമരിൽ പ്രതിബിംബിക്കുന്നത്!

പ്ലേറ്റോ ശരിയായ അറിവും മനുഷ്യരുടെ അഭിപ്രായങ്ങളും ഊഹങ്ങളും തമ്മിലുള്ള വ്യത്യാസത്തെ കുറിച്ചാണ് ചിന്തിച്ചത്. കൂടുതൽ ശരിയായ അറിവ് എങ്ങനെ നേടാൻ കഴിയും. അറിവ് ശരിയായും തെറ്റായും വേർതിരിക്കുന്നതിന് സ്വീകരിക്കുന്ന മാനദണ്ഡങ്ങൾ എത്രത്തോളം അവലംബിക്കാവുന്നതാണ്. ഒരു ശാസ്ത്രശാഖ ശരിയെന്തെന്നോ തെറ്റെന്തെന്നോ അന്വേഷിക്കുന്നില്ല. സസ്യശാസ്ത്രം ചെടികളുടെ സ്വഭാവവും രസതന്ത്രം പദാർഥങ്ങളുടെ ഗുണവും അപഗ്രഥിക്കുന്നു. എന്നാൽ നാം സത്യമായി, ശരിയായി, യാഥാർഥ്യമായി കണക്കാക്കുന്നതിന്റെ അടി

സ്ഥാനം എന്താണെന്ന് പണ്ടുകാലം മുതൽ തത്വചിന്തകരാണ് അപഗ്രഥിക്കുന്നത്. സത്യത്തിന്റെ കാര്യത്തിലും ഇതുതന്നെയാണ് നടക്കുന്നത്. ഭിന്നസത്യങ്ങൾ ഭിന്നവിജ്ഞാനശാഖകൾ അന്വേഷിക്കുകയും അപഗ്രഥിക്കുകയും ചെയ്യുന്നു. തത്വചിന്തയിൽ 'സത്യം' എന്താണ്, എന്തുകൊണ്ടാണ് 'സത്യ' മാവുന്നത് എന്ന മൗലിക ചോദ്യം ഉയർന്നുവരുന്നു. അതുകൊണ്ടുതന്നെ നാമാർജിക്കുന്ന അറിവിന്റെ ഭിന്നവശങ്ങൾ മാത്രമല്ല അവ സ്വീകരിക്കുന്നതിന്റെയും അവലംബിക്കുന്നതിന്റെയും മാനദണ്ഡം കൂടി അന്വേഷിക്കുന്നു.

പ്ലേറ്റോ 'അഭിപ്രായങ്ങളും' 'ജ്ഞാനവും' രണ്ടായി വേർതിരിച്ചുകൊണ്ട് അറിവിന്റെ യാഥാർഥ്യം അന്വേഷിക്കാൻ ശ്രമിച്ചു. അഭിപ്രായങ്ങൾ മാറിക്കൊണ്ടിരിക്കുന്ന പ്രത്യേകം അവസ്ഥകളെയും വസ്തുക്കളെയും സംബന്ധിച്ചായതിനാൽ ശരിയായ ജ്ഞാനമായി പരിഗണിക്കാൻ കഴിയില്ലെന്ന് പ്ലേറ്റോ സിദ്ധാന്തിച്ചു. പ്രത്യക്ഷം (perception) ബാഹ്യമായ താൽക്കാലിക അവസ്ഥകളെ ആശ്രയിക്കുന്നതിനാൽ അതും ജ്ഞാനമായി പരിഗണിക്കാൻ കഴിയില്ല. ഒരു വസ്തു അടുത്ത് നിന്ന് കാണുമ്പോൾ 'വലുതും' അകലെ നിന്ന് കാണുമ്പോൾ 'ചെറുതുമാണ്.' അതിന്റെ വലുപ്പം കാഴ്ചയുടെ സ്ഥാനത്തിനനുസരിച്ച് മാറുകയാണ്. മാറുന്ന കാഴ്ചയെ അവലംബിച്ച് മാത്രം ഒരു വസ്തുവിന്റെ വലുപ്പം കണക്കാക്കാൻ കഴിയുമോ? ഇതുതന്നെയാണ് വർണത്തിന്റെ കാര്യത്തിലും സംഭവിക്കുകയെന്ന് പ്ലേറ്റോ പറയുന്നു. വസ്തുവിന്റെ സ്ഥാനവും പ്രകാശവും അതിന്റെ വർണം നിർണയിക്കുന്നു. യഥാർഥ അളവും രൂപവും വർണവും നമ്മുടെ യുക്തിയുടെ കൂടി സഹായത്താൽ മാത്രമേ നിർണയിക്കാൻ കഴിയൂ. അതുകൊണ്ടാണ് സംപ്രത്യയം (concept) അഥവാ രൂപം (form) പ്രധാനമാവുന്നത്. യുക്തിയുടെ ഉൽപ്പന്നങ്ങളായ 'ആന്തരിക' ധാരണാശേഷിയായാണ് രൂപത്തെ പ്ലേറ്റോ കാണുന്നത്. അതുകൊണ്ട് രൂപത്തെ ആശ്രയിച്ചാണ് യഥാർഥ ജ്ഞാനം ഉണ്ടാവുന്നതെന്ന് പ്ലേറ്റോ ഉപദർശിക്കുന്നു. കണ്ടതുകൊണ്ട് മാത്രമോ, കേട്ടതുകൊണ്ട് മാത്രമോ ഒരു കാര്യവും ശരിയാവണമെന്നില്ല. ശരി അഥവാ സത്യമായി കണക്കാക്കുന്ന ജ്ഞാനവിഭാഗത്തിൽ ഒരു കാര്യം ഉൾപ്പെടുന്നത് അതിനെക്കുറിച്ചുള്ള പൊതുധാരണയെ കൂടി അവലംബിച്ചാണ്.

ഇവിടെ പൊതുധാരണയെന്നാൽ പൊതുബോധമോ സാമാന്യബോധമോ (commonsense) അല്ല. നിങ്ങൾ ആകാശത്തിൽ ഒരു നക്ഷത്രം കാണുന്നു. അത് വളരെ ചെറുതാണ്. ഒരു കുട്ടി ആ നക്ഷത്രത്തെ നഗ്നനേത്രം കൊണ്ട് കാണുന്ന വലിപ്പത്തിലായിരിക്കും മനസിൽ സ്വീകരിക്കുക. അതുകൊണ്ടാണ് ആകാശത്തിലെ ചന്ദ്രനെ പിടിക്കാൻ അവർ പിന്നാലെ ഓടുന്നത്. എന്നാൽ ഒരു മുതിർന്ന ബോധമുള്ള വ്യക്തി ആകാശത്തിലെ നക്ഷത്രത്തെയും ചന്ദ്രനെയും നഗ്നനേത്രം കൊണ്ട് കാണുന്ന വലിപ്പത്തിലല്ല സ്വീകരിക്കുന്നത്. അവനിൽ/അവളിൽ അകലെ ആകാശത്ത് കാണുന്ന ചന്ദ്രനെയും നക്ഷത്രത്തെയും വ്യത്യസ്തമായ അള

വിലും രൂപത്തിലും സങ്കൽപ്പിക്കാൻ 'ആന്തരിക' ശേഷിയുണ്ട്. യുക്തിയും യുക്തിയിലൂടെ രൂപപ്പെട്ട 'സംപ്രത്യയവും' പ്രധാനഘടകമായി കടന്നുവരുന്നത് ഈ സന്ദർഭത്തിലാണ്. നമ്മുടെ വളർച്ചയോടൊപ്പം ആന്തരികമായി അറിവ് ആർജിക്കാനുള്ള ശേഷിയും കൂടിവരും. അതുകൊണ്ട് കാണുകയും കേൾക്കുകയും ചെയ്യുന്നത് കൊണ്ടു മാത്രം ഒരു കാര്യവും നമുക്ക് വിശ്വസിക്കാനോ സത്യമായി കരുതാനോ സാധ്യമല്ലാതാവുന്നു! അന്തരീക്ഷത്തിൽ നിന്നും ഒരാൾ ഒരു നാണയമോ വിലപിടിപ്പുള്ള മറ്റ് വസ്തുക്കളോ എടുക്കുന്നത് കണ്ടാൽ അതിന്റെ സത്യാവസ്ഥയെ നാം സംശയിക്കുന്നു. കാരണം ഒരു നാണയം സ്വയംഭൂവാകുമെന്ന് കരുതുവാൻ ഇന്ന് പ്രായപൂർത്തിയായ ഒരാൾക്ക് സാധ്യമല്ല. അഥവാ അങ്ങനെ ഒരാൾ കരുതുന്നെങ്കിൽ പ്ലേറ്റോ പറയുന്നതുപോലെ അയാൾ അപൂർണവും അപക്വവുമായ വ്യക്തിത്വമാണ് പ്രതിനിധാനം ചെയ്യുന്നതെന്ന് പറയേണ്ടി വരും.

ആധുനിക തത്വചിന്തയുടെ പിതാവായി അറിയപ്പെടുന്ന റനെ ദക്കാർത് (1596–1650) ജീവിത സായാഹ്നത്തിലാണ് സുനിശ്ചിതമായ സത്യത്തെക്കുറിച്ച് അന്വേഷിക്കാൻ തുടങ്ങിയത്. വളരെക്കാലമായി, അതായത് യുവത്വം മുതൽ വിശ്വസിക്കുകയും ഉദ്ബോധിപ്പിക്കുകയും ചെയ്ത പല അഭിപ്രായങ്ങളും തെറ്റായിരുന്നെന്ന് മനസിലാക്കിയശേഷം സ്പഷ്ടമായും കൃത്യമായും വിശ്വസിക്കാവുന്ന ശരിയായ സത്യത്തിനും ശാസ്ത്രത്തിന്റെ പ്രാമാണികത്വത്തിനും വേണ്ടി അന്വേഷണം ആരംഭിച്ചു. ആകാശങ്ങളും ഭൂമിയും ഇല്ലാത്ത ഒരവസ്ഥ; മനസ്സും ശരീരവും ഇല്ലാത്ത സ്ഥിതി; ഈ ലോകത്ത് യാതൊന്നും നിലനിൽക്കാത്ത സാഹചര്യം; വസ്തുക്കൾ; രൂപങ്ങൾ; ചലനം, സ്ഥലം, വ്യാപനഗുണം മുതലായതൊന്നും നിലനിൽക്കുന്നില്ലെന്ന് കരുതുക. ഇതെല്ലാം ഒരാളുടെ മാനസികമായ സങ്കൽപ്പങ്ങളാണെന്നും കരുതുക. എങ്കിൽ പിന്നെ എന്താണ് തീർച്ചയുള്ളത്? എന്താണ് സുനിശ്ചിതമായി അവശേഷിക്കുന്നത്. എന്നിൽ നിന്ന് വേർതിരിക്കാൻ പറ്റാത്തതായി ഒരു കാര്യം അവശേഷിക്കുന്നു; ഞാനാകുന്നു-ഞാൻ നിലനിൽക്കുന്നു (I am - I exist) This alone is inseparable from me. ഇത്രമാത്രം എന്നിൽ നിന്നും വേർതിരിക്കാൻ കഴിയില്ലെന്ന് ദക്കാർത് പറയുന്നു. അങ്ങനെ "ഞാൻ ചിന്തിക്കുന്നു, അതുകൊണ്ട് ഞാൻ നിലനിൽക്കുന്നു" (I think, therefore, I exist) എന്ന സംശയരഹിതവും തീർച്ചയുമുള്ള നിഗമനത്തിൽ ദക്കാർത് എത്തിച്ചേർന്നു. സ്പഷ്ടവും വ്യക്തവുമായ (Clear and distinct) ആശയത്തിനാണ് ദക്കാർത് വാദിച്ചത്. ജ്യോമട്രിയിലെന്ന പോലെ കൃത്യതയും വ്യക്തതയും തത്വചിന്തയിലും ആവശ്യമാണെന്ന് ദക്കാർത് സിദ്ധാന്തിച്ചു. അറിവിന്റെ കൃത്യതക്ക് വേണ്ടി വാദിക്കുന്നതിലൂടെയാണ് ദക്കാർത് ആധുനിക തത്വചിന്തയുടെ പിതാവെന്ന പദവി നേടിയെടുത്തത്.

കാർടീഷ്യൻ മെത്തേഡ് (Cartesian Method) എന്ന് തത്വചിന്തയിൽ സാധാരണ പറയാറുള്ള ദക്കാർത്തിന്റെ രീതിശാസ്ത്രം സോക്രാട്ടിക്

മെത്തേഡിന്റെ തുടർച്ച തന്നെയാണ്. സോക്രട്ടീസ് എല്ലാ അടിസ്ഥാന സങ്കൽപ്പങ്ങളെയും സ്വയം വിശകലനത്തിന് അഥവാ വിമർശനത്തിന് വിധേയമാക്കിക്കൊണ്ട് വിശ്വാസത്തിന്റെ ദൃഢതയെ വെല്ലുവിളിച്ചു. അതേ സമയം ചരിത്രം പ്രാചീനഗ്രീസിൽ നിന്നും പതിനേഴാം നൂറ്റാണ്ടിലെ ഫ്രാൻസിലെ ദക്കാർത്തിലെത്തുമ്പോൾ കൃത്യവും വ്യക്തവുമായ ഉറപ്പിന് വേണ്ടി എല്ലാം സംശയിക്കുന്ന (Method of doubt) രീതിശാസ്ത്രത്തിന്റെ ആവശ്യമാണ് ഉദ്ഘോഷിച്ചത്. പതിനേഴാം നൂറ്റാണ്ടിലേക്ക് ലോകം എത്തിയപ്പോൾ അളവിന്റെയും തൂക്കത്തിന്റെയും കൃത്യത ആവശ്യമായിരുന്നു. ചിത്രകലയിൽ പോലും ഗണിതപരമായ കൃത്യത ഉണ്ടാവുന്നത് പതിനാറാം നൂറ്റാണ്ടു മുതൽക്കാണ്. ഡാവിഞ്ചിയുടെ ഗണിതശാസ്ത്രത്തോടും ജ്യോമട്രിയോടുമുള്ള പ്രതിബദ്ധത അദ്ദേഹത്തിന്റെ ചിത്രങ്ങളുമായി ചേർത്ത് വായിക്കാനും അപഗ്രഥിക്കാനുമുള്ള ശ്രമങ്ങൾ നടന്നിട്ടുണ്ട്. ഇവിടെ ദക്കാർത് തത്വചിന്തയിൽ ഊഹങ്ങൾക്കും അവ്യക്തതകൾക്കും വിരാമമിട്ടുകൊണ്ട് കൃത്യവും വ്യക്തവുമായ സംപ്രത്യയങ്ങൾ (clear and distinct concepts) ഉണ്ടാവണമെന്ന നിർദേശമാണ് മുന്നോട്ട് വയ്ക്കുന്നത്. ജ്ഞാനസമ്പാദന ശാസ്ത്രത്തിൽ ദക്കാർത്തിന്റെ "ഞാൻ ചിന്തിക്കുന്നു, അതുകൊണ്ട് ഞാൻ നിലനിൽക്കുന്നു" എന്ന പ്രയോഗം ഗൗരവമായ ചലനങ്ങൾ സൃഷ്ടിച്ചു. പിൽക്കാലത്ത് "ഞാൻ നിലനിൽക്കുന്നതുകൊണ്ട് ഞാൻ ചിന്തിക്കുന്നു" എന്ന് അസ്തിത്വവാദിയായ കീർകെഗോർ (Kierkegaard) പറയുകയുണ്ടായി. ദക്കാർത്തിനെ സംബന്ധിച്ചിടത്തോളം ചിന്തിക്കുന്നു എന്നത് 'യുക്തി' കൊണ്ട് നടക്കുന്ന പ്രവർത്തനമാണ്. യുക്തിയുടെ പങ്കാളിത്തം അറിവിന്റെ രൂപീകരണത്തിന് അനിവാര്യമാണെന്ന് കാണിക്കുക മാത്രമല്ല യുക്തി ഉപയോഗിച്ച് ആശയവ്യക്തത ഉണ്ടാക്കണമെന്ന നിർദേശം കൂടിയാണ് ദക്കാർത് മുന്നോട്ടു വെച്ചത്. യുക്തിവാദത്തിന്റ (Rationalism) ആദ്യകാല ദാർശനികപാഠമായി ദക്കാർത്തിന്റെ 'മെഡിറ്റേഷൻസ്' കണക്കാക്കുന്നു. കാരണം എല്ലാ അറിവും യുക്തിയെ കേന്ദ്രീകരിച്ച് വിവരിക്കാൻ ദക്കാർത് ശ്രമിക്കുന്നുണ്ട്. ആന്തരികമായി മനുഷ്യൻ ജന്മനാ (ജനിക്കുമ്പോഴോ, അതിന് മുമ്പോ) ആർജിക്കുന്ന 'യുക്തി' ചിന്തയാണ് അറിവ് സാധ്യമാക്കുന്നതെന്ന് പറയുന്നു. സ്വന്തം നിലനിൽപ്പും ദൈവത്തിന്റെ നിലനിൽപ്പും യുക്തിയിൽ നിന്നും അനുമാനിക്കാവുന്ന സുനിശ്ചിത സത്യമായി ദക്കാർത് വിശദീകരിക്കുന്നു.

ഡച്ച് ദാർശനികനായ സ്പിനോസ (Bernedict de Spinoza) ജ്ഞാനസമ്പാദന ശാസ്ത്രത്തിൽ ഗണ്യമായ സംഭാവനകൾ നൽകിയിട്ടുണ്ട്. സ്പിനോസയുടെ തത്വചിന്താപരമായ സംഭാവനകൾ മരണാനന്തരം മാത്രമാണ് അർഹിക്കും വിധം അടയാളപ്പെടുത്തിയിട്ടുള്ളത്. നേടിയ അറിവിലും അഭിമുഖീകരിക്കുന്ന ജീവിതസാഹചര്യത്തിലും തൃപ്തിപ്പെടാൻ കഴിയാതെയാണ് സ്പിനോസ ശരിയായ അറിവിന്റെ യഥാർഥ സ്വഭാവം അന്വേഷിക്കാൻ തുടങ്ങിയത്. അറിവിന്റെ പങ്കിനെയും പ്രവർത്ത

സ്പിനോസ

നത്തെയും അധികരിച്ച് സ്പിനോസ നടത്തുന്ന അപഗ്രഥനമാണ് അദ്ദേഹത്തിന്റെ മുഴുവൻ തത്വചിന്തക്കും അടിത്തറയാവുന്നത്. അഭിപ്രായം, ഭാവന എന്നിവ തെറ്റിന് വിധേയമാകുമ്പോൾ യുക്തികൊണ്ട് അറിയാവുന്ന ജ്ഞാനം എപ്പോഴും അവലംബിക്കാവുന്ന ശരിയായി സ്പിനോസ സിദ്ധാന്തിക്കുന്നു. 'എങ്ങനെയാണോ വെളിച്ചം അതിനെ തന്നെയും ഇരുട്ടിനെയും രണ്ടും അനാവരണം ചെയ്യുന്നത് അതുപോലെ, സത്യം അതിന്റെ തന്നെയും അസത്യത്തിന്റെയും മാനദണ്ഡമാണ്." (*Ethics, the European philosophers*, പു. 180) ദക്കാർത്, സ്പിനോസ, ലൈബനിസ് (Leibnitz) മുതലായ ദാർശനികർ യുക്തി കേന്ദ്രിതമായ അന്വേഷണത്തിനും യാഥാർഥ്യത്തിനും പ്രാമുഖ്യം നൽകിയതുകൊണ്ട് യുക്തിവാദികൾ (Rationalists) എന്ന വിഭാഗത്തിലാണ് അറിയപ്പെടുന്നത്. അവരുടെ ചിന്തയെ പൊതുവിൽ യുക്തിവാദം (Rationalism) എന്നും വിളിക്കപ്പെടുന്നു. എന്നാൽ ഇന്ന് പൊതുവെ യുക്തിവാദികളായി അറിയപ്പെടുന്നവരേപ്പോലെ നിരീശ്വരവാദമോ വിശ്വാസനിരാസമോ ആയിരുന്നില്ല തത്വചിന്തയിൽ യുക്തിവാദമായി അറിയപ്പെട്ടത്. ആധുനിക തത്വചിന്തയുടെ പിതാവായി അറിയപ്പെടുന്ന റനെ ദക്കാർത് മുതൽ ഒരു വിഭാഗം ദാർശനികർ യുക്തിയെ അറിവിന്റെ ഉറവിടമോ അളവുകോലോ ആയി കണക്കാക്കി. ഇന്ദ്രിയങ്ങളെ ആശ്രയിച്ചല്ല ശരിയായ അറിവുണ്ടാകുന്നതെന്നും മറിച്ച് യുക്തിയാവുന്ന ആന്തരികപ്രവർത്തനമോ പ്രാപ്തിയോ ആണ് അറിവിന്റെ (യഥാർഥ ജ്ഞാനത്തിന്റെ) പ്രഭവകേന്ദ്രമെന്നും കരുതുന്നവരെയാണ് തത്വചിന്തയുടെ ചരിത്രത്തിൽ യുക്തിവാദികളായ ദാർശനികൻ (Rational philosophers/Rationalists) എന്ന് വിളിക്കുന്നത്. കേരളത്തിൽ പ്രത്യേകിച്ചും യുക്തിവാദം/യുക്തിവാദി എന്നത് മതരഹിതം/നിരീശ്വരവാദി എന്ന നിലയിൽ അറിയപ്പെടുന്നതുകൊണ്ടാണ് ഈ കാര്യം പ്രത്യേകം എടുത്തു പറയുന്നത്. ദക്കാർത്, സ്പിനോസ, ലൈബ്നിസ് മുതലായവരെല്ലാം ദൈവവിശ്വാസികളായിരുന്നു എന്നതും ശ്രദ്ധേയമാണ്. കൃത്യവും വ്യക്തവുമായ ആശയങ്ങൾ യുക്തിയെ അവലംബിച്ച് ഉണ്ടാക്കണമെന്ന് വാദിക്കുകയും നിലനിൽക്കുന്ന വിശ്വാസപ്രമാണങ്ങളെ ചോദ്യം ചെയ്യുന്ന സംവാദാത്മക, സന്ദേഹവാദാത്മക രീതിശാസ്ത്രത്തിന് വേണ്ടി വാദിക്കുകയും ചെയ്തപ്പോഴും അതിഭൗതിക യാഥാർഥ്യമെന്ന നിലയിലോ, എല്ലാറ്റിന്റേയും ഉറവിടമെന്ന നിലയിലോ ദൈവത്തെ സങ്കൽപ്പിച്ചവരാണ് തത്വചിന്താചരിത്രത്തിലെ യുക്തിവാദി

കൾ. ഇന്ന് ഇടമറുകിന്റെയും യു. കലാനാഥന്റെയും നേതൃത്വത്തിലുള്ള നിരീശ്വരവാദപ്രസ്ഥാനത്തെ (atheism) യുക്തിവാദമായി അറിയപ്പെടുന്നതുകൊണ്ടാണ് ഇവിടെ ഈ വേർതിരിവ് പ്രത്യേകം സൂചിപ്പിക്കുന്നത്.

ഡേവിഡ് ഹ്യൂം

അറിവ് അനുഭവത്തിലൂടെ മാത്രമേ ഉണ്ടാവുകയുള്ളൂ എന്ന് വാദിക്കുന്നവരാണ് 'അനുഭവജ്ഞാനവാദികൾ' (empiricists). ബ്രിട്ടീഷ് ദാർശനികനായ ജോൺ ലോക്കാണ് ആദ്യമായി ഇന്ദ്രിയജ്ഞാനം മാത്രമാണ് അറിവിന്റെ വഴിയെന്ന് വാദിച്ചു കൊണ്ട് യുക്തിവാദത്തെ നേരിട്ടത്. മനസ്സ് ഒരു ക്ലീൻസ്ലേറ്റ് (Clean slate) ആണെന്നും ഒഴിഞ്ഞ ആ സ്ലേറ്റിൽ ഇന്ദ്രിയങ്ങളിലൂടെ ലഭിക്കുന്ന അനുഭവമാണ് ആദ്യമായി എഴുതുന്നതെന്നും ലോക്ക് വാദിച്ചു. അങ്ങനെ അനുഭവമില്ലെങ്കിൽ ഒന്നുമില്ല എന്ന അഭിപ്രായം പ്രബലപ്പെട്ടു. ലോക്കിനെ തുടർന്ന് അനുഭവജ്ഞാനവാദത്തിന് പാശ്ചാത്യലോകത്ത് ഗണ്യമായ പരിഗണന ലഭിച്ചു. ശരിയായ അറിവിന്റെ മാനദണ്ഡം ഒരാളുടെ അനുഭവം തന്നെയാണെന്ന അഭിപ്രായം ദൈവനിഷേധത്തിലേക്ക് നയിക്കുമെന്ന് ഡേവിഡ് ഹ്യൂം ഭയപ്പെട്ടു. ലോക്കിന്റെ നിലപാടുകളോട് വിയോജിച്ചുകൊണ്ട് ഡേവിഡ് ഹ്യൂം സന്ദേഹവാദം (Scepticism) അവതരിപ്പിച്ചു.

യുക്തിയുടെയും അന്വേഷണത്തിന്റെയും പരിധിയിൽ വരുന്ന കാര്യങ്ങളെ രണ്ടായി തരംതിരിക്കുകയാണ് ഹ്യൂം ചെയ്തത്. ഒന്ന് "ആശയങ്ങളിലെ ബന്ധുക്കൾ" മറ്റൊന്ന് "വസ്തുതാപരമായ കാര്യങ്ങൾ." ഇതിൽ ആദ്യത്തേത് ജ്യോമട്രി, ആൾജിബ്ര, അരിത്മെറ്റിക്സ്, തർക്കശാസ്ത്രം മുതലായ യുക്തികൊണ്ടോ അന്ത:ജ്ഞാനം കൊണ്ടോ (intuitively) നിർണയിക്കാവുന്ന കാര്യങ്ങളാണ്. രണ്ടാമത്തെ വിഭാഗം വസ്തുതാപരമാണ്. അതുകൊണ്ട് കാര്യകാരണബന്ധത്തെ അവലംബിച്ചാണ് നിഗമനത്തിലെത്തുന്നത്. വസ്തുതാപരമായ കാര്യങ്ങളിൽ ഒരാൾ വിശ്വസിക്കുന്നത് കാര്യകാരണബന്ധത്തിന്റെ അടിസ്ഥാനത്തിൽ മാത്രമാണ്. എന്റെ സുഹൃത്ത് ശ്രീകുമാർ ഇപ്പോൾ ലണ്ടനിലാണെന്ന് ഞാൻ പറയുന്നത് അയാളുടെ കത്ത് എനിക്ക് ലഭിച്ചതുകൊണ്ടാണ്. അതുപോലെ ഉൽഖനനം ചെയ്ത് ലഭിച്ച എഴുത്താണി കാണുമ്പോൾ പ്രാചീന മനുഷ്യർ എഴുതിയിരുന്നതായി കരുതുന്നത് എഴുത്താണിയും എഴുത്തും തമ്മിലുള്ള ബന്ധത്തിന്റെ അടിസ്ഥാനത്തിലാണ്. ഹ്യൂം പറയുന്നത് രണ്ടാമത്തെ വിഭാഗത്തിലുള്ള അറിവിന്റെ മണ്ഡലം വികസിപ്പിക്കുന്നതിൽ ദാർശനികർ വേണ്ടത്ര ജാഗ്രത പുലർത്തിയില്ലെന്നാണ്.

> No object ever discovers, by the qualities which appear to the senses, either the caues which produced it or the effects which will is from it; nor can our reason, unassisted by experience, ever draw any inference concerning real existence and matter of fact. (*An Enquiry, Ten Great Works of Philosophy* page. 198).

"ഒരു വസ്തുവും ഇന്ദ്രിയങ്ങളിലൂടെ ലഭിക്കുന്ന ഗുണങ്ങളിലൂടെ അതിന്റെ കാരണമോ, അതിൽ നിന്നുണ്ടാവുന്ന ഫലമോ കണ്ടെത്തുന്നില്ല; അതുപോലെ നമ്മുടെ യുക്തി അനുഭവത്തിന്റെ സഹായമില്ലാതെ, യഥാർഥമായ അസ്തിത്വത്തിന്റേയോ, വസ്തുതയെയോ സംബന്ധിക്കുന്ന അനുമാനവും ഉണ്ടാക്കുന്നില്ല" (പു. 198).

ഡേവിഡ് ഹ്യൂം ഇവിടെ അനുഭവജ്ഞാനത്തെയും യുക്തിയെയും സമന്വയിപ്പിക്കാനാണ് ശ്രമിക്കുന്നത്. കാഴ്ചകൊണ്ടോ, കേൾവി കൊണ്ടോ മാത്രം ഒരു കാരണമോ (cause) കാര്യമോ (effect) കണ്ടെത്താൻ കഴിയില്ല. ഇരുട്ടാവുന്നത് കണ്ടാൽ മാത്രം എങ്ങനെയാണ് രാത്രിയും പകലും ഉണ്ടാവുന്നതെന്ന് പറയാൻ കഴിയില്ല. രാത്രിയും പകലും മാറിവരുന്നതിനെക്കുറിച്ച് യുക്തിസഹമായി ചിന്തിക്കുക കൂടി വേണം. അതുപോലെ യുക്തികൊണ്ട് മാത്രം ഒരു വസ്തുത അനുമാനിക്കാൻ കഴിയില്ല. ക്ഷയരോഗമുണ്ടാക്കുന്നത് ഒരു പ്രത്യേകം ബാക്ടീരിയയാണെന്ന് പറയാൻ വിഷമമില്ല. എന്നാൽ ഈ അറിവ് പ്രത്യക്ഷജ്ഞാനത്തെ അവലംബിച്ച് നേടിയതുമാണ്. ക്ഷയരോഗികളുടെ രക്തവും കഫവും പരിശോധിച്ച് രോഗകാരണക്കാരായ ബാക്ടീരിയകളെ കണ്ടെത്തി രോഗം നിർണയിക്കുകയാണ് ചെയ്യുന്നത്. ഇവിടെ അനുഭവജ്ഞാനവും യുക്തിയും ഒരുപോലെ അനിവാര്യമായിത്തീർന്നു.

> യഥാർഥത്തിൽ, അനുഭവത്തിൽ നിന്നുള്ള എല്ലാ യുക്തിരൂപങ്ങളും പ്രകൃതിദത്തമായി വസ്തുക്കളിൽ നിന്നും നാം കണ്ടെത്തുന്ന സാദൃശ്യത്തെ അടിസ്ഥാനമാക്കിയാണ്, ഇതിന്റെ അടിസ്ഥാനത്തിൽ അതുപോലുള്ള വസ്തുക്കളിൽ നിന്നും സമാനമായ കാര്യം (അഥവാ ഫലം - effect) പ്രതീക്ഷിക്കാൻ നാം പ്രേരിപ്പിക്കപ്പെടുകയാണ്. അനുഭവത്തിന്റെ ആധികാരികതയെ മനുഷ്യജീവിതത്തിന്റെ മഹത്തായ സഹായി എന്ന നിലയിൽ ചോദ്യം ചെയ്യാനോ തള്ളിക്കളയാനോ ഒരു വിഡ്ഢിക്കോ, ഭ്രാന്തനോ മാത്രമേ കഴിയൂ; എങ്കിലും അനുഭവത്തിന് ഈ ശക്തിമത്തായ ആധികാരികത നൽകുകയും അതിന്റെ അടിസ്ഥാനത്തിൽ വ്യത്യസ്ത വസ്തുക്കളിൽ നിന്നും സാദൃശ്യാനുമാനം നടത്തുകയും ചെയ്യുന്നതിനെ പരിശോധിക്കാനുള്ള ഒരു ദാർശനികന്റെ ജിജ്ഞാസ തീർച്ചയായും അനുവദിച്ചു കൊടുക്കണം (പു. 204. Ten Great).

ഹ്യൂം ഇവിടെ രണ്ടുകാര്യങ്ങളാണ് വ്യക്തമാക്കുന്നത്; ഒന്ന് അനുഭവം അറിവിന്റെ ഉറവിടമാണെന്നതിൽ സംശയിക്കാനില്ല. രണ്ട് സദൃശമായ അനുഭവങ്ങളെ മുൻനിർത്തി കാരണത്തിൽ നിന്ന് കാര്യം സങ്കൽപ്പിക്കുന്നത് പൂർണമായി അംഗീകരിക്കാനാവില്ല. അതുകൊണ്ട് വസ്തുതകൾ (matter of fact) അംഗീകരിക്കുമ്പോഴും വസ്തുതകൾ തമ്മിലുള്ള ബന്ധത്തെ - കാര്യകാരണബന്ധത്തെ - എപ്പോഴും സംശയിക്കാം. സന്ദേഹാത്മകയുക്തി എപ്പോഴും തത്വചിന്തയുടെ അനിവാര്യഭാഗമാവേണ്ടതിന്റെ കാരണം ഇതാണ്. ഡേവിഡ് ഹ്യൂം സന്ദേഹവാദത്തിന്റെ (scepticism) ദാർശനികനായി മാറിയത് ഒരേ സമയം ദ്രവ്യത്തിന്റെയും മനസിന്റെയും അസ്തിത്വത്തെപ്പോലും സംശയിക്കുന്ന യുക്തി അവതരിപ്പിച്ചതിലൂടെയാണ്.

> നാം നമ്മുടെ ചുറ്റുമുള്ള ബാഹ്യവസ്തുക്കളെ ശ്രദ്ധിക്കുകയും, കാരണങ്ങളുടെ പ്രവർത്തനങ്ങളെ പരിഗണിക്കുകയും ചെയ്താൽ, നമുക്ക് ഒരിക്കലും, ഒരൊറ്റ അവസരത്തിൽ പോലും, ഒരു ശക്തിയോ അനിവാര്യബന്ധമോ, ചോദ്യം ചെയ്യപ്പെടാനാവാത്ത ഫലമായി ഏതെങ്കിലും കാര്യകാരണബന്ധമോ കണ്ടെത്താനാവില്ല. ഒന്ന് മറ്റൊന്നിന് പിന്നാലെ സംഭവിക്കുന്നെന്ന് മാത്രമാണ് നമുക്ക് യഥാർഥത്തിൽ കാണാൻ കഴിയുന്നത്" (*Ten Great-Works of Philosophy*).

ജ്ഞാനസമ്പാദന ശാസ്ത്രത്തിൽ ഹ്യൂമിന് ശേഷം ഗൗരവമായ ദാർശനിക നിരീക്ഷണങ്ങൾ മുന്നോട്ട് വെച്ചത് ഇമ്മാനുവൽ കാന്റാണ്. കാന്റിന്റെ സിദ്ധാന്തം ഒരു 'കോപ്പർനിക്കൻ വിപ്ലവം' (Copernican revolution) കൊണ്ടു വന്നതായാണ് സാധാരണ പറയാറുള്ളത്. കോപ്പർനിക്കസ് സൗരയൂഥസിദ്ധാന്തത്തിലൂടെ നിലവിലുണ്ടായിരുന്ന ടോളമിയുടെ ഭൂമികേന്ദ്രിത വിശ്വാസത്തെയാണ് അട്ടിമറിച്ചത്. ഭൂമിയാണ് പ്രപഞ്ചത്തിന്റെ കേന്ദ്രമെന്ന് പാശ്ചാത്യർ പതിനാറാം നൂറ്റാണ്ട് വരെ വിശ്വസിച്ചിരുന്നു. കോപ്പർനിക്കസിന്റെ സൂര്യകേന്ദ്രിത സിദ്ധാന്തം ശീലിച്ചുപോന്ന വിശ്വാസത്തെ തകർത്തുകൊണ്ട് വിപ്ലവം സൃഷ്ടിച്ചതിനാലാണ് കോപ്പർനിക്കൻ വിപ്ലവം എന്ന നാമകരണം വന്നത്. ഇമ്മാനുവൽ കാന്റ് (1724-1804) അദ്ദേഹത്തിന്റെ വിഖ്യാതമായ 'ശുദ്ധയുക്തിയുടെ വിമർശം (Critique of Pure Reason) എന്ന കൃതിയിലൂടെ അറിവിന്റെ കേന്ദ്രത്തിലേക്ക് മനുഷ്യനെ പ്രതിഷ്ഠിച്ചു. അതായത് അറിവിന് വിധേയമാവുന്ന ബാഹ്യവസ്തുക്കളെ അവലംബിച്ചുള്ള യുക്തികൾക്ക് പകരം മനുഷ്യമനസിന്റെ പ്രത്യേകശേഷിയാണ് വസ്തുക്കളുടെ സ്വഭാവം നിർണയിക്കുന്നതെന്ന പുതിയ ഒരു കാഴ്ചപ്പാട് കൊണ്ടുവന്നു. മനസ്സ് ഒരു ഒഴിഞ്ഞ സ്ലേറ്റാണെന്നും അതിൽ പ്രത്യക്ഷാനുഭവം രേഖപ്പെടുത്തുകയാണെന്നുമുള്ള ജോൺ ലോക്കിന്റെ അനുഭവജ്ഞാന സമീപനത്തിന് വിപരീതമാണ് കാന്റിന്റെ കാഴ്ചപ്പാട്. മനസ്സ് ഒരൊഴിഞ്ഞ സ്ലേറ്റല്ല. മറിച്ച് ഒരു

സജീവ പ്രവർത്തനമാണ്. അനുഭവത്തിന് വിധേയമാകുന്ന വസ്തുക്കൾ മനസിന്റെ ചില ആന്തരിക ഘടനകളെയോ രൂപങ്ങളെയോ ആശ്രയിക്കുന്നതായി സങ്കൽപ്പിക്കാനാണ് കാന്റ് പറയുന്നത്. നമ്മുടെ അനുഭവത്തെ നിർണയിക്കുന്ന ചില രൂപങ്ങൾ (forms) അഥവാ പ്രത്യക്ഷാനുഭവത്തിന് ആവശ്യമായ ഘടനകൾ മനസിന്റെ ഭാഗമാണ്. സ്ഥലം, കാലം, കാര്യകാരണബന്ധം, വസ്തുപരത മുതലായവയെല്ലാം ഇത്തരത്തിൽ കാണേണ്ടതല്ലേ? എല്ലാ അനുഭവങ്ങളും 'സ്ഥലം' (space) ആവശ്യപ്പെടുന്നുണ്ട്. നമ്മൾ കേൾക്കുന്നതോ, കാണുന്നതോ ഒരു നിശ്ചിത സ്ഥലിയിലാണ്. ഇങ്ങനെ വസ്തുവിന്റെ അഥവാ ഏതെങ്കിലും പ്രതിഭാസത്തെ അനുഭവിക്കുന്നത് അതിനെ നാം ഒരു സ്ഥലിയിൽ കാണുന്നതിനാലാണ്. ഇവിടെ സ്ഥലം (space) അനുഭവിക്കുന്ന വ്യക്തിയുടെ ഭാഗത്തുനിന്നും വസ്തുവിനോട് ചേരുകയാണ്. ഈ പ്രക്രിയ വിശദമാക്കാൻ കാന്റ് വളരെ വിപുലമായ ഒരു പദ്ധതി തന്നെയാണ് മുന്നോട്ട് വയ്ക്കുന്നത്.

കാലവും സ്ഥലവും (Time and Space) ബാഹ്യവസ്തുക്കളുടെ ഭാഗമല്ലെന്ന് കാന്റ് സിദ്ധാന്തിക്കുന്നു. അനുഭവത്തിന്റെ ഭാഗമായി ഉയർന്നുവരുന്ന ആശയങ്ങളായും സ്ഥലത്തെയും കാലത്തെയും കാണേണ്ടതില്ല. ബാഹ്യാനുഭവത്തിന് സഹായിക്കുന്ന അഥവാ അനിവാര്യമായ ആന്തരികമനോഘടനയാണ് സ്ഥലം. അതുകൊണ്ട് 'സ്ഥലം' അനുഭവപൂർവകം (a priori) ആയാണ് കാന്റ് കരുതിയത്. ഇന്ദ്രിയങ്ങൾ കൊണ്ട് ബാഹ്യാനുഭവം സമ്പാദിക്കുന്നതിനു മുമ്പുതന്നെ ആന്തരികമായി നിലനിൽക്കുന്നതിനെയാണ് 'അനുഭവപൂർവകം' (a priori) എന്ന് പറയുന്നത്. സ്ഥലവും കാലവും അനുഭവജ്ഞാനത്തിന് മുമ്പ് തന്നെ മനുഷ്യാസ്തിത്വത്തിന്റെ ഭാഗമായി കാന്റ് കരുതുന്നു. അതുകൊണ്ട് നാം കൺമുന്നിൽ നിന്ന് മുഴുവൻ വസ്തുക്കളും എടുത്തു മാറ്റിയാലും 'സ്ഥലം' (space) അവശേഷിക്കുന്നു. കാരണം അത് എടുത്തുമാറ്റാവുന്ന ബാഹ്യവസ്തുവല്ല. നമ്മുടെ മുന്നിലെ മേശയും കസേരയും ചുമരും തറയും മറ്റ് വസ്തുക്കളും നമുക്ക് എടുത്തു മാറ്റാം. അല്ലെങ്കിൽ എടുത്ത് മാറ്റിയതായി സങ്കൽപ്പിക്കാം. എന്നാൽ എല്ലാ വസ്തുക്കളും മാറ്റിയാലും അവിടെ ഒരു 'സ്ഥലം' അവശേഷിക്കുന്നു! സ്ഥലം ബാഹ്യസംവേദനത്തിന്റെ രൂപവും കാലം ആന്തരികസംവേദനത്തിന്റെ രൂപവും ആയി കാന്റ് നിരീക്ഷിക്കുന്നു. വേറിട്ട

കാന്റ്

പ്രത്യക്ഷാനുഭവങ്ങളെ സ്ഥലം സമന്വയിപ്പിക്കുന്നതുപോലെ ബോധത്തിന്റെ പ്രവാഹത്തിൽ നമ്മുടെ അനുഭവങ്ങളുടെ തുടർച്ചയെ കാലം കൂട്ടി യോജിപ്പിക്കുന്നു. അതായത് നാം നമ്മുടെ ജൈവസ്വഭാവത്തിന്റെ ഭാഗമായി സൂക്ഷിക്കുന്ന 'സ്ഥലം' 'കാലം' മുതലായ ആന്തരികഘടനകൾ വസ്തുക്കളെയും സംഭവങ്ങളെയും സംയോജിപ്പിച്ച് സാധാരണ അനുഭവമാക്കി പരിവർത്തിപ്പിക്കുന്നു.

ഇവിടെ ബാഹ്യാനുഭവം യഥാർഥത്തിൽ മനുഷ്യന് പുറത്ത് നിലനിൽക്കുന്നതാണ്. എങ്കിലും അവ അനുഭവത്തിന് ശേഷമാണ് ഒരാളുടെ അറിവിന്റെ ഭാഗമായി തീരുന്നത്. അനുഭവാനന്തരജ്ഞാനം അഥവാ അനുഭവാനന്തരരൂപം (a posteriori) എന്ന നിലയിലാണ് ബാഹ്യവസ്തുക്കളെ കാന്റ് സമീപിക്കുന്നത്. തർക്കരൂപങ്ങളെ പൊതുവിൽ രണ്ടായി തരംതിരിച്ച ശേഷം അവ വിശകലനം ചെയ്യാനാണ് കാന്റ് ശ്രമിക്കുന്നത്. വൈരുദ്ധ്യനിയമത്തെ (law of contradiction) മാത്രം ആശ്രയിച്ചാണ് അപഗ്രഥനാത്മക (analytical) പ്രസ്താവങ്ങൾ (തർക്കവാക്യങ്ങൾ) ഉണ്ടാവുന്നത്. സംഗ്രഥനാത്മക (synthetic) തർക്കവാക്യങ്ങൾ അനുഭവാനന്തരം രൂപപ്പെടുന്നതാണ്. വൈരുധ്യനിയമം ആന്തരിക നിർമ്മിതിയായതിനാൽ അതിനെ ആശ്രയിക്കുന്ന അപഗ്രഥനാത്മക തർക്കരൂപങ്ങളും പൂർവനിശ്ചിതമോ അനുഭവപൂർവകമോ ആയ അറിവിന്റെ ഗണത്തിലാണ് ഉൾപ്പെടുക.

അനുഭവം പ്രത്യക്ഷത്തെ സംയോജിപ്പിക്കുന്ന ഒരു തുടർപ്രവർത്തനമാണ്. അതിനാൽ അനുഭവാനന്തരജ്ഞാനരൂപത്തിന്റെ രൂപീകരണം തിരിച്ചറിയാൻ വിഷമമില്ല. അതേസമയം ബുദ്ധിമുട്ട് അനുഭവപ്പെടുന്ന ഒരു വിഭാഗം അറിവ് അവശേഷിക്കുന്നു. "There remain therefore only synthetical propositions a priori, of which the possibility must be sought or investigated, because they must depend upon other principles than the law of contradiction" (Ten Great, പു. 313). *ഭാവി അതിഭൗതികത്തിന്റെ മുഖവുര* എന്ന കാന്റിന്റെ പ്രസിദ്ധമായതും അതേസമം വിദ്യാർഥികൾക്കും അധ്യാപകർക്കും വേണ്ടി രചിച്ചിട്ടുള്ള ലളിതരൂപത്തിലുള്ള ചെറിയ കൃതിയിൽ നിന്നുള്ള വാചകമാണ് മേലുദ്ധരിച്ചത്. അനുഭവജ്ഞാനത്തിൽപ്പെടുന്നതും അതേസമയം അനുഭവപൂർവകത്തെ (a priori) അവലംബിക്കുന്നതുമായ ജ്ഞാനരൂപത്തെ വിശ്ലേഷണം ചെയ്യുന്നതാണ് കാന്റിന് ശ്രമസാധ്യമായി തോന്നിയത്. "എല്ലാ അതിഭൗതിക ചിന്തകരെയും അതുകൊണ്ട് ആദരപൂർവവും നിയമപരമായും അവരുടെ ജോലികളിൽ നിന്നും ഈ ചോദ്യത്തിന് തൃപ്തികരമായ രീതിയിൽ ഉത്തരം തരുന്നത് വരെ പുറത്താക്കുകയാണ്, എങ്ങനെയാണ് സംഗ്രഥനാത്മക ജ്ഞാനങ്ങളിൽ അനുഭാവപൂർവകം (a priori) സാധ്യമാകുന്നത്?" (പു 315). അതിഭൗതികശാസ്ത്രം തന്നെ ഈ പ്രശ്നപരിഹാരവുമായി ബന്ധപ്പെട്ടാണ് നിലനിൽക്കുന്നതെന്ന വിശ്വാസമാണ് കാന്റ് പ്രകടിപ്പിക്കുന്നത്.

ശുദ്ധഗണിതവും ശുദ്ധശാസ്ത്രവും അനുഭവപൂർവ അറിവിന്റെ മണ്ഡലം പരിശോധിക്കാൻ സഹായിക്കുന്ന രണ്ട് പ്രധാന മേഖലകളാണെന്ന് കാന്റ് കരുതുന്നു. ഇതുമായി ബന്ധപ്പെട്ട് നാല് ചോദ്യങ്ങൾ കാന്റ് ചോദിക്കുന്നു.

1. എങ്ങനെയാണ് ശുദ്ധഗണിതം സാധ്യമാകുന്നത്?
2. എങ്ങനെയാണ് ശുദ്ധശാസ്ത്രം സാധ്യമാകുന്നത്?
3. എങ്ങനെയാണ് അതിഭൗതികം പൊതുവിൽ സാദ്ധ്യമാകുന്നത്?
4. എങ്ങനെയാണ് അതിഭൗതികം ഒരു ശാസ്ത്രമെന്ന നിലയിൽ സാധ്യമാകുന്നത്?

ഈ ചോദ്യങ്ങളെല്ലാം ഓരോന്നായി പരിശോധിച്ചുകൊണ്ട് കാന്റ് അറിവിന്റെ അനുഭവപൂർവവും അനുഭവാനന്തരവുമായ സമന്വയത്തിന്റെ സന്ദർഭമാണ് കണ്ടെത്തുന്നത്. കാരണം യുക്തിയെ മാത്രം ആശ്രയിക്കുന്ന തർക്കരൂപങ്ങൾക്കും പ്രസ്താവങ്ങൾക്കും ബാഹ്യവിവരത്തിന്റെ ആവശ്യമില്ല. അത്തരം പ്രസ്താവങ്ങളിലെ സത്യവും അസത്യവും 'വൈരുധ്യനിയമത്തെ' മാത്രമാണ് ആശ്രയിക്കുന്നത്. അവ ഒരു വിശേഷണവും പുറത്തുനിന്ന് വിഷയത്തോട് ചേർക്കുന്നില്ല. എന്നാൽ അനുഭവാനന്തര ജ്ഞാനരൂപങ്ങൾക്ക് ബാഹ്യലോകത്തെ വിവരങ്ങൾ അനിവാര്യമാണ്. അവ ശരിയും തെറ്റുമാവുന്നത് വിഷയത്തോട് ചേർക്കുന്ന വിശേഷണങ്ങളുടെ തെളിവിനെ ആശ്രയിച്ചാണ്. ഇവിടെ ബാഹ്യലോകം വ്യക്തിയിലേക്ക് കടന്നുവരുന്നത് ഇന്ദ്രിയങ്ങളിലൂടെയാണ്. കണ്ണിന്റെ സഹായമില്ലാതെ വർണം അനുഭവിക്കാൻ കഴിയില്ല. ചെവി കൊണ്ടാണ് ശബ്ദം ഒരാൾക്ക് അറിയാൻ കഴിയുന്നത്. ചർമം സ്പർശം അറിയുന്നതിന് അനിവാര്യമാണ്. നാസാദ്വാരങ്ങളിലൂടെയാണ് ഒരാൾക്ക് മണം അനുഭവപ്പെടുന്നത്. നാവാണ് രുചി അറിയാനുള്ള ഒരേ ഒരു മാർഗം. ഇങ്ങനെ പഞ്ചേന്ദ്രിയങ്ങൾ കൊണ്ട് അറിയുന്ന പുറം ലോകവിവരങ്ങൾ യഥാർഥത്തിൽ ജ്ഞാനരൂപമായി മാറുന്നത് മനുഷ്യന്റെ 'ആന്തരിക' പ്രവർത്തനം കൂടിച്ചേരുമ്പോഴാണെന്ന് കാന്റ് സിദ്ധാന്തിക്കുന്നു. അതുകൊണ്ട് ശുദ്ധയുക്തിയെ ആശ്രയിക്കുന്ന സുനിശ്ചിത പ്രസ്താവങ്ങൾ ഗണിതത്തിന്റെയോ രൂപപരമായ തർക്കശാസ്ത്രത്തിന്റെയോ ഭാഗമാണ്. മറിച്ച് ബാഹ്യലോകത്തെ ആശ്രയിച്ചുണ്ടാക്കുന്ന പ്രസ്താവങ്ങളാണ് കൂടുതൽ സങ്കീർണവും അതിന്റെ രൂപീകരണം അസ്പഷ്ടവുമായി മാറുന്നു. ഡേവിഡ് ഹ്യൂമോ ലൈബ്നീസോ ഇക്കാര്യം ഗൗരവമായി പരിശോധിച്ചില്ലെന്നാണ് കാന്റ് പറയുന്നത്. അതേസമയം ഹ്യൂം തന്നെ സ്വന്തം അചഞ്ചലമായ ദൃഢനിദ്രയിൽ നിന്നും (dogmatic slumber) ഉണർത്തിയതായും കാന്റ് സമ്മതിക്കുന്നുണ്ട്.

നമ്മൾ കാണുന്ന വസ്തുവിനോട് ആന്തരികമായി നമ്മളിൽ നിലനിൽക്കുന്ന 'സ്ഥലം' കൂടിച്ചേരുമ്പോഴാണ് സംഗ്രഥനാത്മക അനുഭവം പൂർത്തിയാവുന്നത്. സമയവും ഇതുപോലെ ബാഹ്യവസ്തുതകളോട് ചേർന്നാണ് അനുഭവത്തിലെ തുടർച്ചയും അനുക്രമവും ഉണ്ടാവുന്നത്.

എല്ലാ സംഗ്രഥനാത്മക അനുഭവങ്ങൾക്കും അനുക്രമം സാധ്യമാവുന്നത് 'കാലം' അതിന്റെ ഭാഗമായിത്തീരുമ്പോഴാണ്. 'സ്ഥലവും' 'കാലവും' ആത്മനിഷ്ഠഘടകങ്ങളായാണ് കാന്റ് കരുതുന്നത്. അതുകൊണ്ട് തന്നെ സംഗ്രഥനാത്മകജ്ഞാനമായി കണക്കാക്കുന്ന ബാഹ്യവസ്തുക്കളെ അവലംബിക്കുന്ന അറിവിന് അനുഭവപൂർവഘടകങ്ങൾ അഥവാ ഗണങ്ങൾ (categories) കൂടി അനിവാര്യമാണെന്ന് കാന്റ് സിദ്ധാന്തിക്കുന്നു. കാന്റിന്റെ കോപ്പർനിക്കൻ വിപ്ലവം മനുഷ്യനെ അഥവാ വ്യക്തിയെ ജ്ഞാനരൂപീകരണത്തിന്റെ അനിവാര്യകേന്ദ്രമായി സ്ഥാപിച്ചുകൊണ്ടാണ് അനുഭവജ്ഞാനവാദത്തിന്റെയും യുക്തിവാദത്തിന്റെയും പരിമിതികൾ മറികടക്കുന്നതായി അവകാശപ്പെടുന്നത്.

കാണുകയോ കേൾക്കുകയോ ചെയ്യുന്നതു കൊണ്ട് മാത്രം 'അറിവ്' ആകുന്നില്ല. അറിവാകുന്നത് അവ നിർണയം (judgment) ആയി പരിവർത്തിക്കപ്പെടുമ്പോഴാണ്. 'മുറിയിൽ നല്ല ചൂടാണ്' എന്നത് നമ്മുടെ ശരീരത്തിന്റെ അനുഭവമാണ്. എന്നാൽ മുറിയിലിരിക്കുന്ന വ്യക്തി സ്വന്തം അനുഭവത്തിൽ നിന്ന് എത്തിച്ചേരുന്ന നിഗമനത്തെയാണ് നിർണയം (judgment) ആയി കണക്കാക്കുന്നത്. പഞ്ചസാരയ്ക്ക് മധുരമാണെന്നതും ഒരാളുടെ അനുഭവമാണ്. എന്നാൽ 'മുറിയിൽ നല്ല ചൂടാണ്' എന്ന നിർണയത്തിൽ നിന്നും 'പഞ്ചസാരയ്ക്ക് മധുരമാണ്' എന്ന നിർണയം വ്യത്യസ്തമാണ്. ഏതൊരാൾക്കും പഞ്ചസാരയുടെ മധുരം അനുഭവിക്കാം. മുറിയിലെ ചൂട് എല്ലാവർക്കും ഒരുപോലെയാവണമെന്നില്ല. എങ്കിലും മധുരത്തെ സംബന്ധിക്കുന്ന അറിവ് ഗുണത്തെ സംബന്ധിക്കുന്ന നിർണയത്തെയും ചൂടിനെ സംബന്ധിക്കുന്ന അറിവ് താപത്തെ സംബന്ധിക്കുന്ന നിർണയത്തെയും ആശ്രയിക്കുന്നു. 'ഗുണം' (quality) ഒരു ശുദ്ധ സംപ്രത്യയമായാണ് കാന്റ് കാണുന്നത്. തിരിച്ചറിവിന് അനിവാര്യമായ നാല് ശുദ്ധ സംപ്രത്യയങ്ങൾ വ്യക്തിയുടെ ആന്തരികഘടനയെന്ന പോലെ പ്രത്യക്ഷവുമായി ചേരുന്നതായാണ് കാന്റ് സങ്കൽപ്പിച്ചത്. അവ അളവ്, ഗുണം, ബന്ധം, രൂപമാതൃക (modality) എന്നിവയാണ്. ഒരു വസ്തു അളക്കുമ്പോൾ അവിടെ സമഗ്രതയും, ബഹുത്വവും, ആകെത്തുകയും അതിന്റെ നിർണയത്തെ ബാധിക്കും. മുറിയിലെ ചൂട് അന്തരീക്ഷത്തിലെ ചൂടുമായി താരതമ്യം ചെയ്താണ് ഒരാൾ പറയുന്നത്. 'മുറിയിൽ നല്ല ചൂട്' അഥവാ കടുത്ത ചൂട് എന്ന് പറയുന്നത് മുറിക്ക് പുറത്ത് അത്ര ചൂടില്ല എന്ന് പറയുന്നതിന് കൂടി സമാനമാണ്. എനിക്ക് അനുഭവപ്പെടുന്ന ചൂട് മറ്റൊരാൾക്ക് അനുഭവപ്പെടണമെന്നും ഇല്ല. ഇതിൽ നിന്നും വിഭിന്നമായി പഞ്ചസാരക്ക് മധുരമെന്നത് എല്ലാവരും അംഗീകരിക്കും. അതുകൊണ്ടാണ് പഞ്ചസാരയുടെ കയ്പ് കുഞ്ചൻനമ്പ്യാർ ഇഷ്ടമാണെന്ന് പറഞ്ഞത്! പഞ്ചസാരയുടെ മധുരത്തെക്കുറിച്ച് പ്രസ്താവിക്കുന്നതിന് മുമ്പ് അതിനെ സംബന്ധിക്കുന്ന ഒരു നിർണയം (judgment) ഒരാൾ ഉണ്ടാക്കുന്നു. മധുരം/കയ്പ്/പുളി മുതലായ രുചിയെ സംബ

ന്ധിക്കുന്ന അഥവാ അനുഭവിച്ചറിയാമെങ്കിലും അനുഭാവപൂർവകമായ (a priori) ഒരു 'ഗുണ' നിർണയം ഇവിടെ അന്തർഭവിച്ചിരിക്കുന്നു.

സഹായകഗ്രന്ഥങ്ങൾ

1. GilesDeleuze and Felix GuaHari, What is philosophy, trans. Graham Burchell and Hngh Tomlinson, Verso, 1994.
2. Robert Paul Woltt, ed. Ten great works of Philosophy, A mentor Book, 1969.

5

തർക്കശാസ്ത്രം
Logic

തത്വചിന്തയുടെ അനിവാര്യഭാഗമായി കണക്കാക്കുന്ന തർക്കശാസ്ത്രം പാശ്ചാത്യതത്വചിന്തയിൽ അരിസ്റ്റോട്ടിലിന്റെ ചിന്തയിലാണ് ആദ്യം രൂപപ്പെട്ടത്. അരിസ്റ്റോട്ടിലിന് മുമ്പ് തർക്കങ്ങളും യുക്തിരൂപങ്ങളും ഉണ്ടായിരുന്നുവെന്നത് യാഥാർഥ്യമാണ്. ക്രിസിപ്പസിന്റെ (Chrysippus) തർക്കരൂപങ്ങൾ പ്രസിദ്ധമായിരുന്നു എങ്കിലും അരിസ്റ്റോട്ടിലിന്റെ തർക്കരൂപങ്ങളുടെ ആവിഷ്കാരം തത്വചിന്തയിൽ പ്രബലമായി മാറി. പിന്നീട് ക്രിസ്ത്യൻ, മുസ്ലീം ദാർശനികരെല്ലാം അരിസ്റ്റോട്ടിലിന്റെ തർക്കശാസ്ത്രത്തെ പിൻപറ്റുകയാണുണ്ടായത്. അരിസ്റ്റോട്ടിൽ തർക്കശാസ്ത്രത്തിന്റെ പിതാവായാണ് അറിയപ്പെടുന്നത്.

'Logos' എന്ന ഗ്രീക്ക് പദത്തിൽ നിന്നാണ് Logic എന്ന വാക്കിന്റെ നിഷ്പത്തി. Logos എന്നതിന്, യുക്തി, ആശയം, വാക്ക് എന്നീ മൂന്ന് അർഥങ്ങളാണ് ഗ്രീക്കിൽ കാണാൻ കഴിയുക. ചിന്തയുടെ രൂപങ്ങളെ അഥവാ യുക്തിരൂപങ്ങളെ വിശകലനം ചെയ്യുന്ന തത്വചിന്തയുടെ ഭാഗമാണ് തർക്കശാസ്ത്രം. അത്കൊണ്ട് Logic എന്നാൽ വാക്കിന്റെയും, ആശയത്തിന്റെയും, യുക്തിയുടെയും വിശകലനശാസ്ത്രമായിട്ടാണ് അരിസ്റ്റോട്ടിൽ സങ്കൽപ്പിച്ചത്. ഗ്രീക്ക് ഭാഷയിൽ Logic, techne എന്നീ പദങ്ങൾ ഉപയോഗിച്ചിരുന്നത് യുക്തിവിശകലനം അഥവാ തർക്കപരമായ അപഗ്രഥനം എന്ന നിലയിലാണ്.

അരിസ്റ്റോട്ടിലിനോട് അടിസ്ഥാനപരമായി വിയോജിച്ച ദാർശനികനായിരുന്നു ഇമ്മാനുവൽ കാന്റ്. എന്നാൽ കാന്റ് (Immanuel Kant) അരിസ്റ്റോട്ടിലിന് ശേഷം രണ്ടായിരം വർഷത്തോളം യാതൊന്നും പുതുതായി ചിന്തകർക്ക് അതിൽ കൂട്ടിച്ചേർക്കാൻ കഴിഞ്ഞില്ലെന്നാണ് അഭിപ്രായപ്പെട്ടത്. അരിസ്റ്റോട്ടിലിന്റെ തർക്കരൂപങ്ങളുടെ അടിസ്ഥാനമായി കണക്കാക്കുന്ന തത്വങ്ങളെ ചിന്തയുടെ നിയമങ്ങൾ (Laws of thought)

ആയി അറിയപ്പെടുന്നു. ചിന്തയുടെ അടിത്തറയായി കാണുന്ന മൂന്ന് നിയമങ്ങൾ യഥാർഥത്തിൽ അരിസ്റ്റോട്ടിലിന്റെ വീക്ഷണത്തെയാണ് കാണിച്ചുതരുന്നത്. സർവവിജ്ഞാനകോശതുല്യമായ ജ്ഞാനിയായാണ് അരിസ്റ്റോട്ടിലിനെ ചരിത്രത്തിൽ രേഖപ്പെടുത്തിയിട്ടുള്ളത്. അതേസമയം അരിസ്റ്റോട്ടിൽ ചരിത്രപരമായ പല അബദ്ധങ്ങളും പ്രകടിപ്പിച്ചിട്ടുമുണ്ട്. സ്ത്രീകളെയും അടിമകളെയും സംബന്ധിച്ച നിലപാട് ഇത്തരത്തിലുള്ള അബദ്ധങ്ങളായിരുന്നെന്ന് കാണാൻ കഴിയും. രണ്ട് ഭാര്യമാരുണ്ടായിട്ടും അവരുടെ പല്ലുകൾ എണ്ണിനോക്കാതെ സ്ത്രീകൾക്ക് പല്ല് കുറവാണെന്ന് അരിസ്റ്റോട്ടിൽ പറഞ്ഞതിനെ ബർട്രന്റ് റസ്സൽ വിമർശിക്കുന്നുണ്ട് (Bertrand Russel, *The Impact of Science in Society*). അരിസ്റ്റോട്ടിലിന്റെ ചിന്തയുടെ നിയമങ്ങൾ തന്നെയാണ് ഇത്തരം കാഴ്ചപ്പാടിന്റെ പരിമിതിക്കും കാരണമായത്. അരിസ്റ്റോട്ടിലിന്റെ ചിന്തയുടെ നിയമങ്ങൾ അനുമാനപരമായ തർക്കങ്ങളുടെ അടിസ്ഥാനമായാണ് കണക്കാക്കുന്നത്. അവ മൂന്നെണ്ണമാണ്:

ഒന്നാമത്തെ നിയമം: അനന്യതാനിയമം (Law of Identity). ഒരു വസ്തു അതിനോട് മാത്രമേ താദാത്മ്യം പ്രകടിപ്പിക്കുകയുള്ളൂ. 'അ' എപ്പോഴും 'അ' ക്ക് മാത്രം (A=A) തുല്യമായിരിക്കും. ഈ നിയമത്തെ ആധുനിക ചിഹ്നതർക്കശാസ്ത്രജ്ഞർ മാറ്റിയെഴുതുന്നത് ഇപ്രകാരമാണ്; ഒരു പ്രസ്താവന ശരിയാണെങ്കിൽ അത് ശരിയാണ്.

രണ്ടാമത്തെ നിയമം: വൈരുധ്യരഹിത നിയമം (Law of Non-contradiction); ഒരു വസ്തുവിന് അതും അതിന്റെ വിപരീതവും ആയിരിക്കാൻ കഴിയില്ല. അതായത് 'അ' ഒരിക്കലും 'അ' യുടെ വിപരീതം ആവുകയില്ല. ആധുനിക തർക്കശാസ്ത്രജ്ഞർ ഇതിനെ അവതരിപ്പിക്കുന്നത് ഇപ്രകാരമാണ്. "ഒരു പ്രസ്താവന, അതായത് 'പി' ഒരേ സമയം ശരിയും തെറ്റും ആവുകയില്ല." (A proposition P, cannot be both true and false).

മൂന്നാമത്തെ നിയമം: മധ്യമാർഗനിരാസ നിയമം (Law of Excluded Middle). യഥാർഥത്തിൽ ആദ്യരണ്ട് നിയമങ്ങളുടെയും വിപുലീകരണം മാത്രമാണ് മൂന്നാമത്തെ നിയമം. ഒരു വസ്തു ഒന്നുകിൽ അതോ അല്ലെങ്കിൽ അതല്ലാത്തതോ ആയിരിക്കും. ആധുനിക തർക്കശാസ്ത്ര ഭാഷയിൽ ഒരു പ്രസ്താവന ഒന്നുകിൽ ശരിയോ അല്ലെങ്കിൽ തെറ്റോ ആയിരിക്കും. ഒന്നുകിൽ ശരി അല്ലെങ്കിൽ തെറ്റ് എന്നത് മാത്രമാണ് ഒരു പ്രസ്താവനയുടെ സാധ്യത. ഒരു വസ്തുവിനോ അവസ്ഥക്കോ പ്രസ്താവനക്കോ ശരിയോ തെറ്റോ അല്ലാതെ മൂന്നാമതൊരു അവസ്ഥ അഥവാ മാർഗം അസാധ്യമാണെന്നാണ് ഈ നിയമം നിഷ്കർഷിക്കുന്നത്.

വൈരുധ്യരഹിതയുക്തിയാണ് ചുരുക്കത്തിൽ അരിസ്റ്റോട്ടിലിനെ നയിച്ചത്. അരിസ്റ്റോട്ടിൽ അദ്ദേഹത്തിന്റെ *വ്യാഖ്യാനത്തെക്കുറിച്ച്* (On Interpretation) എന്ന പുസ്തകത്തിലാണ് ആദ്യമായി ഈ നിയമം പ്രതിപാദിച്ചത്. "ഒന്നുകിൽ ഇത് അല്ലെങ്കിൽ അത്" (Either this or that)

എന്ന നിലയിൽ മാത്രം കാര്യങ്ങളെ സമീപിക്കുന്ന രീതിയായതിനാലാണ് മൂന്നാമത് അഥവാ മധ്യനിരാസ (extended third) എന്ന വിവരണം ഈ നിയമത്തിന് നൽകുന്നത്. ഒന്നുകിൽ സ്ഥാപിക്കുക (affirm) അല്ലെങ്കിൽ നിരാകരിക്കുക (deny) എന്നതാണ് ഇവിടെ സ്വീകരിക്കുന്ന നിലപാട്. ലാറ്റിൻഭാഷയിൽ Principium tertii exclusi എന്നാണ് ഈ നിയമം അറിയപ്പെടുന്നത്. അതായത് മൂന്നാമത്തേതിനെ ഒഴിവാക്കുന്ന തത്വം. ഇവിടെ മൂന്നാമത്തേത് എന്നാൽ പ്രത്യക്ഷത്തിൽ കാണാത്ത ഒരവസ്ഥയാണ്.

യുക്തിയുടെ അഥവാ ചിന്തയുടെ ആദ്യതത്വമായി അറിയപ്പെടുന്ന 'അനന്യതാ നിയമ' (Law of identity) ത്തിന്റെ വിപുലീകരണമാണ് യഥാർഥത്തിൽ വൈരുധ്യരഹിതനിയമവും (Law of non-contradiction), മധ്യമാർഗനിരാസനിയമവും (Law of excluded middle). രൂപപരമായ തർക്കശാസ്ത്രത്തിൽ (formal logic) എന്നും അടിസ്ഥാനതത്വമായി ഈ നിയമങ്ങളെയാണ് അവലംബിക്കുന്നത്. അരിസ്റ്റോട്ടിൽ സ്വീകരിച്ച ദ്വിഭാജനെ (dhichotomy) രീതി തന്നെയാണ് അദ്ദേഹത്തിന്റെ തർക്കശാസ്ത്രത്തിലും അടിസ്ഥാനമായതെന്ന് കാണാം. എല്ലാ കാര്യങ്ങളെയും ഒന്നാമതായി ഉണ്മ (Being) എന്ന നിലയിലും അതിന്റെ മറുവശം വിപരീതം (Non-being) ആയും കാണുന്ന രീതിയാണിത്. അതുകൊണ്ട് 'പുഷ്പിക്കുന്ന ചെടി' 'പുഷ്പിക്കാത്ത ചെടി' 'പ്രസവിക്കുന്നത്' 'പ്രസവിക്കാത്തത്' മുതലായ വർഗീകരണം പോലെ തന്നെ 'ശരി' 'തെറ്റ്' യുഗ്മത്തെയും അരിസ്റ്റോട്ടിൽ സമീപിച്ചതായി കാണാൻ കഴിയും.

ശരിയും തെറ്റും; സാധുവും അസാധുവും (Truth and False, Valid and Invalid)

തർക്കശാസ്ത്രത്തിൽ യുക്തിയുടെ രൂപങ്ങളാണ് പരിശോധിക്കുന്നത്. യുക്തിയുടെ രൂപമെന്നാൽ തർക്കവാക്യങ്ങൾ (propositions) ഉപയോഗിച്ച് തീർപ്പ് കൽപ്പിക്കുന്ന അഥവാ നിഗമനത്തിലെത്തുന്ന രീതി. ഒരു തർക്കവാക്യം ശരിയോ തെറ്റോ ആയിരിക്കാം. അവ ശരിയാണോ തെറ്റാണോ എന്നത് മുഖ്യമായും തെളിവിനെ ആശ്രയിച്ചാണ് സ്ഥിരീകരിക്കുന്നത്. എന്നാൽ ഒരു യുക്തിരൂപം (sylloism) ശരിയാണോ എന്നതിന് പകരം 'സാധു' (valid) ആണോ എന്നാണ് പരിശോധിക്കുന്നത്. ഇവിടെ യുക്തിരൂപത്തിന്റെ സാധുത ആശ്രയിക്കുന്നത് നിഗമനത്തിലെത്താനുപയോഗിച്ച രീതി മാത്രമാണ്. അതുകൊണ്ട് ഒരാൾ തർക്കവാക്യങ്ങൾ ഉപയോഗിച്ച രീതിയിൽ നിന്ന് നിഗമനത്തിലെത്താൻ കഴിയുന്നുണ്ടോ എന്നതാണ് പരിശോധിക്കുന്നത്. ആയതിനാൽ ഒരു യുക്തിരൂപം സാധുവാകണമെങ്കിൽ അതിനുവേണ്ടി ഉപയോഗിച്ച തർക്കവാക്യങ്ങൾ ശരിയാവണമെന്നില്ല. മറിച്ച് അവ ക്രമീകരിച്ച രീതിയിൽ നിന്ന് നിഗമനത്തിലെത്താൻ കഴിയണമെന്ന് മാത്രമേ ഉള്ളൂ.

ഉദാഹരണത്തിന്,

എല്ലാ ദിവസവും മിഠായി തിന്നാൽ പല്ല് കേടാവും. മനു എല്ലാ ദിവ

സവും മിഠായി തിന്നാറില്ല. അതുകൊണ്ട് മനുവിന് പല്ല് കേടാവുകയില്ല. ഈ തർക്കരൂപം ഒരു സാധുവായ (valid) മാതൃകയാവുന്നത് മനു മിഠായി തിന്നാത്തതു കൊണ്ടോ മനുവിന് പല്ലു വേദന വരാത്തതുകൊണ്ടോ അല്ല. മനുവിന് ഒരുപക്ഷേ മറ്റ് കാരണങ്ങൾ കൊണ്ട് പല്ലു വേദന വന്നേക്കാം. മറിച്ച് ഇവിടെ നൽകിയ തർക്കരൂപത്തിൽ നിഗമനം ശരിയാംവിധം എത്തിച്ചേരാൻ കഴിയുന്നുണ്ട്. 'പല്ലു കേടാവുന്നത് മിഠായി എല്ലാ ദിവസവും തിന്നുന്നതിനാലാണെങ്കിൽ അത് തിന്നാത്ത മനുവിന് പല്ലു കേടാവില്ല' എന്നതാണ് നിഗമനം. അതുകൊണ്ട് മനു ആരാണെന്നോ മനു മിഠായി തിന്നാറുണ്ടോ എന്നൊന്നും ഇവിടെ പരിശോധനാവിധേയമാക്കേണ്ടതില്ല.

നിഗമനവും ആഗമനവും (Deduction and Induction)

തർക്കശാസ്ത്രത്തിൽ നിഗമനം (deduction) എന്നും ആഗമനം (induction) എന്നും രണ്ട് മാർഗങ്ങളാണ് അരിസ്റ്റോട്ടിൽ സങ്കൽപ്പിച്ചത്. എങ്കിലും അരിസ്റ്റോട്ടിലിന്റെ യുക്തിരൂപങ്ങൾ മുഖ്യമായും നിഗമനത്തെയാണ് അവലംബിച്ചത്. പിൽക്കാലത്ത് ഫ്രാൻസിസ് ബാക്കനും (Francis Bacon) ജെ എസ് മില്ലും (J S Mill) ആഗമനതത്വങ്ങൾ വിപുലീകരിക്കുന്നതുവരെയും തത്വചിന്തകർ നിഗമനരീതി തന്നെയാണ് അവലംബിച്ചത്. നിഗമനം രൂപത്തെയാണ് ആശ്രയിക്കുന്നത്. അതുകൊണ്ട് നിഗമനതർക്കശാസ്ത്രത്തെ 'രൂപപരമായ തർക്കശാസ്ത്രമെന്നും' (formal logic) പറയുന്നു.

ഫ്രാൻസിസ് ബാക്കൻ

ഉദാഹരണമായി:

A = B
B = C
അതുകൊണ്ട് A = C

ഇവിടെ A യും B യും തുല്യമാണോ എന്ന് ഒരാൾ പരിശോധിക്കേണ്ടതില്ല. മറിച്ച് A യും B യും തുല്യമാണെങ്കിൽ, B യും C യും തുല്യവുമാണെങ്കിൽ അനിവാര്യമായും A യും C യും തുല്യമായിരിക്കുമെന്ന നിഗമനത്തിലാണ് എത്തുന്നത്. ഇവിടെ വസ്തുതാപരമോ അനുഭവജ്ഞാനപരമോ ആയ തെളിവുകളെയല്ല നിഗമനതർക്കത്തിൽ ആശ്രയിക്കുന്നത്. പകരം യുക്തിയുടെ രൂപങ്ങളായാണ്. അതുകൊണ്ടാണ് 'രൂപപരമായ തർക്കശാസ്ത്രം' (formal logic) എന്ന് നിഗമനതർക്കത്തെ നാമകരണം ചെയ്യുന്നത്.

നൽകിയിട്ടുള്ള തർക്കവാക്യങ്ങളെ അധികരിച്ച് നിഗമനം (conclusion) സാധ്യമാണോ എന്നതാണ് രൂപപരമായ തർക്കരൂപങ്ങളിൽ പരിശോധിക്കുന്നത്. അതുകൊണ്ട് രൂപപരമായ തർക്കശാസ്ത്രം സാധുവോ അസാധുവോ എന്ന പരിശോധനയിലാണ് കേന്ദ്രീകരിക്കുന്നത്. നൽകിയ പ്രമേയങ്ങളിൽ നിന്നും (premises) നിഗമനത്തിൽ എത്താൻ കഴിയുന്നുണ്ടോ എന്നതാണ് പരിശോധിക്കുന്നത്. യുക്തി (reason), ചിന്ത (thought) എന്നിങ്ങനെ വിശേഷിപ്പിക്കുന്ന ധിഷണാപരമായ പ്രവർത്തനമണ്ഡലത്തിലാണ് നിഗമന തർക്കശാസ്ത്രം മുഖ്യമായും കേന്ദ്രീകരിക്കുന്നത്.

ആഗമനം (Induction) അരിസ്റ്റോട്ടിൽ പരാമർശിക്കുന്നുണ്ടെങ്കിലും പിൽക്കാലത്ത് ആധുനിക തത്വചിന്തയുടെ ഭാഗമായാണ് വികാസം പ്രാപിച്ചത്. ഫ്രാൻസിസ് ബാക്കൻ (Francis Bacon, 1561-1626) ആണ് ആദ്യമായി ആഗമനരീതി ഉപയോഗിച്ച് ശാസ്ത്രീയമായ അന്വേഷണങ്ങൾ സാധ്യമാണെന്ന് ഉപദർശിച്ചത്. ബാക്കന്റെ കൃതിയായ *നവ ഉപകരണം* (*Novum Organum*) തർക്കശാസ്ത്രത്തിൽ രൂപപരമായ രീതിശാസ്ത്രത്തിന് പകരമായി വസ്തുതാപരവും ഭൗതികവാദപരവുമായ അന്വേഷണത്തെയാണ് വിഭാവനം ചെയ്തത്. അദ്ദേഹത്തിന്റെ കൃതിയുടെ പേരുപോലെ, ചിന്താരംഗത്തും അപഗ്രഥനത്തിലും ഒരു പുതിയ ആയുധമായി ബാക്കന്റെ രീതി മാറുകയാണ് ചെയ്തത്. അനുഭവജ്ഞാനപരമായ (empirical) അന്വേഷണം പഴയ തത്വചിന്തകൾക്ക് പകരം നൂതനമായ ശാസ്ത്രീയസത്യങ്ങൾക്ക് വഴി വെക്കുമെന്നാണ് ബാക്കൻ സിദ്ധാന്തിച്ചത്.

ഒരു വസ്തു എന്തുകൊണ്ടാണ് ചൂടാവുന്നതെന്ന് നോക്കാൻ ചൂടാവുന്ന വസ്തുക്കളുടെയും ചൂടാവാത്ത വസ്തുക്കളുടെയും പ്രത്യേകം പ്രത്യേകം ലിസ്റ്റ് തയ്യാറാക്കുന്ന രീതിയാണ് ബാക്കൻ വിഭാവനം ചെയ്തത്. മാത്രമല്ല വ്യത്യസ്ത രീതിയിൽ ചൂടാവുന്ന വസ്തുക്കളുടെ ലിസ്റ്റും ഉണ്ടാക്കണം. അങ്ങനെ ചൂടാവുന്ന വസ്തുക്കളിൽ പൊതുവായി കാണുന്നതും, ചൂടാവാത്ത വസ്തുക്കളിൽ പൊതുവായി ഇല്ലാത്തതും എന്താണെന്ന് നോക്കണം. അങ്ങനെ കാര്യകാരണബന്ധത്തെ കണ്ടെത്താനുള്ള അനുഭവപരമായ അന്വേഷണമാണ് ബാക്കൻ വിഭാവനം ചെയ്തത്. ശാസ്ത്രീയാന്വേഷണാത്മക തത്വചിന്തയുടെ ഉപജ്ഞാതാവായും, ആഗമനതർക്കശാസ്ത്രത്തിന്റെ പിതാവായും ബാക്കൻ അറിയപ്പെടുന്നു. ബാക്കൻ രൂപകൽപ്പന ചെയ്ത സിദ്ധാന്തത്തിന് ബാക്കനിയൻ രീതി (Baconian method) എന്നും അറിയപ്പെടുന്നുണ്ട്.

പത്തൊമ്പതാം നൂറ്റാണ്ടിലെ അറിയപ്പെടുന്ന ഉപയോഗയോഗ്യതാദാർശനികനായ (utilitarian philosopher) ജെ എസ് മിൽ (J.S.Mill, 1806-1873) ആഗമനതർക്കശാസ്ത്രത്തിന് പിന്നീട് കൂടുതൽ വിപുലീകരണം നൽകിയതായി കാണാം. വ്യക്തിസ്വാതന്ത്ര്യദർശനത്തിനും, ഉപയോഗകേന്ദ്രിത ചിന്തക്കും പ്രാമുഖ്യം നൽകിയ മിൽ ആധുനിക വ്യവസായഘട്ടത്തിന്റെ പ്രതിനിധാനമായി കരുതാം. ഫ്യൂഡൽ അധികാരഘടന

ജെ എസ് മിൽ

യിൽ നിന്നും ആധുനിക വ്യവസായത്തിന്റെയും, ശാസ്ത്രീയയുക്തിയുടെയും, വ്യക്തിസ്വാതന്ത്ര്യത്തിന്റെയും അനിവാര്യമായ മാറ്റത്തിന് വേണ്ടിയാണ് മിൽ വാദിച്ചത്. പരമ്പരാഗത വിശ്വാസങ്ങളുടെയും തീർപ്പുകളുടെയും അടിസ്ഥാനത്തിൽ നിലനിൽക്കുന്ന ജന്മിത്വ (feudal) സമ്പദ്ഘടന തകരണമെങ്കിൽ അതിന് വിപരീതമായ ദർശനവും ഉണ്ടാവണമല്ലോ. അതുകൊണ്ട് ജെ എസ് മില്ലിന്റെ രാഷ്ട്രീയചിന്തകളോടും, നൈതികചിന്തകളോടും ബന്ധപ്പെട്ടാണ് അദ്ദേഹത്തിന്റെ ആഗമന തർക്കശാസ്ത്രത്തെയും കാണേണ്ടത്. മില്ലിന്റെ 1843 ൽ പ്രസിദ്ധീകരിച്ച *System of Logic* എന്ന കൃതിയിൽ ആഗമന തർക്കശാസ്ത്രത്തെ ഒരു രീതിശാസ്ത്രമായി വികസിപ്പിക്കാനുള്ള ശ്രമം കാണാവുന്നതാണ്. കാര്യകാരണബന്ധത്തെ വിശകലനം ചെയ്യുന്നതിനുള്ള അഞ്ച് രീതികൾ ജെ എസ് മിൽ നിർവചിക്കുകയും വിശദീകരിക്കുകയും ചെയ്യുന്നുണ്ട്. അവ:

Method of Agreement (സമ്മതരീതി)

Method of Difference (വ്യത്യാസ രീതി)

Joint Method of Agreement of Difference (സമ്മത-വ്യത്യാസ കൂട്ടായരീതി)

Method of Residue (അവശിഷ്ട രീതി)

Method of concomitant variation (പരസ്പരവ്യതിരേക രീതി) എന്നിവയാണ്. ഈ രീതികളെല്ലാം കാരണത്തെ കണ്ടെത്തി കാര്യവുമായി ബന്ധപ്പെടുത്താനുള്ള കാര്യ-കാരണബന്ധ (cause-effect relation) നിർമിതിയെ ഉദ്ദേശിച്ചുകൊണ്ടാണ് മിൽ രൂപപ്പെടുത്തിയത്. തർക്കശാസ്ത്രത്തെ പ്രത്യേകവിഷയമായി പഠിക്കുന്നവരും താൽപ്പര്യപ്പെടുന്നവരും ഈ രീതികളുടെ നിർവചനങ്ങളും വ്യാഖ്യാനങ്ങളും ശ്രദ്ധിക്കേണ്ടതാണ്.

വൈരുധ്യാത്മക തർക്കശാസ്ത്രം Dialectic, Dialectics, Dialectical logic എന്നെല്ലാം വിളിക്കുന്ന തർക്കവാദത്തെയാണ് വൈരുധ്യാത്മക തർക്കശാസ്ത്രമായി കരുതുന്നത്. വൈരുധ്യാത്മക തർക്കരൂപം പ്രാചീന ഗ്രീക്ക്ചിന്തകനായ പ്ലേറ്റോ മുതൽ ആവിഷ്കരിച്ചിട്ടുണ്ട്. എന്നാൽ ഹെഗൽ (G.W.F. Hegel, 1770-1831) വൈരുധ്യവാദവസ്തുനിഷ്ഠവാദം ആവിഷ്കരിച്ചതോടു കൂടിയാണ് ജ്ഞാനശാഖയായി വൈരുധ്യവാദം വികസിക്കാൻ തുടങ്ങിയത്. ഹെഗലിന്റെയും പിന്നീട് കാൾ മാർക്സിന്റെയും വൈരുദ്ധ്യവാദത്തെ അധികരിച്ച് റഷ്യൻചിന്തകനായ ഇല്യങ്കോവ് (Ilyankov, Dialectical logic) വിശദമായി പ്രതിപാദിച്ചിട്ടു

ണ്ട്. ഹെഗൽ ശുദ്ധയുക്തി (Pure Reason) അഥവാ ശുദ്ധതർക്കശാസ്ത്രം (Pure Logic) എന്നെല്ലാം പരാമർശിക്കുന്ന രീതിശാസ്ത്രം ചിന്തയെ വേറിട്ട് വിശകലനം ചെയ്തുകൊണ്ട് മാറ്റത്തെ അടയാളപ്പെടുത്താൻ ഉദ്ദേശിച്ച് ആവിഷ്കരിച്ചതാണ്.

ഹെഗൽ ആശയങ്ങൾക്ക് അനശ്വരസ്ഥാനമാണ് കൽപ്പിച്ചത്. മാത്രമല്ല ആശയങ്ങളിൽ എങ്ങനെയാണ് ബന്ധങ്ങൾ പ്രവർത്തിക്കുന്നതെന്ന് പരിശോധിക്കാനാണ് കൂടുതൽ ശ്രമിച്ചത്. അങ്ങനെയാണ് സാർവത്രിക ആശയങ്ങൾ (universal ideas) എന്തുകൊണ്ട് കൂടുതൽ ഉയർന്നതും ശുദ്ധവുമായ ആശയമായി മാറുന്നു എന്ന നിഗമനത്തിലെത്തിയത്. ആശയലോകത്ത് മുഴുവൻ നിറഞ്ഞുനിൽക്കുന്നത് ബന്ധങ്ങളാണെങ്കിലും എല്ലാ ബന്ധങ്ങളിലും സാർവത്രികമായുള്ളത് വൈരുധ്യമാണെന്ന് (contradiction) ഹെഗൽ സിദ്ധാന്തിച്ചു.

ഏത് ആശയത്തിലും അതിന്റെ എതിരായ, വിരുദ്ധമായ ആശയം കൂടി അന്തർഭവിച്ചിരിക്കും. നന്മ ഒരേസമയം തിന്മ കൂടിയായിരിക്കും. നന്മയിൽ തന്നെ തിന്മയും അന്തർഭവിച്ചിട്ടുണ്ട്. അതുകൊണ്ട് ഒരവസ്ഥ-thesis - എപ്പോഴും അതിന്റെ എതിരായ Anti-thesis കൂടി അടങ്ങിയതാണ്. അതുകൊണ്ട് അരിസ്റ്റോട്ടിലിന്റെ അനന്യതാനിയമത്തിന്റെ അടിസ്ഥാനത്തിലുള്ള വൈരുധ്യരഹിത യാഥാർഥ്യം എന്ന സങ്കൽപ്പത്തെ ഹെഗലിന്റെ തർക്കശാസ്ത്രം ചോദ്യം ചെയ്യുന്നു. പകരം വിപരീതങ്ങൾ അടങ്ങിയതാണ് ഓരോ അവസ്ഥയും എന്ന യുക്തി മുന്നോട്ട് വെക്കുന്നു. മാത്രമല്ല വിപരീതങ്ങൾ നിരന്തരം സംഘർഷത്തിലായിരിക്കും. ഇത്തരത്തിലുള്ള വിപരീതങ്ങളുടെ സംഘർഷം മൂന്നാമത്തെ അവസ്ഥയ്ക്ക് - ഉദ്ഗ്രഥനം - സാധ്യമാക്കുന്നു. ഓരോ ഉദ്ഗ്രഥനാവസ്ഥയും അപൂർണമായതിനാൽ വീണ്ടും വീണ്ടും അതിലടങ്ങിയ വിപരീതങ്ങൾ സംഘർഷത്തിലൂടെ മുന്നോട്ട് പോവുന്നു. ഇങ്ങനെ പുതിയ പുതിയ അവസ്ഥകളും-ആശയങ്ങളും ആവിർഭവിക്കുന്നു. വിപരീതങ്ങളുടെ സംഘർഷവും ഉദ്ഗ്രഥനപ്രക്രിയയും ഒരിക്കലും അവസാനിക്കുന്നില്ല. കാരണം ശുദ്ധ ആശയ (pure idea) അഥവാ പരമ സത്യം (absolute) പ്രാപിക്കലാണ് അതിന്റെ ലക്ഷ്യം.

Synthesis (സംശ്ലേഷണം)

Thesis (പക്ഷം) — Antithesis (വിപക്ഷം)

ഹെഗലിന്റെ 'തർക്കശാസ്ത്രത്തിന്റെ ശാസ്ത്രം' (Science of Logic) ആശയവാദപരമായ പരിമിതികളുണ്ടെങ്കിലും ശാസ്ത്രീയസമീപനത്തിന് വേണ്ട സമഗ്രതർക്കശാസ്ത്രരചനക്കുള്ള സുപ്രധാന സംരംഭമാണ് (Ilyankov, *Dialectical Logic* കാണുക).

മനുഷ്യന്റെ ആത്മനിഷ്ഠമോ ബോധപരമോ ആയ ഇടപെടലില്ലാതെ

ബാഹ്യമായി നിലനിൽക്കുന്ന ആശയങ്ങളും അവയുടെ നിയമങ്ങളും രൂപങ്ങളുമാണ് ചരിത്രത്തെ നിർണയിക്കുന്നതെന്ന നിലപാടാണ് ഹെഗലിന്റെ തർക്കശാസ്ത്രത്തിൽ നിഴലിച്ചത്. ഹെഗൽ 'ഭൗതികവാദപരമായ അന്വേഷണത്തോട്' വളരെ അടുത്ത് എത്തിയതായി ലെനിൻ നിരീക്ഷിക്കുന്നുണ്ട് (Lenin, *Philosophical Note Books*). എങ്കിലും ഹെഗലിന്റെ വൈരുധ്യാത്മകതർക്കശാസ്ത്രം ചരിത്രപരമായി മാനവസംസ്കാരത്തെയും രാഷ്ട്രീയവികാസത്തെയും വിശദീകരിക്കാൻ പര്യാപ്തമായില്ല. 'മൂർത്തമായ-സാർവികം' (Concrete universal) എന്ന ആശയം മുന്നോട്ട് വെച്ചെങ്കിലും യഥാർഥത്തിൽ വൈരുധ്യാത്മക വികാസത്തിന്റെ ഭൗതികാടിത്തറ കണ്ടെത്തുന്നതിന് ഹെഗലിന്റെ അതീന്ദ്രിയ-സങ്കൽപ്പം തടസമാവുകയാണുണ്ടായത്. 'തർക്കശാസ്ത്രത്തിലെ വസ്തുക്കൾ' 'വസ്തുക്കളെ സംബന്ധിക്കുന്ന തർക്കശാസ്ത്രത്തിന് വേലികെട്ടുകയാണ് ചെയ്തതെന്ന് കാൾ മാർക്സ് ഹെഗലിനെ വിമർശിക്കുന്നുണ്ട് (Marx, *Contribution to the Critique of Hegel's Philosophy of Law*). മനുഷ്യരെയും അവരുടെ യഥാർഥ ചിന്തകളെയും ഹെഗൽ ശുദ്ധമായ വ്യക്തിയതീതവും, സ്വഭാവരഹിതവുമായ കേവലസത്യങ്ങളിലേക്ക് പരിവർത്തിപ്പിക്കുകയാണ് ചെയ്തത്. ഹെഗലിന്റെ ആശയവാദപരമായ പരിമിതികൾ മറികടക്കാൻ മാർക്സും പിന്നീട് മാർക്സിനെ പിന്തുടർന്നുവന്ന ചരിത്രപരമായ ഭൗതികവാദികളും വൈരുധ്യവാദത്തെ സാമൂഹികയാഥാർഥ്യവുമായി ചേർത്തുകൊണ്ട് ഭൗതികവാദപരമാക്കാനാണ് ശ്രമിച്ചത്. ഹെഗൽ ലോജിക്കിനെ (തർക്കശാസ്ത്രത്തെ) പരമമായ രൂപമായി (absolute form) കാണുകയും അതുവഴി ജീവിതവുമായി ബന്ധപ്പെട്ട എല്ലാറ്റിനെയും അതിൽ നിന്നുള്ള ഉപവിഭാഗമായും കണക്കാക്കി. എന്നാൽ കാൾ മാർക്സിന്റെ ഭൗതികവാദപരവും ചരിത്രപരവുമായ ഭൗതികവാദം ഹെഗലിയൻ ഡയലക്ടിക്സിനെ മറ്റൊരു രീതിയിൽ പരിവർത്തിപ്പിച്ചു കൊണ്ട് സാമൂഹികമാറ്റത്തെ വ്യാഖ്യാനിക്കാനും മാറ്റിത്തീർക്കാനും ഉപയുക്തമാക്കാമെന്ന് അനുമാനിച്ചു. മാർക്സ്, എംഗൽസ്, ലെനിൻ എന്നിവരുടെ അപഗ്രഥനങ്ങൾ 'തർക്കശാസ്ത്രത്തെ' ഭൗതികവാദപരമായ ജ്ഞാനസമ്പാദനശാസ്ത്രമാക്കാനാണ് ശ്രദ്ധിച്ചത്. അതുകൊണ്ട് തത്വചിന്തയുടെ ഭാഗമായി ഉയർന്നുവന്ന തർക്കശാസ്ത്രത്തെ വേറിട്ട് കാണുന്ന രീതിയിൽ നിന്ന് വിഭിന്നമായി 'ശാസ്ത്രീയ രീതി' എന്ന ഗണത്തിലേക്ക് വെട്ടിച്ചുരുക്കുന്ന സമീപനത്തിൽ കലാശിച്ചു എന്നു പറയാം. എങ്കിലും പിന്നീട് മാർക്സിസ്റ്റ് ഭൗതിക

മാർക്സ്

വാദസമീപനം വികസിപ്പിക്കുന്നതിൽ ഗണ്യമായ പങ്ക് വഹിച്ച എഴുത്തുകാർ ഡയലക്ടിക്സിനെ അപഗ്രഥനത്തിനുള്ള ഉപകരണമാക്കി (tool) പല നിഗമനങ്ങളിലും എത്തിയതായി നമുക്ക് കാണാൻ കഴിയും. നവ-മാർക്സിസത്തിന്റെ പ്രയോക്താക്കളും ആധുനികോത്തര മാർക്സിസ്റ്റ് ചിന്തകരും ഭൗതികവാദഡയലക്ടിക്സിനെ (Materialist Dialectics) ഉപയോഗിച്ച് സംസ്കാരത്തെയും നാഗരികതയെയും വിശകലനം ചെയ്ത് വലിയ സംഭാവനകൾ നൽകിയിട്ടുണ്ട്.

സഹായഗ്രന്ഥങ്ങൾ

1. Irving M.Copi, Introduction to Logic
2. L. Susan Stebbing, Modern Elementary Logic
3. Evald Ilyankov, Dialectical Logic

6

നൈതികശാസ്ത്രം
Ethics

നീതിയെ സംബന്ധിക്കുന്ന ഉൽക്കണ്ഠകൾ എക്കാലത്തും മനുഷ്യമനസിനെ അസ്വസ്ഥപ്പെടുത്തിയിട്ടുണ്ട്. നീതിയെന്നാൽ എല്ലാ മനുഷ്യർക്കും ജീവിക്കാനുള്ള അവകാശം തന്നെയാണ്. ന്യായം (fairness) നീതി (justice) എന്നിങ്ങനെ എന്നും മനുഷ്യർക്കിടയിൽ സംവാദത്തിന് വിധേയമായ തത്വങ്ങൾ തന്നെയാണ് നൈതികശാസ്ത്രത്തിന്റെയും വിഷയമായിത്തീരുന്നത്. 'Ethos', എന്ന ഗ്രീക്ക്പദത്തിൽ നിന്നാണ് Ethics എന്ന വാക്കിന്റെ ഉത്ഭവം. Ethos എന്നാൽ 'സ്വഭാവം' 'ശീലം' 'പെരുമാറ്റം' എന്നെല്ലാം സന്ദർഭത്തിനനുസരിച്ച് അർഥങ്ങൾ ഉണ്ട്. യഥാർഥത്തിൽ ഒരു വ്യക്തിയുടെയോ സമൂഹത്തിന്റെയോ സ്വഭാവം അഥവാ പെരുമാറ്റം എങ്ങനെയെന്നും എന്തായിരിക്കണമെന്നും പഠിക്കുന്ന വിഷയമാണ് നൈതികശാസ്ത്രം അഥവാ ധർമശാസ്ത്രം. സന്മാർഗശാസ്ത്രമെന്നും ചിലർ എതിക്സിന് പരിഭാഷ നൽകാറുണ്ട്.

നല്ല (good) കാര്യങ്ങൾ എന്താണ്? ശരിയായ (right) കാര്യങ്ങൾ എന്താണ്? നല്ലതും ചീത്തയും എങ്ങനെയാണ് വ്യവച്ഛേദിക്കുന്നത്? നല്ലത് എപ്പോഴും നല്ലതും ചീത്ത എപ്പോഴും ചീത്തയും ആണോ? ശരിയായ സ്വഭാവം എന്നാൽ എന്താണ്. എങ്ങനെയാണ് ശരിയായ പെരുമാറ്റത്തെ തെറ്റായ പെരുമാറ്റത്തിൽ നിന്നും വേർതിരിക്കുക? നീതിയെക്കുറിച്ചുള്ള പഠനവും ധർമശാസ്ത്രവും ഒന്നുതന്നെയാണോ? നീതിനിർവഹണം നിയമവ്യവസ്ഥയുമായി ബന്ധപ്പെടുന്നത് എങ്ങനെയാണ്. നിയമവ്യവസ്ഥയ്ക്ക് ശാശ്വതമായ സാധൂകരണമുണ്ടോ? വ്യക്തിപരമായ ശരിയും സാമൂഹികമായ ശരിയും വ്യത്യസ്തമാണോ? എന്താണ് വ്യക്തിഗത നന്മയെ സാമൂഹികനന്മയിൽ നിന്ന് വേർതിരിക്കുന്നത്? ഇത്തരത്തിൽ മൂല്യവ്യവസ്ഥയുമായി ബന്ധപ്പെട്ട നിരവധി ചോദ്യങ്ങൾ എന്നും മനുഷ്യർ ചോദിക്കാറുണ്ട്. മൂല്യശാസ്ത്രം (Axology) എന്നാൽ മൂല്യങ്ങൾ

(values) പഠനവിധേയമാക്കുന്ന ശാസ്ത്രം അഥവാ ചിന്താപദ്ധതി എന്നാണ് ഉദ്ദേശിക്കുന്നത്.

തത്വചിന്താപഠനത്തിൽ മൂല്യപഠനങ്ങളും നൈതികപഠനങ്ങളും എന്നും പ്രബലസ്ഥാനത്താണ് നിലയുറപ്പിച്ചത്. പ്ലേറ്റോയുടെ *റിപ്പബ്ലി ക്കിൽ* നല്ലതെന്താണെന്ന ചോദ്യമാണ് നല്ല ഭരണസംവിധാനത്തിന്റെ തന്നെ അടിത്തറയായി മാറുന്നത്. പ്ലേറ്റോ ദാർശനികനായ ഭരണാധി കാരി (Philosopher king) എന്ന ആശയത്തിലെത്തിച്ചേർന്നത് നന്മയെയും ശരിയെയും സംബന്ധിക്കുന്ന അദ്ദേഹത്തിന്റെ നിരീക്ഷണങ്ങളിൽ നിന്നാ ണ്. സ്വകാര്യസ്വത്തും സ്വകാര്യകുടുംബവും മനുഷ്യരെ സ്വാർഥരാക്കു ന്നതായി പ്ലേറ്റോ നിരീക്ഷിച്ചു. 'ഞാൻ' മാത്രമായി ഒരാൾ ചുരുങ്ങുന്നത് 'എന്റെ' എന്ന നിലപാട് ശക്തി പ്രാപിക്കുമ്പോഴാണ്. അതുകൊണ്ട് 'ഞാൻ' സമൂഹത്തിലെ 'ഞാനായി' അഥവാ എല്ലാവരിലും ഒരാളായി സ്വാർഥരഹിതജീവിതത്തിലേക്ക് എത്തുമ്പോഴാണ് അദ്ദേഹം രാജ്യം ഭരി ക്കാൻ അർഹത നേടുന്നത്. എന്താണ് നല്ലത്? എന്താണ് നാം നിർബ ന്ധമായും ചെയ്യേണ്ടത്? (What ought to be done?) നമ്മുടെ നിലനി ൽപ്പിനും രക്ഷക്കും അതിജീവനത്തിനും സമൂഹം നിർബന്ധമായും ചെയ്യേണ്ടതെന്താണ്? What ought to be done? And what ought not to be done? ഇങ്ങനെ ചെയ്യേണ്ടതും ചെയ്യരുതാത്തതും നിർണയിക്കുന്ന മൂല്യവ്യവസ്ഥയുടെ പഠനം പ്രാചീന കാലം മുതൽ തത്വചിന്തയുടെ ഭാഗമായി.

അരിസ്റ്റോട്ടിൽ രചിച്ച ഏതാനും കൃതികൾ അദ്ദേഹത്തിന്റെ മക നായ നിക്കോമാക്കസ് (Nicomachus) സമാഹരിച്ചതിനാൽ അതിനെ 'നിക്കോമാക്കിയൻ എതിക്സ്' (Nicomachean Ethics) എന്ന പേരിലാണ് അറിയപ്പെടുന്നത്. (അരിസ്റ്റോട്ടിലിന്റെ അച്ഛന്റെ പേരും നിക്കോമാക്കസ് എന്നു തന്നെയായിരുന്നു).

നല്ല ജീവിതത്തെക്കുറിച്ചുള്ള പ്രായോഗികപ്രശ്നങ്ങളായിരുന്നു അരി സ്റ്റോട്ടിലിനെ അലട്ടിയിരുന്നത്. അതുകൊണ്ട് പാശ്ചാത്യനിയമ നിർമാ ണത്തിലും മതശാസ്ത്രത്തിലും (Theology) 'നിക്കോമാക്കിയൻ എതി ക്സിന്റെ' സ്വാധീനമുണ്ടെന്ന് കാണാം. സുഖജീവിതം അല്ലെങ്കിൽ സന്തോഷം (Eudaimonia) ആണ് എല്ലാ ധാർമിക ചിന്തയുടെയും അടി സ്ഥാനമെന്ന് അരിസ്റ്റോട്ടിൽ സിദ്ധാന്തിച്ചു. സുഖജീവിതമെന്നാൽ എന്താ ണ്. ആരുടെ സുഖജീവിതം? ഗ്രീക്കിലെ അഥവാ ഏഥൻസിലെ ഭരണ വർഗമായ 'ഗാർഡിയൻമാരുടെ' മാത്രമാണോ? അല്ലെങ്കിൽ അവിടെ ജോലി ചെയ്തിട്ടും ജീവിതം അസാധ്യമായിരുന്ന അടിമകൾക്കും (Slaves) ബാധകമായിരുന്നോ? പ്രായോഗികപ്രശ്നങ്ങൾക്ക് അരിസ്റ്റോ ട്ടിൽ ഊന്നൽ കൊടുത്തെങ്കിലും സ്ത്രീകളെ സംബന്ധിച്ചും അടിമ ത്തത്തെ സംബന്ധിച്ചും സ്വീകരിച്ച നിലപാട് എന്തായിരുന്നു? തത്വങ്ങളെ (philosophemes) കുറിച്ചുള്ള സംവാദങ്ങൾ എന്തുകൊണ്ട് എല്ലാവരുടേ തുമായ സാർവത്രികമാനം കൈവരിക്കുന്നില്ല? എന്തുകൊണ്ട് പ്രത്യേകം

വ്യക്തികളുടെതും, വിഭാഗങ്ങളുടെതും മാത്രമായി പലപ്പോഴും സങ്കോചിച്ചു പോവുന്നു?

നൈതികശാസ്ത്രത്തിലെ പഠനങ്ങൾ ധാർമികമായ നന്മ (moral virtue) യാണ് മുഖ്യമായും പ്രതിപാദിക്കുന്നത്. ധാർമികമായ നന്മ അഥവാ ധർമം എന്നാൽ ഒരു നല്ല സമൂഹത്തിൽ ഓരോ നല്ല വ്യക്തിയും അനിവാര്യമായും ചെയ്തിരിക്കേണ്ട കാര്യം എന്നുതന്നെയാണ് ഉദ്ദേശിക്കുന്നത്. ഒരു നല്ല വ്യക്തിയാരാണ്? എന്താണ് നല്ല വ്യക്തിത്വം. വസ്തുലോകം ആഗ്രഹിക്കുന്നത് അനന്തമായി തുടരും. ഒരിക്കലും ഏതെങ്കിലും ഒരു വസ്തുവിന്റെ ആവശ്യം അഥവാ മോഹം ഉൽപ്പാദിപ്പിക്കുന്ന ആവശ്യം അവസാനിക്കുന്നില്ല. അതുകൊണ്ട് ഭൗതികമായ താൽക്കാലിക ആവശ്യങ്ങളെ സംബന്ധിക്കുന്ന മോഹത്തേക്കാളുപരി ഒരു പരമമായ നന്മ മനുഷ്യൻ ലക്ഷ്യമാക്കുന്നുണ്ട്. അതുകൊണ്ട് ബാഹ്യലോകത്തിൽ കാണുന്ന വസ്തുക്കളോടുള്ള മോഹത്തിനപ്പുറം പരമമായ നന്മക്കു വേണ്ടിയുള്ള ത്വര മനുഷ്യരിൽ അന്തർഭവിച്ചിട്ടുണ്ടെന്നാണ് അരിസ്റ്റോട്ടിൽ കരുതിയത്. എങ്കിലും പ്രായോഗികജീവിതത്തിൽ സ്വീകരിക്കുന്ന നിലപാടുകൾ അരിസ്റ്റോട്ടിൽ നിർണായകമായി കണ്ടിരുന്നു. ഉദാഹരണമായി പണം അനാവശ്യമായി ചെലവാക്കുന്നതും ആവശ്യത്തിന് ചെലവാക്കാതെ പിശുക്ക് (stinginess) കാണിക്കുന്നതും അധാർമികമാണ്. അതിനിടയിൽ ഉദാരത (generosity) സ്വീകാര്യമായ ധാർമികനിലപാടാണ്. അതായത് ആർക്കും ഗുണമില്ലാത്ത വിധം പണം ധൂർത്തടിക്കുന്നത് തെറ്റാണ്. അതുപോലെ ആവശ്യത്തിന് ചെലവാക്കാൻ മടികാണിക്കുന്ന പിശുക്കും തെറ്റാണ്. ഇതിനിടയിലാണ് ഉദാരസമീപനം നല്ലതായി തീരുന്നത്.

ഇമ്മാനുവൽ കാന്റ് നൈതികശാസ്ത്രത്തെ 'നിരുപാധിക ആജ്ഞ' (categorical imperative) എന്നാണ് വിശേഷിപ്പിക്കുന്നത്. അതായത് യഥാർഥ നൈതികത ഏതെങ്കിലും താൽപ്പര്യത്തിൽ അധിഷ്ഠിതമല്ല. താൽപ്പര്യം (interest) ഉണ്ടാവുന്നത് മിക്കവാറും ഓരോ സന്ദർഭത്തിൽ ഉണ്ടാവേണ്ട നേട്ടമനുസരിച്ചാണ്. എന്നാൽ യഥാർഥ നന്മ സന്ദർഭങ്ങൾക്കും ലാഭനഷ്ടങ്ങൾക്കുമപ്പുറം എപ്പോഴും നന്മയായി തുടരും. അതുകൊണ്ട് താൽപ്പര്യരഹിത (disinterest) മായ ഒരുതരം ത്വരയാണ് നീതിയുടെ കാര്യത്തിൽ മനുഷ്യമനസ്സിനെ ഉണർത്തുന്നത്.

വഴിയിൽ ഒരു പണസഞ്ചി (money purse) കണ്ടാൽ പോലീസിനെ ഭയന്നോ, നാട്ടുകാരെ ഭയന്നോ ഒരാൾ അത് വേണ്ടെന്ന് വെക്കാം. അതിനപ്പുറം സ്വന്തം മന:സാക്ഷി 'അത് എടുക്കരുത്, 'അന്യന്റേതാണ്' എന്ന് ഒരാളോട് പറയുമ്പോഴാണ് അയാൾ 'നിരുപാധിക ആജ്ഞ' (categorical imperative) ക്ക് വിധേയമാവുന്നത്. ധാർമികനിയമം സംശയരഹിതമായ ഒരു ആന്തരികത്വരയായാണ് കാന്റ് കണക്കാക്കിയത്. എല്ലാവർക്കും എപ്പോഴും ബാധകമായ ഒരുതരം ആന്തരികപ്രേരണയാണ് നൈതിക

നിയമങ്ങളെ നിലനിർത്തുന്നത്. കാരണം നന്മയില്ലാതെ മനുഷ്യന് നില നിൽപ്പ് പോലും സാധ്യമല്ല.

നൈതികശാസ്ത്രം (Ethics) ധാർമികത (morlaity) യിൽ നിന്നും വ്യത്യസ്തമാണ്. നൈതികശാസ്ത്രത്തിൽ ധാർമികത ഉൾപ്പെടെയുള്ള മനുഷ്യസ്വഭാവങ്ങളുമായി ബന്ധപ്പെട്ട മൂല്യങ്ങളുടെ വിശകലനമാണ് നടക്കുന്നത്. എന്നാൽ ധാർമികത (morality) പെരുമാറ്റത്തിന്റെ മാന ദണ്ഡം അഥവാ നല്ലതും ചീത്തയുമായ പെരുമാറ്റത്തെക്കുറിച്ചാണ് പ്രതി പാദിക്കുന്നത്. നൈതികശാസ്ത്രം ധാർമികതയുമായി ബന്ധപ്പെട്ട തത്വ ങ്ങളാണ് വിശകലനം ചെയ്യുന്നത്. നല്ലതും ചീത്തയുമായ പെരുമാറ്റ ത്തെയോ സ്വഭാവത്തെയോ നിർണയിക്കാൻ മാത്രമല്ല. മറിച്ച് ധർമശാ സ്ത്രപരമോ, നീതിയുക്തമോ ആയ ചിന്തയുടെ അടിസ്ഥാനതത്വങ്ങളും മൂല്യബോധത്തിന്റെ അടിത്തറയും അപഗ്രഥിച്ചുകൊണ്ടാണ് നൈതിക ശാസ്ത്രം നിലനിൽക്കുന്നത്.

നൈതികശാസ്ത്രം പൊതുവെ മൂന്ന് ഭാഗങ്ങളായാണ് വിഭജിക്കാ റുള്ളത്. (1)വിവരണാത്മക നൈതികശാസ്ത്രം (Descriptive Ethics) (2) മാനകനൈതികശാസ്ത്രം (Normative Ethics) (3) അപഗ്രഥനാത്മക നൈതികശാസ്ത്രം (Analytical Ethics).

വിവരണാത്മക നൈതികശാസ്ത്രം:

ഈ ശീർഷകം സൂചിപ്പിക്കുന്നതുപോലെ വിവരണങ്ങൾ നൽകുന്ന രീതിയാണ് ഒരു വിഭാഗം ദാർശനികരും നൈതികവിദഗ്ധരും സ്വീകരി ക്കുന്നത്. സാമൂഹ്യശാസ്ത്രപരമായ നിലപാടാണ് ഇവിടെ അടിസ്ഥാന മാക്കുന്നത്. സംഭവിക്കുന്ന കാര്യങ്ങൾ നിരീക്ഷണവിധേയമാക്കി വിശ ദീകരിക്കുകയും അതിന്റെ അടിസ്ഥാനത്തിൽ നന്മ/തിന്മയെ സംബന്ധി ക്കുന്ന വിവരണം നൽകുകയും ചെയ്യുകയാണ് ഇവർ നിർവഹിക്കുന്ന ത്. മൂല്യനിരപേക്ഷമായ (value-free) നിലപാടാണ് വിവരണാത്മക രീതി യിൽ അവലംബിക്കുന്നത്. ശരി/തെറ്റ്, നന്മ/തിന്മ മുതലായ മുൻവിധി കളൊന്നും കൂടാതെ യഥാർഥത്തിൽ സംഭവിച്ച പെരുമാറ്റങ്ങളും സ്വഭാ വങ്ങളും സംഭവങ്ങളും വിശദമാക്കിക്കൊണ്ട് മനുഷ്യന്റെ ധാർമികതയെ ക്കുറിച്ച് പ്രതിപാദിക്കുകയാണ് വിവരണാത്മകനൈതിക ശാസ്ത്രം (Descriptive Ethics) നിർവഹിക്കുന്ന ദൗത്യം.

മാനകനൈതികശാസ്ത്രം (Normative Ethics)

ധാർമികതയുടെ അടിസ്ഥാനത്തിൽ ഒരാൾ എങ്ങനെ പെരുമാറണ മെന്നതാണ് മാനകനൈതിക ശാസ്ത്രം പ്രതിപാദിക്കുന്നത്. മനുഷ്യപ്ര യോഗങ്ങളിലെ ശരിതെറ്റുകളെ സംബന്ധിക്കുന്ന മാനകം അഥവാ അളവ് നിർണയിക്കുന്നതു കൊണ്ടാണ് മാനകനൈതിക ശാസ്ത്രമെന്ന് പ്രതി പാദിക്കുന്നത്. വധശിക്ഷ എന്ന സങ്കൽപ്പം എത്രമാത്രം നൈതികമായി ന്യായീകരിക്കാൻ കഴിയുമെന്നാണ് മാനകനൈതിക ശാസ്ത്രത്തിൽ പരി

ഗണിക്കുക. എന്നാൽ വിവരണാത്മക നൈതികശാസ്ത്രത്തിൽ വധ ശിക്ഷ ലഭിച്ചവർക്ക് അതിനർഹതയുണ്ടോ, അവരുടെ ശിക്ഷ കൊണ്ട് ഉണ്ടാവുന്ന പ്രതിഫലനങ്ങളെന്തായിരിക്കും മുതലായവയാണ് വിശക ലന വിധേയമാവുക.

മാനക നൈതികശാസ്ത്രത്തിൽ ധാർമികതത്വങ്ങളെ സംബന്ധി ക്കുന്ന സിദ്ധാന്തങ്ങൾ (theories) ഒരുവശത്തും ധാർമികപ്രവർത്തനങ്ങൾ (moral actions) മറുവശത്തുമായി പഠിക്കപ്പെടുന്നു. നൈതികശാസ്ത്ര വുമായി ബന്ധപ്പെട്ട് ഇന്ന് നിരവധി സിദ്ധാന്തങ്ങൾ ഉയർന്നുവന്നിട്ടുണ്ട്. അരിസ്റ്റോട്ടിൽ മുതൽ ആധുനികാനന്തര നൈതികസിദ്ധാന്തങ്ങൾ വരെ ഇതിന്റെ ഭാഗമാണ്. നല്ലതോ ചീത്തയോ ആയി കാര്യങ്ങളെ വ്യവച്ഛേദി ക്കുകമാത്രമല്ല നല്ലതും ചീത്തയുമായ പ്രവർത്തനങ്ങളുടെയും പെരു മാറ്റങ്ങളുടെയും (conducts) അടിത്തറയും അടിസ്ഥാനനിലനിൽപ്പും ബന്ധങ്ങളും മനുഷ്യമനസ്സിന് എപ്പോഴും അന്വേഷണവിഷയമായി നില നിൽക്കുന്നു.

അപഗ്രഥനാത്മകനൈതികശാസ്ത്രം (Analytical Ethics)

ജി ഇ മൂർ

നൈതികയുക്തിയെ പിന്തുണക്കുന്ന ആശയങ്ങളെ അപഗ്രഥിക്കുന്ന രീതി തത്വ ചിന്തയിൽ എന്നും നിലനിന്നിരുന്നു. ദൈനം ദിന പ്രായോഗികനൈതികതയിൽ നിന്ന് വിഭിന്നമായി ചിന്തയുടെ അടിസ്ഥാനമായി കണക്കാക്കുന്ന തത്വങ്ങളെ വിശ്ലേഷണം ചെയ്യുകയാണ് ഇവിടെ ലക്ഷ്യമാക്കുന്നത്. അതുകൊണ്ട് അപഗ്രഥനാത്മകനൈതിക ശാസ്ത്രത്തെ 'അതിനൈതീകത' (Meta ethics) എന്നും പറയാറുണ്ട്. ഭാഷാപഠന ത്തിൽ 'അതിഭാഷാപഠനം' (meta language) എന്ന് പറയുന്നതുപോലെ ഇവിടെ നൈതികതയുടെ അടിത്തറയായി നിൽക്കുന്ന സങ്കൽപ്പനങ്ങളെയും ആദർശങ്ങളെയും വിശകലനവിധേയമാക്കുകയാണ്. അതിനുവേണ്ടി ഉയർത്തുന്ന പല ചോദ്യങ്ങളും ജി ഇ മൂർ (G.E.Moore, 1873-1958) അദ്ദേഹത്തിന്റെ *Principia Ethica* എന്ന കൃതിയിൽ വിശകലനവിധേ യമാക്കുന്നുണ്ട്. അതിനൈതീകതയിൽ മൂന്ന് പ്രശ്നങ്ങളാണ് മുഖ്യമായും ഉയർത്തുന്നത്.

1) ധർമശാസ്ത്രപരമായ പദങ്ങളുടെ (moral terms) അർഥമെന്താണ്?
2) ധാർമിക നിർണയങ്ങളുടെ സ്വഭാവമെന്താണ്?
3) ധാർമിക നിർണയങ്ങളെ സാധൂകരിക്കുന്നതിന്റെ അടിസ്ഥാനമെ ന്താണ്?

ഈ മൂന്ന് ചോദ്യങ്ങളും പല വിധത്തിൽ വ്യാഖ്യാനിച്ച നിരവധി ദാർശനികരും അവരുടെ പാഠങ്ങളും തത്വചിന്താപഠനത്തിന്റെ ഭാഗമാണ്. നല്ല മനുഷ്യനാവുക, ചീത്തമനുഷ്യനായി എന്നെല്ലാം എളുപ്പം വിധിയെഴുതുന്നവരുണ്ട്. എന്നാൽ 'നല്ല', 'ചീത്ത' എന്നീ പദങ്ങൾക്ക് യഥാർഥത്തിൽ വലിയ ആഴവും പരപ്പും ഉണ്ടെന്ന യാഥാർഥ്യം മറക്കരുത്. അതുകൊണ്ട് മനുഷ്യസമൂഹത്തിലെ സന്തോഷകരമായ രമ്യാവസ്ഥ ലക്ഷ്യമാക്കുന്ന ഏത് ദാർശനികാന്വേഷണത്തിലും നൈതികതയുമായി ബന്ധപ്പെട്ട അപഗ്രഥനങ്ങൾ മൗലികമായ കർത്തവ്യമാണ്. ഇന്ന് ലോകവ്യാപകമായി 'നൈതികശാസ്ത്രം' വിദ്യാഭ്യാസപദ്ധതിയുടെ തന്നെ ഭാഗമാക്കി പഠനവിഷയമാക്കിക്കൊണ്ടിരിക്കുകയാണ്. കാരണം സമൂഹജീവിതത്തിന്റെ മൂലക്കല്ലായി (corner stone) തീരേണ്ട 'നൈതികത' അപ്രത്യക്ഷമായാൽ മനുഷ്യരുടെ സാമൂഹികമായ അസ്തിത്വം തന്നെ ഇല്ലാതാവും. അതുകൊണ്ട് നൈതികശാസ്ത്രം കൂടുതൽ താൽപ്പര്യത്തോടുകൂടി പഠിക്കേണ്ട ഒരു സന്ദർഭമാണ് വർത്തമാനകാലം. ധാരാളം നിരീക്ഷണങ്ങൾ ദാർശനികർ അവരുടെ രചനകളിലൂടെ ഈ വിഷയത്തിൽ മുന്നോട്ടു വെച്ചിട്ടുണ്ട്. അവ താൽപ്പര്യമനുസരിച്ച് പഠിക്കുന്നതിനുള്ള ഹ്രസ്വമായ ഒരാമുഖം മാത്രമാണ് ഇവിടെ നൽകിയിട്ടുള്ളത്.

7

ആഗമനവും നിഗമനവും
Induction and Deduction

തർക്കശാസ്ത്രത്തിലെ പ്രധാനപ്പെട്ട രണ്ട് രീതികൾ ആഗമനവും(Induction) നിഗമനവും (deduction)ആണ്. തർക്കശാസ്ത്രത്തിന്റെ ഉപജ്ഞാതാവായി അറിയപ്പെടുന്ന അരിസ്റ്റോട്ടിൽ യുക്തിഭദ്രമായ ചിന്തക്ക് വേണ്ടിയാണ് തർക്കരൂപങ്ങൾ (arguments)വിഭാവനം ചെയ്തത്. അരിസ്റ്റോട്ടലിന്റെ തർക്കശാസ്ത്രത്തിന്റെ അടിസ്ഥാനം രൂപപരമായ യുക്തിയായിരുന്നു. അതായത് തർക്കങ്ങളിൽ വൈരുധ്യങ്ങൾ ഉണ്ടാവരുതെന്ന നിലപാടാണ് രൂപപരമായ തർക്കശാസ്ത്രത്തിന്റെ അടിസ്ഥാനം. അരിസ്റ്റോട്ടിലും തുടർന്ന് ലൈബ്നിസ് മുതലായ ചിന്തകരും രൂപപരമായ തർക്കശാസ്ത്രത്തെ പൂർണമായി പിന്തുണച്ചു, രൂപപരമായ(formal) പൊരുത്തം (consistancy) പരിശോധിച്ചുകൊണ്ട് സത്യത്തിലേക്ക് അഥവാ സത്യസന്ധമായ നിഗമനത്തിലേക്ക് എത്തിച്ചേരാമെന്ന സങ്കൽപ്പമാണ് ഇതിന്റെ പിന്നിലുള്ളത്.

രൂപപരമായ തെളിവും നിഗമനവും

നിഗമനം (Deduction) എന്നാൽ തന്നിട്ടുള്ള പ്രമേയങ്ങളിൽ നിന്നും (From the given premises) നിഗമനത്തിലെത്തുകയെന്നാണ്. ഗോട്ട്ഫ്രെഡ് വില്യം ലൈബ്നിസ് (Gottfried William Leibnitz, 1646-1716) അരിസ്റ്റോട്ടിലിന്റെ രൂപപരമായ തർക്കശാസ്ത്രത്തെ പിന്തുണച്ച ഗണിതശാസ്ത്രജ്ഞനും തത്വചിന്തകനുമായിരുന്നു. അദ്ദേഹം രൂപപരമായ നിഗമന തർക്കരൂപങ്ങളെ ന്യായീകരിച്ചുകൊണ്ട് എഴുതിയത് ഇപ്രകാരമാണ്.

> For as one may feel sure that a chain will hold when he is assured that each separate link is of good material and that it

> clasps the two neighbouring links, viz., the one preceding and the one following it, so we may be sure of the acuracy of the reasoning when the matter is good, that is to say, when nothing doubtful enters into it, and when the form consists in a perpectual cancatenation of truths which allows of no gap (Irving. M. Copi, p.287).

ഒരു ചങ്ങല പൊട്ടാതിരിക്കണമെങ്കിൽ, അഥവാ ഭദ്രമായിരിക്കണമെങ്കിൽ ആ ചങ്ങലയിലെ കണ്ണികൾ ഓരോന്നും നല്ല വസ്തുക്കൾ കൊണ്ട് ഉണ്ടാക്കിയതാണെന്നും അവ പരസ്പരം നല്ല പിടിത്തം അഥവാ ഗാഢാശ്ലേഷം പുലർത്തുന്നുണ്ടെന്നും ഉറപ്പുവരുത്തണമെന്നാണ് ലൈബ്നിസ് പറയുന്നത്. മാത്രമല്ല സംശയമുള്ള കണ്ണികളുണ്ടായാൽ ചങ്ങലയുടെ ഭദ്രതയിലും സംശയം അനിവാര്യമാണ്. ലൈബ്നിസിന് യന്ത്രഘടന (mechanism) യിലായിരുന്നു താൽപ്പര്യമെന്ന് ആത്മകഥാപരമായ രചനയിൽ പറയുന്നുണ്ട്. അതേസമയം യന്ത്രഘടനയുടെ പൂർണവ്യാഖ്യാനം ഗണിതശാസ്ത്രം കൊണ്ട് അസാധ്യമാണെന്ന നിഗമനത്തിലാണ് അദ്ദേഹം അതിഭൗതികത്തിലേക്ക് (metaphysics) തിരിഞ്ഞതെന്നും സ്വയം പ്രഖ്യാപിക്കുന്നുണ്ട്. ലൈബ്നിസ് അദ്ദേഹത്തിന്റെ പുസ്തകത്തിൽ (Monadology)പറയുന്നത് ഇങ്ങിനെയാണ്: "നമ്മുടെ യുക്തി രൂപങ്ങൾ രണ്ട് മഹത്തായതത്വങ്ങളെ അവലംബിച്ചാണ് നിലനിൽക്കുന്നത്; വൈരുധ്യതത്വവും, ഉചിതമായ യുക്തിയും." ലൈബ്നിസിന്റെ സത്താസങ്കൽപ്പവും പ്രപഞ്ചസങ്കൽപ്പവും യഥാർഥത്തിൽ അദ്ദേഹത്തിന്റെ തർക്കരൂപവുമായി ബന്ധപ്പെട്ടാണ് വികസിച്ചതെന്ന് കാണാം.

ഒരു നിഗമനതർക്കരൂപത്തെ നിർവചിക്കുന്നത് ഇപ്രകാരമാണ്:

ഒരു നിഗമനതർക്കരൂപം നിഗമനത്തിന്റെ (conclusion)സത്യത്തിന് വേണ്ട നിർണായകമായ തെളിവുകൾ നൽകുന്ന പ്രസ്താവങ്ങൾ (premises) മുന്നോട്ട് വെക്കുന്നതായാണ് നിർവചിക്കുന്നത്. എന്നാൽ ഒരു സാധുവായ നിഗമനതർക്കരൂപത്തെ നിർവചിക്കുന്നത് മറ്റൊരുവിധത്തിലാണ്. നിഗമനതർക്കരൂപങ്ങളിൽ നിഗമനം (conclusion) തെറ്റും പ്രമേയങ്ങൾ (premises) ശരിയുമാകൽ അസാധ്യമാണ്.

1 സസ്തനങ്ങൾ കുട്ടികളെ പ്രസവിക്കുന്നു.

2. ആട് ഒരു സസ്തനമാണ്.

3. ആട് കുഞ്ഞുങ്ങളെ പ്രസവിക്കുന്നു.

ഇവിടെ ഒന്നും രണ്ടും വാക്യങ്ങൾ പ്രമേയങ്ങളാണ്. അഥവാ നിഗമനത്തിനാവശ്യമായ തെളിവാണ്. ഒന്നും രണ്ടും നൽകുന്ന ഉത്തരം അഥവാ നിഗമനം ആട് കുഞ്ഞുങ്ങളെ പ്രസവിക്കുമെന്നാണ്. നിഗമനം അതായത് 'ആട്' കുഞ്ഞുങ്ങളെ പ്രസവിക്കുന്നു എന്നത് തെറ്റും ഒന്നും രണ്ടും തർക്കവാക്യങ്ങൾ (propositions) ശരിയുമാകാൻ സാദ്ധ്യമല്ലെ

ന്നാണ് ചുരുക്കം. അതായത് എപ്പോഴും തർക്കത്തിന്റെ രൂപം ശരിയാണെങ്കിൽ നിഗമനവും ശരിയായിരിക്കും.

അതിസ്റ്റോട്ടിലിനെ തുടർന്ന് രൂപപ്പെട്ട തർക്കരൂപങ്ങൾ മുഖ്യമായും നിർണായകവാക്യങ്ങൾ (Categorical propositions) ഉപയോഗിച്ചാണ് ചർച്ചചെയ്യുന്നത്.

നിർണായകതർക്കവാക്യങ്ങൾ (Categorical propositions)

രണ്ട് ഗണങ്ങളോ വർഗങ്ങളോ തമ്മിലുള്ള ബന്ധത്തെ പൂർണമായോ, ഭാഗികമായോ സ്ഥാപിക്കുകയോ നിഷേധിക്കുകയോ ചെയ്യുന്ന പ്രസ്താവത്തെയാണ് നിർണായകതർക്കവാക്യം (categorical propostion) എന്ന് താർക്കികർ (Logicians) വിളിക്കുന്നത്. അതുകൊണ്ട് ഇത്തരം പ്രസ്താവങ്ങൾ അഥവാ തർക്കവാക്യങ്ങൾ ഒന്നുകിൽ ശരിയോ, അല്ലെങ്കിൽ തെറ്റോ ആയിരിക്കും. ഇവിടെ ഒരു വർഗമെന്ന് പറയുന്നത് പൊതുസ്വഭാവമുള്ള വസ്തുക്കളുടെ സഞ്ചയം എന്ന അർഥത്തിലാണ്.

'ചില വക്കീലന്മാർ കളവ് പറയുന്നവരാണ്' എന്ന നിർണായകതർക്കവാക്യത്തിൽ വക്കീൽ (Advocate) എന്ന ഒരു വർഗവും കളവ് പറയുന്നവര് (liars) എന്ന മറ്റൊരു വർഗവുമാണ് ബന്ധപ്പെടുന്നത്. ഇവിടെ Some Advocates are liars എന്നതിൽ കുറച്ച് (Some) എന്നത് വക്കീൽ വർഗത്തിന്റെ അളവിനെയാണ് സൂചിപ്പിക്കുന്നത്. കുറച്ച് എന്നതിന് ഇവിടെ ചുരുങ്ങിയത് ഒരാളെങ്കിലും എന്നാണ് ധ്വനി. അതായത് ഒരു വക്കീലെങ്കിലും കളവ് പറയും എന്നാണ് ഉദ്ദേശിക്കുന്ന സന്ദേശം.

തർക്കവാക്യങ്ങളിലുപയോഗിക്കുന്ന വർഗത്തിന്റെ അളവിന്റെ (quantity) അടിസ്ഥാനത്തിൽ തർക്കവാക്യങ്ങളെ നാലായി തരം തിരിക്കാവുന്നതാണ്. അവ സാമ്പ്രദായിക തർക്കരൂപങ്ങളുടെ അടിസ്ഥാനത്തിൽ ഇവിടെ ഉദാഹരണങ്ങളിലൂടെ വ്യക്തമാക്കാം.

1) എല്ലാ വക്കീലന്മാരും കളവ് പറയും
   All Lawyers are liars
2) ഒരു വക്കീലും കളവ് പറയില്ല
   No Lawyers are liars
3) കുറച്ച് വക്കീലന്മാർ കളവ് പറയും
   Some lawyers are liars
4) കുറച്ച് വക്കീലന്മാർ കളവ് പറയില്ല
   Some Lawyers are not liars

ഇവിടെ ആദ്യത്തേത് "എല്ലാം" (All) അടങ്ങുന്നതാണ്. അതുകൊണ്ട് സാർവത്രികം (Universal) ആയ ഗണത്തിൽ പെടുന്നു. അതായത് എല്ലാ വക്കീലന്മാരേയും സംബന്ധിക്കുന്ന ഒരു ഗുണമോ വിശേഷണമോ ആണ് ഈ തർക്കവാക്യത്തിൽ ലഭിക്കുന്നത്.

അതുപോലെ ഈ തർക്കവാക്യത്തിൽ ഒരു ഗുണത്തെ പ്രമാണീക

രിക്കുക (affirm)യാണ്. അതുകൊണ്ട് പ്രമാണീകരണ സാർവത്രികതർക്കവാക്യമായി ഇതിനെ കണക്കാക്കാം. Universal affirmative propostion എന്ന് ഇംഗ്ലീഷിൽ പറയുന്നത് ഒരു സാർവത്രിക വർഗത്തെ അഥവാ സമ്പൂർണവർഗത്തെ സൂചിപ്പിക്കുന്നതിനാണ്.

രണ്ടമാത്തെ തർക്കവാക്യവും സാർവത്രികമാണ്. കാരണം മുഴുവൻ വക്കീലന്മാരെയും സംബന്ധിച്ചുതന്നെയാണ് പറയുന്നത്. എന്നാൽ ഈ തർക്കവാക്യം 'നിഷേധ' സ്വഭാവമാണ് പ്രകടിപ്പിക്കുന്നത്. അത് കൊണ്ട് സാർവത്രിക നിഷേധ തർക്കവാക്യം (Universal Negative Proposition) എന്നാണ് വിശേഷിപ്പിക്കുന്നത്.

മൂന്നാമത്തെ വിഭാഗം പ്രത്യേക ഭാഗത്തെ അഥവാ എണ്ണത്തെ മാത്രമാണ് സൂചിപ്പിക്കുന്നത്. 'Some' എന്നാൽ കുറച്ച് അഥവാ പ്രത്യേക വിഭാഗത്തെ, അതുമല്ലെങ്കിൽ നിശ്ചിതമായി തിട്ടപ്പെടുത്തിയ അളവിനെയാണ് സൂചിപ്പിക്കുന്നത്. 'Some Lawyers' എന്നാൽ കുറച്ച് വക്കീലന്മാർ അഥവാ ഒരു വക്കീലെങ്കിലും എന്നാണ് അർഥം. അവരുടെ ഒരു സ്വഭാവമാണ് ഇവിടെ സ്ഥാപിക്കുന്നത് അല്ലെങ്കിൽ സമർഥിക്കുന്നത്. അതുകൊണ്ട് തിട്ടമായ പ്രാമാണീകരണപ്രസ്താവം അല്ലെങ്കിൽ തിട്ടമായ പ്രാമാണീകരണതർക്കവാക്യം (Particular affirmative)എന്ന നിലയിലാണ് ഈ വിഭാഗം തർക്കവാക്യങ്ങളെ വിശേഷിപ്പിക്കുന്നത്.

അവസാനമായി, കുറച്ചു വക്കീലന്മാർ കളവ് പറയുന്നവരല്ല എന്ന നിഷേധതർക്കവാക്യവും പ്രത്യേകവിഭാഗത്തെ അല്ലെങ്കിൽ ഒരു നിശ്ചിതമായ എണ്ണത്തെ മാത്രം പ്രതിപാദിക്കുന്നതാണ്. Some Lawyers are not liars എന്ന തർക്കവാക്യത്തിൽ കളവ് പറയാത്ത കുറച്ച് വക്കീലന്മാരെയാണ് പ്രതിപാദിക്കുന്നത്. അതുകൊണ്ട് ഈ പ്രസ്താവത്തെ 'തിട്ടമായ നിഷേധതർക്കവാക്യം' (particular negative proposition) എന്ന് പറയാം. ഈ നാല് തർക്കവാക്യങ്ങളും സാധാരണ തർക്കരൂപങ്ങളാക്കിയെഴുതുന്നത് ഇപ്രകാരമാണ്.

1) All S is P.
2) No S is P
3) Some S is P
4) Some S is not P

ഇവിടെ 'Some' കുറച്ച് എന്ന വാക്ക് അനിശ്ചിതമാണ്. കാരണം എത്ര വക്കീൽ? എത്ര മനുഷ്യർ? എത്ര Pഎന്ന് കൃത്യമായി പറയുന്നില്ല. പ്രായോഗികമായ സൗകര്യത്തിന് Some' കുറച്ച് എന്നത് 'ചുരുങ്ങിയത് ഒന്ന് (At least one) എന്ന അർഥത്തിലാണ് ഉപയോഗിക്കുന്നത്. തർക്കവാക്യങ്ങളിലെ വിഷയി(Subject) യുടെയും വിശേഷണം അഥവാ ഗുണത്തിന്റെയും വ്യാപനവുമായി ബന്ധപ്പെട്ടാണ് അവ തമ്മിൽ കണ്ണിചേർക്കപ്പെടുന്നത്. ബന്ധത്തിന്റെ വ്യാപ്തി പരിശോധിച്ചുകൊണ്ടാണ് യഥാർഥത്തിൽ അവ തമ്മിൽ എങ്ങനെ എത്രമാത്രം ശരിതെറ്റിനെ ദ്യോതിപ്പിക്കുന്നു എന്ന വിശകലനത്തിലേക്ക് നയിക്കുന്നത്.

സാധാരണ പാശ്ചാത്യതർക്കശാസ്ത്രത്തിൽ നൽകുന്ന ഉദാഹരണം.

എല്ലാ മനുഷ്യരും മരിക്കും

സോക്രട്ടീസ് ഒരു മനുഷ്യനാണ്.

സോക്രട്ടീസിന് മരണമുണ്ട്.

ആധുനിക സിംബോളിക് ലോജിക്കിന്റെ ഭാഷയിൽ ഇതേ തർക്കരൂപങ്ങൾ എഴുതുന്നത് ഇപ്രകാരമാണ്.

$A \supset B$

$B \supset C$

$C \supset D$

$A \supset D$

ഇവിടെ ലാടച്ചിഹ്നം(⊃) ഉപയോഗിക്കുന്നത് imply അഥവാ ധ്വനിപ്പിക്കുക എന്നതിന്റെ സൂചകമായിട്ടാണ്. പനി എന്ന് പറയുമ്പോൾ ചൂട് ധ്വനിപ്പിക്കുന്നു. Fever implies temperature. ഇതിന്റെ ചിഹ്നപരമായ തർക്കശാസ്ത്രത്തിൽ $F \supset T$എന്ന് ചുരുക്കിയെഴുതാവുന്നതാണ്. അപ്പോൾ പനിയിൽ ചൂട് അന്തർഭവിച്ചിരിക്കുന്നു. അതുപോലെ ചൂടിൽ രോഗം അന്തർഭവിച്ചിരിക്കുന്നു. അതുകൊണ്ട് $T \supset I$എന്ന് ചുരുക്കിയെഴുതാം.

അതായത് 'T'ചൂട്, Temperature പ്രതിനിധാനം ചെയ്യുകയും, I രോഗം അഥവാ illness പ്രതിനിധാനം ചെയ്യുകയും ചെയ്യുമ്പോൾ താഴെ കൊടുക്കുംവിധം ചിഹ്നപ്രസ്താവങ്ങൾ കിട്ടും.

$F \supset T$

$T \supset I$

അതുകൊണ്ട് $F \supset I$ എന്നും ലഭിക്കുന്നതാണ്. പനി ചൂട് വർധിപ്പിക്കുകയും, ചൂട് വർധിപ്പിക്കുന്നത് രോഗവും, ആവുന്നതിനാൽ പനി ഒരു രോഗം ആണ്. പനി രോഗമാണോ, രോഗലക്ഷണമാണോ എന്ന ചോദ്യത്തിന് ഇവിടെ പ്രസക്തിയില്ല. മറിച്ച് കൊടുത്തപ്രമേയങ്ങൾ ഉൽപ്പാദിപ്പിക്കുന്ന നിഗമനമാണ് ഇവിടെ പരിശോധിക്കുന്നത്. ഇത്തരത്തിൽ തർക്കവാക്യങ്ങളെ ചിഹ്നരൂപങ്ങളാക്കുകയും അവ ഉപയോഗിച്ചുകൊണ്ട് തർക്കരൂപങ്ങൾ (Argument) ഉണ്ടാക്കുകയും അവ ഉണ്ടാക്കുന്ന അഥവാ അനുമാനിക്കാൻ ഇടം നൽകുന്ന നിഗമനങ്ങൾ ഉണ്ടാക്കുകയും ചെയ്തുകൊണ്ട് ആധുനിക സിംബോളിക് ലോജിക്കിന്റെ (Symbolic) പ്രാഥമിക പാഠങ്ങൾ പരിശീലിക്കാവുന്നതാണ്.

ആഗമനം (Induction)

ആഗമന തർക്കശാസ്ത്രം വസ്തുതകളെ ആശ്രയിച്ച് നിഗമനത്തിലെത്തുന്ന രീതിയാണ്. നിഗമന തർക്കശാസ്ത്രം സാധുവോ (Valid) അസാധുവോ (invalid) ആയ തർക്കരൂപങ്ങളെ വേർതിരിക്കുകയാണ് ചെയ്യുന്നത്. എന്നാൽ ആഗമന തർക്കശാസ്ത്രം സാധുവോ, അസാ

ധുവോ എന്ന പരിശോധനയല്ല നടത്തുന്നത്. സാധു/അസാധു എന്ന പരിശോധന നിശ്ചിതരൂപത്തിലുള്ള തർക്കരൂപങ്ങൾക്ക് മാത്രമാണ് ബാധകമാവുന്നത്. മറിച്ച് ആഗമന തർക്കശാസ്ത്രം ഭൗതികവാദപരവും അനുഭവജ്ഞാനപരവുമായ സമീപനങ്ങളിലൂടെ വികസിച്ചു വന്നതാണ്. വില്യം വിവെൽ (William Whewell) ആഗമനത്തെയും നിഗമനത്തെയും വേർതിരിക്കുന്നത് ഇങ്ങനെയാണ്:

> നിഗമനതർക്കശാസ്ത്രത്തിൽ നാം പ്രത്യേകം സത്യങ്ങളെ പൊതു (സാമാന്യ) സത്യങ്ങളിൽ നിന്നും അനുമാനിക്കുന്നു. അതേസമയം ആഗമന തർക്കശാസ്ത്രത്തിൽ പൊതു (സാമാന്യ) സത്യത്തെ പ്രത്യേകം പ്രത്യേകം സത്യങ്ങളിൽ നിന്നും "കണ്ടെത്തുന്നു. (*Philosophy of the Inductive Science, William Whewell*).

ഓരോ തവളയെയും പരിശോധിച്ച് 'എല്ലാ തവളകളും ഉഭയജീവിയാണ്' എന്ന നിഗമനത്തിലെത്താൻ കഴിയും. ഇതിന് മുഴുവൻ തവളകളെയും പരിശോധിക്കുകയോ, കാണുകയോ വേണം. അങ്ങനെ കാണുകയോ പരിശോധിക്കുകയോ ചെയ്യുന്നതിലൂടെ ജ്ഞാനരൂപീകരണം നടത്തുന്നതിനെയാണ് അനുഭവജ്ഞാനം എന്നു പറയുന്നത്. അനുഭവജ്ഞാനത്തെ അധികരിച്ച് മാത്രം സത്യം കണ്ടെത്താമെന്ന സിദ്ധാന്തത്തെയാണ് അനുഭവജ്ഞാനവാദമെന്ന് വിളിക്കുന്നത്.

ഇന്ന് വില്യം വീവെലിന്റെ നിർവചനം പൂർണാർഥത്തിൽ സ്വീകരിക്കപ്പെടുന്നില്ല. കാരണം പൊതുവായ അഥവാ സാമാന്യ സത്യങ്ങളിൽ നിന്നും സാമാന്യതത്വങ്ങളിലേക്ക് പോകുന്നതും ആഗമനതത്വപ്രകാരം ശരിയാണ്.

'എല്ലാ പശുക്കളും സസ്തനങ്ങളാണ്, അവയ്ക്ക് ശ്വാസകോശവുമുണ്ട്

എല്ലാ കുതിരകളും സസ്തനങ്ങളാണ്, അവയ്ക്ക് ശ്വാസകോശമുണ്ട്

എല്ലാ മനുഷ്യരും സസ്തനങ്ങളാണ്, അവയ്ക്ക് ശ്വാസകോശമുണ്ട്.

അതുകൊണ്ട് മിക്കവാറും എല്ലാ സസ്തനങ്ങൾക്കും ശ്വാസകോശമുണ്ട്. എല്ലാ ആഗമന തർക്കരൂപങ്ങൾക്കും പ്രത്യേകത്തിൽ നിന്ന് സാർവ്വത്രികത്തിലേക്കോ സാമാന്യത്തിലേക്കോ എത്തിച്ചേരലായി കരുതാൻ പറ്റില്ലെന്നാണ് ഇർവിങ് എം കോപി അഭിപ്രായപ്പെടുന്നത്. ആഗമനരീതിയിൽ ചിലപ്പോൾ സംഭാവ്യത അഥവാ ഏകദേശമായ (Probability) സത്യത്തിലാണ് എത്തിച്ചേരുന്നത്. മറ്റ് ചിലപ്പോൾ തീർച്ചയുള്ള അഥവാ ഉറപ്പായ സത്യങ്ങളിലേക്കും എത്തിച്ചേരാവുന്നതാണ്. കാക്കകളെ നിരീക്ഷിച്ച് എല്ലാ കാക്കകളും കറുപ്പാണെന്ന നിഗമനത്തിലെത്തിയാൽ അത് എന്നെങ്കിലും അസത്യമായി മാറിയേക്കാം. എവിടെയെങ്കിലും എന്നെങ്കിലും ഒരു വെളുത്ത കാക്കയോ പച്ചകാക്കയോ പ്രത്യക്ഷപ്പെട്ടാൽ All crows are black എന്ന നിഗമനം തെറ്റായി മാറും. അതുകൊണ്ടാണ് ഏകദേശ സത്യമാണ് ചിലപ്പോൾ ആഗമനയുക്തി കൊണ്ട് ലഭിക്കുന്ന

തെന്ന് താർക്കികർ പറയുന്നത്. എന്നാൽ എപ്പോഴും ആഗമനയുക്തി ഏകദേശസത്യമല്ല പ്രദാനം ചെയ്യുന്നത്. തീർച്ചയായ സത്യങ്ങളും ആഗമനതർക്കം പ്രദാനം ചെയ്യുന്നുണ്ട്.

ആഗമന തർക്കശാസ്ത്രത്തിൽ സത്യത്തിലേക്കുള്ള ഭിന്നമാർഗ്ഗങ്ങൾ ചർച്ച ചെയ്യുന്നുണ്ട്. ഇതിൽ സാദൃശ്യാനുമാനം (analogy) എണ്ണൽ (enumeration) എന്നിവയാണ് പ്രധാനമായിട്ടുള്ളത്.

സാദൃശ്യാനുമാനം (Analogy)

നമ്മുടെ ദൈനംദിന ജീവിതത്തിൽ മിക്കവാറും സാദൃശ്യാനുമാനത്തെ ആശ്രയിച്ചാണ് നിഗമനത്തിലെത്തുന്നത്. കാണുന്ന വസ്തുക്കൾ തമ്മിൽ പ്രകടമാകുന്ന സദൃശഗുണങ്ങളുടെ അടിസ്ഥാനത്തിൽ രണ്ടിനെയും സംബന്ധിക്കുന്ന ചില തീരുമാനങ്ങളിലെത്തുക പതിവാണ്. ഭൂമിയും ചന്ദ്രനും തമ്മിലുള്ള സാദൃശ്യങ്ങളുടെ അടിസ്ഥാനത്തിൽ ചന്ദ്രനിൽ വെള്ളമുണ്ടാകാമെന്നും ജീവന് സാധ്യതയുണ്ടെന്നും അനുമാനിക്കുന്നത് ഈ രീതിയിലാണ്. രോഗനിർണയം മുതൽ ചികിത്സ വരെ ചിലപ്പോൾ സാദൃശ്യാനുമാനത്തെ അവലംബിച്ചാണ് നടക്കുന്നത്.

പരിചയമില്ലാത്ത വസ്തുക്കളെ പരിചയപ്പെടുത്തുന്നതിന് സാദൃശ്യാനുമാനം സഹായകമായിരിക്കും. പഴയ കാലം മുതൽ സാഹിത്യപരമായ ആവിഷ്കാരങ്ങളിൽ രൂപകവും അലങ്കാരവും ഉപയോഗിക്കുന്നത് സാദൃശ്യത്തിന്റെ അടിസ്ഥാനത്തിലാണ്. ഇത്തരത്തിൽ സാദൃശ്യാനുമാനത്തെ അധികരിച്ച് നിഗമനങ്ങളിലെത്തുന്നതിലൂടെ കാര്യങ്ങൾ എളുപ്പം വിനിമയം ചെയ്യാനും മനസിലാക്കാനും കഴിയുന്നു. ചെടികളെയും മൃഗങ്ങളെയും വർഗീകരിക്കുമ്പോൾ (Classification) സാദൃശ്യാനുമാനത്തെയാണ് അവലംബിക്കുന്നത്.

സാദൃശ്യത്തിന് തെരഞ്ഞെടുക്കുന്ന വസ്തുക്കൾ തമ്മിൽ യഥാർഥത്തിൽ പൊരുത്തമില്ലെങ്കിൽ നിഗമനം ആഭാസ (fallacy) മായി മാറും. ഇത്തരത്തിൽ സാദൃശ്യപരമായ അബദ്ധങ്ങൾ ഉണ്ടാവുന്നതിനെ സാദൃശ്യാനുമാന ആഭാസം Fallacy of false analogy) എന്നാണ് പറയുന്നത്. കാസ്ട്രോയും ഹിറ്റ്ലറും ഒരുപോലെയാണെന്ന് (Irving M.Copi, *Introduction to Logic*, Fourth Edition, Page. 25) ഉദാഹരണമായി എഴുതിവെച്ചത് സാദൃശ്യാനുമാനാഭാസത്തിന്റെ ഫലമായാണ്. പൊക്കം കുറഞ്ഞ ഒരാൾ കള്ളനായതു കൊണ്ട് അതേപോലെ തോന്നിക്കുന്ന പൊക്കമില്ലാത്തവരെല്ലാം കള്ളന്മാരാണെന്ന തെറ്റായ പൊതുബോധം ഇതുപോലുള്ള തർക്കാഭാസമാണ്. കാസ്ട്രോയും ഹിറ്റ്ലറും തമ്മിൽ അടിസ്ഥാനപരമായ സാദൃശ്യങ്ങൾ കാണിക്കാൻ പറ്റില്ല. എന്നിട്ടും അവരെ സാദൃശ്യപ്പെടുത്തുന്നത് മുൻവിധികളുടെ അടിസ്ഥാനത്തിലാണെന്ന് കാണാം. ഇതുപോലുള്ള പല അബദ്ധങ്ങളും ദൈനംദിന ജീവിതത്തിൽ സംഭവിക്കുന്നതായും സൂക്ഷ്മവിശകലനത്തിൽ കണ്ടെത്താൻ കഴിയും.

എണ്ണൽ (Enumeration) വസ്തുതകൾ എണ്ണി തിട്ടപ്പെടുത്തുന്ന

തിലൂടെ നിഗമനങ്ങളിലെത്തുന്നതിനെയാണ് എണ്ണൽരീതി എന്ന് ആഗമനതർക്കശാസ്ത്രത്തിൽ പറയുന്നത്. എണ്ണി നോക്കി നിഗമനത്തിലെത്തുക എന്നതിന് വെറുതെ എണ്ണുക (Count) എന്നതല്ല ഉദ്ദേശിക്കുന്നത്. മറിച്ച് എണ്ണൽരീതിയിൽ വസ്തുതകൾ ശേഖരിക്കണം (Collection of facts), വസ്തുതകൾ വിശകലനം ചെയ്യണം (analysis of facts). ഇതിനെല്ലാം പുറമെ വസ്തുതകൾ ക്രോഡീകരിക്കണം. അവസാനഘട്ടത്തിൽ നിഗമനത്തിലെത്തുന്നത് പൂർണമായും വസ്തുതകൾ ശേഖരിക്കപ്പെട്ട ശേഷമാണ്. അതുകൊണ്ട് എണ്ണൽ രീതിയെ 'സമ്പൂർണ ആഗമനരീതി' (Perfect induction) എന്നും പറയാറുണ്ട്.

എണ്ണൽ രീതിയിൽ ഒരു കാര്യം പറയാൻ ഉദ്ദേശിക്കുന്ന മുഴുവൻ വസ്തുതകളും എണ്ണണം. ഉദാഹരണമായി കേരളത്തിലെ മുഴുവൻ പ്ലസ് 2 വിദ്യാർഥികൾക്കും സൈക്കിളുണ്ടെന്ന നിഗമനത്തിലെത്തണമെങ്കിൽ എല്ലാ വിദ്യാർഥികളെയും കണ്ടെത്തി അവരുടെ കൈവശം സൈക്കിളുണ്ടോ എന്ന് പരിശോധിച്ച്, സമ്പൂർണമായ ഒരു നിഗമനത്തിലെത്താൻ കഴിയും.

പൊതുവെ ആഗമനതർക്ക രൂപങ്ങളിൽ പ്രത്യേകം വസ്തുതകളിൽ നിന്ന് സാർവത്രികമായ നിഗമനത്തിലേക്കാണ് പോവുക. അങ്ങനെ എണ്ണുകയും, പരിശോധിക്കുകയും ചെയ്ത വസ്തുതകളിൽ നിന്ന് ഒരു കേവലസത്യത്തിലേക്ക് അഥവാ ആ വിഭാഗത്തെ മുഴുവൻ ആശ്ലേഷിക്കുന്ന സത്യത്തിലേക്ക് താർക്കികൻ ചാടുകയാണ്. ഇത്തരത്തിൽ അറിയുന്ന കാര്യങ്ങളിൽ നിന്ന് അറിയാത്ത പൊതുനിഗമനത്തിലേക്ക് ചാടുന്നതിനെ 'ആഗമനപരമായ ചാട്ടം' (Inductive leap) എന്നാണ് പറയുന്നത്. ഇവിടെ പ്രത്യേകം (particular) സത്യങ്ങൾ മുഴുവൻ മിക്കവാറും പരിശോധകന് കാണാൻ കഴിയാറില്ല. അതുകൊണ്ട് കണ്ട വസ്തുതകളുടെ പിൻബലത്തിൽ ഒരു പൊതുവായ നിഗമനത്തിലേക്ക് എത്തുകയാണ് പതിവ്. എങ്കിലും കണ്ട വസ്തുതകൾ എണ്ണുകയും അവ വിശകലനം ചെയ്യുകയും ചെയ്യുന്നത് കൃത്യമായ പട്ടിക തയ്യാറാക്കിയ ശേഷമാണെങ്കിൽ അതിൽ നിന്നും സാധാരണമായി നിഗമനങ്ങളിലെത്താൻ കഴിയും. ഇവിടെയും വ്യക്തിപരമായ താൽപ്പര്യങ്ങളോ, ആത്മനിഷ്ഠമായ ത്വരയോ ധൃതി പിടിച്ചുള്ള നിഗമനങ്ങളിലേക്ക് നയിക്കാൻ സാധ്യതയുണ്ട്. അങ്ങനെ ആവശ്യത്തിനുള്ള തെളിവില്ലാതെ ഏതാനും വസ്തുതകളോ, കാര്യങ്ങളോ മാത്രം നോക്കി സാമാന്യവൽക്കരിക്കുന്നതിനെ Hasty generalization, സത്വര സാമാന്യവൽക്കരണം എന്നാണ് വിശേഷിപ്പിക്കുന്നത്.

സത്വര സാമാന്യവൽക്കരണം (Hasty generalization) ഒരു തർക്കാഭാസം (Logical fallacy) ആയാണ് കണക്കാക്കുന്നത്. ഏതാനും പുരുഷന്മാർ കുട്ടികളെ തല്ലുന്നത് രേഖപ്പെടുത്തിയ ശേഷം എല്ലാ പുരുഷന്മാരും കുട്ടികളെ തല്ലുമെന്ന നിഗമനത്തിലെത്തുന്നത് സത്വര സാമാന്യവൽക്കരണം കൊണ്ട് സംഭവിക്കുന്ന തർക്കാഭാസമാണ്.

പരികൽപ്പനയും കാര്യ-കാരണബന്ധവും
Hypothesis and Causal Relation

Hypothesis (പരികൽപ്പന): ആഗമന തർക്കശാസ്ത്രത്തിന്റെ ആവിർഭാവത്തോടു കൂടി അന്വേഷണങ്ങൾ കൃത്യവും ക്രമബദ്ധവുമായ രീതിശാസ്ത്രം പിൻതുടരാൻ തുടങ്ങി. "ഒന്നുമില്ലാതെ ഒന്നുമുണ്ടാവുകയില്ല" (Out of nothing nothing comes- ex nihilo nihil fit) എന്ന അരിസ്റ്റോട്ടിലിന്റെ പ്രസ്താവം പ്രസിദ്ധമാണ്. എങ്കിലും ആധുനിക ആഗമന തർക്കശാസ്ത്രത്തിന്റെ ആവിർഭാവത്തിന് മുമ്പും പിമ്പും എന്ന നിലയിൽ പരിശോധിച്ചാൽ തർക്കരൂപങ്ങൾക്ക് ശാസ്ത്രത്തിന്റെ പ്രത്യേകിച്ച് ഭൗതികശാസ്ത്രത്തിന്റെ പാതയിൽ സഞ്ചരിക്കാനുള്ള ത്വര പത്തൊമ്പതാം നൂറ്റാണ്ടോടു കൂടി പടിഞ്ഞാറൻ രാജ്യങ്ങളിൽ സജീവമായതായി കാണാം.

ദക്കാർത് (Rene Descartes, 1596-1650) കൃത്യവും വ്യക്തവുമായ ആശയങ്ങൾക്ക് വേണ്ടി ചോദ്യങ്ങളും സന്ദേഹങ്ങളും മുന്നോട്ട് വെച്ചെങ്കിലും ഫ്രാൻസിസ് ബാക്കന്റെ *പുതിയ ഉപകരണം* (Novum organum) പ്രസിദ്ധീകരിച്ചതിന് ശേഷമാണ് ആഗമനതർക്കരൂപങ്ങളിലേക്ക് തർക്കശാസ്ത്രം വഴിമാറുന്നത്. ഫ്രാൻസിസ് ബാക്കനിൽ നിന്നും ജെ എസ് മില്ലിലേക്ക് (J S Mill, 1806-1873) എത്തുമ്പോൾ പാശ്ചാത്യലോകം ആധുനിക വ്യവസായത്തിന്റെ വിപ്ലവകരമായ മുന്നേറ്റത്തിന് കൂടി സാക്ഷ്യം വഹിച്ചു കൊണ്ടിരിക്കയായിരുന്നു. മിൽ യഥാർഥത്തിൽ തത്വചിന്തയിൽ ഉദാരവാദവും (liberalism) ഉപയോഗ്യതാവാദവും (utilitarianism) സംഭാവന ചെയ്തത് ആധുനിക വ്യവസായവിപ്ലവത്തിന്റെ കാഴ്ചപ്പാടിൽ നിന്നു കൊണ്ടായിരുന്നു. മിൽ അദ്ദേഹത്തിന്റെ ഉദാരസാമ്പത്തിക-രാഷ്ട്രീയ സമീപനങ്ങളുടെ അടിത്തറയായി അനുഭവജ്ഞാന കേന്ദ്രിത സമീപനവും വികസിപ്പിക്കുകയാണുണ്ടായത്. ഇതിനെ തുടർന്ന് തർക്കശാസ്ത്രപരമായ സമീപനങ്ങളിൽ സമ്പൂർണമായ മാറ്റവും ആധുനിക അക്കാദമിക പഠനങ്ങളുടെ രീതിശാസ്ത്രവും ആധുനിക വ്യാവസായിക വിപ്ലവത്തിന്റെ സംഭാവനയാണെന്ന് കാണാം.

ഒരു വിഷയം പഠിക്കുന്നതിന് ആദ്യമായി ഒരു പരികൽപ്പന (Hypothesis) മുന്നോട്ട് വെക്കേണ്ടതുണ്ട്. പരികൽപ്പന പഠനവിധേയമാക്കുന്ന പ്രതിഭാസത്തെ സംബന്ധിക്കുന്ന സങ്കൽപ്പമാണ്. ഇവിടെ സങ്കൽപ്പമെന്നത് വെറുതെ ഊഹിക്കുക എന്ന അർഥത്തിലല്ല ഉപയോഗിക്കുന്നത്. എങ്കിലും സാങ്കേതികമായി പറഞ്ഞാൽ 'ഹൈപോതസിസ്' ഊഹം (conjecture) തന്നെയാണ്. പരികൽപ്പന രൂപപ്പെടുന്നതിനു വേണ്ടിയുള്ള ഊഹമെന്നാൽ തെളിവില്ലാതെ അഥവാ ഉചിതമായ തെളിവില്ലാതെ ഒരഭിപ്രായമോ സിദ്ധാന്തമോ ഉണ്ടാക്കുന്നു എന്നാണ് ഉദ്ദേശിക്കുന്നത്. ഏത് ഗൗരവമായ അന്വേഷണത്തിനും ഒരു 'പരികൽപ്പന' ആദ്യം ഉണ്ടാവണം. പരികൽപ്പന ഉചിതമായ തെളിവുകളില്ലാതെ ഒരു പ്രതിഭാസത്തെ സംബന്ധിച്ച് മുന്നോട്ടു വെക്കുന്ന അഭിപ്രായമോ, ഊഹമോ ആണ്. അക്കാദമി

കമായ ഗവേഷണപഠനങ്ങൾ തുടങ്ങുന്നവർ ആദ്യമായി 'പരികൽപ്പന' (Hypothesis) ആവിഷ്കരിക്കുകയാണ് ചെയ്യേണ്ടത്.

തെളിവുശേഖരണം (verification): പരികൽപ്പനയുടെ അടിസ്ഥാനത്തിൽ അതിന്റെ തെളിവുകൾ (evidences) അന്വേഷിക്കുകയാണ് പിന്നീട് ചെയ്യുന്നത്. തെളിവുകൾ കണ്ടെത്തുന്നതിന് നാച്ചറൽ സയൻസിന്റെയും ഫിസിക്കൽ സയൻസിന്റെയും മാർഗങ്ങൾ തന്നെയാണ് ഇന്ന് മിക്കവാറും എല്ലാ പഠിതാക്കളും ഉപയോഗിക്കുന്നത്. അതേസമയം സാമൂഹ്യശാസ്ത്രങ്ങളിലും സാംസ്കാരിക പഠനങ്ങളിലും എപ്പോഴും തെളിവുകൾ ബാഹ്യലോകത്തു നിന്നും കണ്ടെത്തുകയോ അപഗ്രഥിക്കുകയോ ചെയ്യേണ്ടത് അനിവാര്യമല്ല. കാരണം ഒരു കാലഘട്ടത്തിലെ ഒരു ജനതയുടെ സാഹിത്യസംബന്ധമോ, കലാവിഷ്കാരപരമോ, ദാർശനികമോ ആയ നിലപാടുകളോ അനുഭവങ്ങളോ അപഗ്രഥിക്കുമ്പോൾ അവരുപയോഗിക്കുകയോ, ഉണ്ടാക്കുകയോ ചെയ്ത രചനകൾ പരിശോധിച്ചാൽ മതിയാവും. ഇത്തരത്തിൽ രചനകളെ പരിശോധിക്കുമ്പോൾ അവ പാഠങ്ങളായി (texts) പരിഗണിക്കുകയും സൂക്ഷ്മവിശകലനത്തിലൂടെ നിഗമനങ്ങളിലെത്തുകയും ചെയ്യുന്നു.

പരികൽപ്പന, സിദ്ധാന്തം, നിയമം

പരികൽപ്പന താൽക്കാലികമായ സങ്കൽപ്പമോ ഊഹമോ ആണെങ്കിലും അതിന്റെ അടിസ്ഥാനത്തിൽ ശേഖരിക്കപ്പെടുന്ന തെളിവുകൾ അനുകൂലമാണെങ്കിൽ അത് സിദ്ധാന്തമായി മാറുന്നു. അതായത് തെളിയിക്കപ്പെട്ട പരികൽപ്പനയാണ് സിദ്ധാന്തം (Theory) ആയി മാറുന്നത്. അതുപോലെ സിദ്ധാന്തത്തിന് കൂടുതൽ തെളിവുകളും സാർവത്രികമായ അംഗീകാരവും ലഭിക്കുമ്പോൾ, അതൊരു നിയമം ആയി മാറുന്നു. ഉദാഹരണമായി;

'പുകവലിക്കുന്നത് ആരോഗ്യത്തിന് ഹാനികരമാണ്, എന്നത് വർഷങ്ങൾക്കു മുമ്പ് വെറുമൊരു പരികൽപ്പനയായിരുന്നു. എന്നാൽ അതിന്റെ അടിസ്ഥാനത്തിൽ ലോകവ്യാപകമായി നടത്തിയ നിരീക്ഷണങ്ങളും പരീക്ഷണങ്ങളും പിന്നീട് അതൊരു സിദ്ധാന്തമാക്കി മാറ്റി. ഇന്നിപ്പോൾ അതൊരു നിയമത്തിന്റെ സ്ഥാനം നേടിയിരിക്കയാണ്. കാരണം പുകവലി കൊണ്ട് എന്തെല്ലാം മാരകരോഗങ്ങളുണ്ടാവുമെന്ന് വ്യക്തമായി തെളിയിക്കപ്പെടുകയും ലോകവ്യാപകമായി അംഗീകരിക്കപ്പെടുകയും ചെയ്തു. മനുഷ്യനെയും പ്രകൃതിയെയും സംബന്ധിക്കുന്ന എല്ലാ നിഗമനങ്ങളും ഇത്തരത്തിലാണ് വികാസം പ്രാപിക്കുന്നത്.

നിരീക്ഷണവും പരീക്ഷണവും (Observation and Experiment)

ആഗമന തർക്കശാസ്ത്രം വസ്തുനിഷ്ഠ യാഥാർഥ്യത്തിലാണ് ഊന്നൽ നൽകുന്നത്. അതുകൊണ്ട് നിരീക്ഷണവും പരീക്ഷണവും ആഗമനയുക്തിയുടെ അനിവാര്യതയാണ്. എന്താണ് നിരീക്ഷണവും പരീക്ഷ

ണവും തമ്മിലുള്ള വ്യത്യാസം. ഇത് എന്നും ആഗമനതർക്കത്തിൽ ഒരു ചോദ്യമായിരുന്നു.

നിരീക്ഷണം വസ്തുതകളെ കണ്ടെത്തി ശേഖരിക്കലും പരിശോധിക്കലുമാണ്. വസ്തുതകൾ എന്നാൽ നിശ്ചിതപരികൽപ്പനയ്ക്ക് പിന്തുണയായി മാറേണ്ട വസ്തുക്കളോ ബന്ധങ്ങളോ ആശയങ്ങളോ എന്നാണ് ഉദ്ദേശിക്കുന്നത്. വിവേകാനന്ദന്റെ ചിക്കാഗോ പ്രഭാഷണമാണ് അദ്ദേഹത്തിന് പാശ്ചാത്യരുടെ ഇടയിൽ ബഹുമതി ലഭിക്കാൻ കാരണമായതെന്ന നിഗമനത്തെ പിന്തുണക്കാൻ പരിശോധിക്കേണ്ടത് അദ്ദേഹത്തിന്റെ ചിക്കാഗോയിൽ 1882 ൽ ചെയ്ത പ്രഭാഷണവും അതിന്റെ ഭാഷയും ആശയവും അതിനോട് അവിടെയുണ്ടായ പ്രതികരണവുമാണ്. അല്ലാതെ എന്തെങ്കിലും വസ്തുക്കൾ പരിശോധിച്ച് നിഗമനത്തിലെത്താനോ, നിഗമനത്തെ തെളിയിക്കാനോ സാധിക്കുകയില്ല. അതേസമയം വെള്ളമുണ്ടാകുന്നത് ഹൈഡ്രജനും ഓക്സിജനും ചേർന്നാണെന്ന് (H_2O) തെളിയിക്കുന്നതിന് വസ്തുക്കൾ അതായത് ഹൈഡ്രജൻ എന്ന ഭൗതികവസ്തുവും (material object) ഓക്സിജനും തന്നെ വേണം. എന്നാൽ എല്ലാ നിരീക്ഷണങ്ങളും പരീക്ഷണങ്ങളല്ല. പരീക്ഷണങ്ങൾ എപ്പോഴും ആവർത്തിക്കാൻ കഴിയുന്ന നിരീക്ഷണമാണ്. ഒരു സാഹചര്യത്തിൽ ഒരു കാരണം ഉൽപ്പാദിപ്പിക്കുന്ന ഫലം അതേ സാഹചര്യത്തിൽ ആവർത്തിക്കാൻ കഴിയുമ്പോഴാണ് നിരീക്ഷണം പരീക്ഷണമായി മാറുന്നത്. പലരും ധരിക്കുന്നതുപോലെ ഉപകരണങ്ങൾ ഉപയോഗിച്ചാൽ നിരീക്ഷണം പരീക്ഷണമാവില്ല.

ഉദാഹരണത്തിന് ടെലസ്കോപ്പ് ഉപയോഗിച്ച് ഗ്രഹണം (eclipse) നിരീക്ഷിക്കാം. അത് ആവർത്തിക്കാൻ കഴിയണമെന്നില്ല. എങ്കിലും ഉപകരണത്തിന്റെ ഉപയോഗം കൂടുതൽ വ്യക്തവും കൃത്യവുമായ നിരീക്ഷണം സാധ്യമാക്കുന്നു. പരീക്ഷണത്തിന് എപ്പോഴും പഠനവിഷയത്തിന് വേണ്ട സാഹചര്യം പഠിതാവിന്റെ നിയന്ത്രണത്തിലായിരിക്കണം. ഊഷ്മാവ്, മർദം, വായു, വെളിച്ചം, ആവശ്യമായ ഇതരവസ്തുക്കൾ എന്നിവയെല്ലാം ഇഷ്ടാനുസരണവും ആവശ്യമനുസരിച്ചും ക്രമീകരിച്ചുകൊണ്ട് നിരീക്ഷണം ആവർത്തിക്കുമ്പോഴാണ് അത് പരീക്ഷണത്തിന്റെ (experiment) പദവി നേടുന്നത്. നിരീക്ഷണത്തിലും പരീക്ഷണത്തിലും ഒരേ നിഗമനത്തിലെത്തുമ്പോൾ നമുക്ക് പരികൽപ്പന ഒരു നിയമം ആയി (ഉദാ: ന്യൂട്ടന്റെ ഗുരുത്വാകർഷണനിയമം) അംഗീകരിക്കേണ്ടി വരുന്നു.

ആഗമന തർക്കശാസ്ത്രമാണ് ശാസ്ത്രീയ നിഗമനത്തിന്റെയും അടിസ്ഥാനമായി മാറിയതെന്ന് കാണാൻ കഴിയും. എങ്കിലും ആഗമന തർക്കരൂപങ്ങൾക്കും കാൾ പോപ്പറും (Karl Popper) മറ്റും വിമർശിക്കുന്ന പോലുള്ള പരിമിതിയും ഉണ്ട്.

8

സൗന്ദര്യശാസ്ത്രം
Aesthetiics

സൗന്ദര്യശാസ്ത്രം കല, സാഹിത്യം, സൗന്ദര്യം എന്നിവയുടെ ആസ്വാദനത്തെയും നിർമാണത്തെയും സംബന്ധിക്കുന്ന ശാസ്ത്രമാണ്. പ്രാചീനകാലം മുതൽ മനുഷ്യൻ കലാത്മകവും സാഹിത്യാത്മകവുമായ രചനയിൽ ഏർപ്പെടുകയും അവയെക്കുറിച്ച് വിചിന്തനം നടത്തുകയും ചെയ്തിരുന്നു. എന്തുകൊണ്ടാണ് കലയും സാഹിത്യവും വേറിട്ട് നിൽക്കുന്നതെന്ന ചോദ്യം അവർ ചോദിച്ചിരുന്നു. പ്രകൃതിയുടെ സൗന്ദര്യത്തെക്കുറിച്ചും ഇതര രചനകളുടെ സൗന്ദര്യത്തെക്കുറിച്ചും ധാരാളം സംവാദങ്ങൾ ഇന്ത്യൻസൗന്ദര്യശാസ്ത്രത്തിലും ഗ്രീക്ക് സൗന്ദര്യശാസ്ത്രത്തിലും സുലഭമായി കാണാൻ കഴിയും.

സോക്രട്ടീസും ഹിപ്പിയാസും തമ്മിലുള്ള സൗന്ദര്യത്തെ സംബന്ധിക്കുന്ന സംവാദം പ്ലേറ്റോയുടെ ആദ്യകാല രചനകളിൽ നൽകിയിട്ടുണ്ട്. സോക്രട്ടീസ് ഹിപ്പിയാസിനോട് ഒരു സന്ദർഭത്തിൽ ചോദിക്കുന്നത് കാണാം. "ഒരു പെൺകുതിര സുന്ദരിയല്ലേ?... ഒരു സുന്ദരമായ സാരംഗി (Lyre) യെക്കുറിച്ച് എന്താണ്?... ഒരു സുന്ദരമായ കലം എങ്ങനെ? അതും സൗന്ദര്യമല്ലേ?'' ഇങ്ങനെ സൗന്ദര്യത്തിന്റെ മൂർത്തവും (concrete) അമൂർത്തവുമായ (abstract) തലങ്ങളെക്കുറിച്ച് ഹിപ്പിയാസിനെ ബോധ്യപ്പെടുത്താൻ സോക്രട്ടീസ് ശ്രമിക്കുന്നുണ്ട്. സ്വർണത്തിന്റെ സൗന്ദര്യത്തെക്കുറിച്ച് ഹിപ്പിയാസും, ആനക്കൊമ്പിന്റെ സൗന്ദര്യത്തെക്കുറിച്ച് സോക്രട്ടീസും ആശയവിനിമയം നടത്തുന്നുണ്ട്.

പ്ലേറ്റോയും അരിസ്റ്റോട്ടിലും സൗന്ദര്യത്തെക്കുറിച്ചും (Beauty) സൗന്ദര്യാത്മകഗുണത്തെക്കുറിച്ചും ചർച്ച ചെയ്യുന്നുണ്ട്. എങ്കിലും സൗന്ദര്യശാസ്ത്രം (Aesthetics) ഒരു തത്വചിന്തയുടെ വേറിട്ട വിഷയമായി മാറിയത് 1735 ൽ അലക്സാണ്ടർ ഗോട്ലീബ് ബോംഗാർട്ടൻ (Alexander

Gotlieb Baumgarten) 'episteme aistehtike' എന്ന പ്രയോഗം അദ്ദേഹത്തിന്റെ ഗവേഷണപ്രബന്ധത്തിൽ ഉപയോഗിച്ചതോടു കൂടിയാണ്. ബോംഗാർട്ടന് മുമ്പ് സൗന്ദര്യമോ, സൗന്ദര്യശാസ്ത്രമോ ഇല്ലെന്ന് ഇതിനർഥമില്ല. ന്യൂട്ടൻ ഗുരുത്വാകർഷണതത്വം കണ്ടുപിടിക്കുന്നതിന് മുമ്പും വസ്തുക്കളെ ഗുരുത്വാകർഷണം നിയന്ത്രിച്ചിരുന്നല്ലോ. അതുപോലെ ഓരോ കാലത്തും മനുഷ്യർ അവർക്ക് വേണ്ട വസ്തുക്കളും ഇതിന്റെ അടിസ്ഥാനത്തിൽ ഉണ്ടാക്കുകയും ചെയ്തിട്ടുണ്ട്. ഇതെല്ലാമാണെങ്കിലും ഒരു പ്രതിഭാസത്തെക്കുറിച്ച് കൃത്യവും വ്യക്തവുമായ ജ്ഞാനരൂപം (Knowledge form) ഉണ്ടാവുന്നത് ആ മണ്ഡലത്തെ കൂടുതൽ സമ്പന്നമാക്കാനും പഠിക്കാനും അവസരം നൽകുമെന്നതിൽ സംശയമില്ല. നരവംശശാസ്ത്രം (anthropology) നാടൻ കലാപഠനം (folklore) മുതലായ വിജ്ഞാനവികാസങ്ങളുടെ രൂപീകരണം ആ രംഗങ്ങളിൽ ജ്ഞാനവികാസത്തെ സഹായിച്ചത് നമുക്ക് കാണാൻ കഴിയും.

നമ്മുടെ സൗന്ദര്യാസ്വാദനത്തെയും വിമർശനത്തെയും യുക്തിസഹമായ തത്വങ്ങൾ കൊണ്ട് വിശദീകരിക്കാമെന്ന് ബോംഗാർട്ടൻ കരുതി. മാത്രമല്ല ശാസ്ത്രീയതത്വങ്ങൾ പോലെ സൗന്ദര്യവിശകലനത്തിനും തത്വങ്ങൾ (Principles) ആവിഷ്കരിക്കാമെന്ന് ബോംഗാർട്ടൻ കാണിച്ചുതന്നു. ഗ്രീക്ക് ചിന്തകർ സൗന്ദര്യവുമായി ബന്ധപ്പെട്ട അറിവിനെ 'വികാരപരമായ അറിവിന്റെ' ഗണത്തിലും ഇതര അറിവുകളെ ചിന്തയുടെ അസംസ്കൃതവസ്തുക്കളായും പരിഗണിക്കുകയും വേർതിരിക്കുകയും ചെയ്തിരുന്നു. എന്നാൽ ബോംഗാർട്ടൻ സൗന്ദര്യാത്മകരചനകൾക്ക് പൂർണതയും സ്വയം നിർണയശേഷിയും സങ്കൽപ്പിച്ചതായി കാണാവുന്നതാണ്. കാവ്യാത്മക പ്രതിനിധാനങ്ങളെ ശാസ്ത്രീയമായി വിശദീകരിക്കാനുള്ള പ്രാരംഭശ്രമങ്ങളായി ബോംഗാർട്ടന്റെ സൗന്ദര്യശാസ്ത്രത്തെ സമീപിക്കേണ്ടതുണ്ട്.

സൗന്ദര്യമെന്താണെന്ന ചോദ്യം ആസ്വാദനവുമായി ബന്ധപ്പെട്ടാണ് ഉയരുന്നത്. എന്താണ് ഒരു വസ്തുവിനെ, രചനയെ, സൗന്ദര്യമുള്ളതാക്കുന്നത്? മനുഷ്യനിർമ്മിത വസ്തുക്കൾ എങ്ങനെയാണ് 'സുന്ദരം' (beautiful) എന്ന വിശേഷണത്തിന് വിധേയമാവുന്നത്? നമ്മൾ പ്രകൃതിയുടെ സൗന്ദര്യം ആസ്വദിക്കാറുണ്ട്. കാടും കടലും പുഴയും മലകളും മനുഷ്യരിൽ വലിയ വിഭാഗം സുന്ദരമായ അനുഭവമായി കണക്കാക്കുന്നു. എന്തുകൊണ്ടാണ് നമുക്ക് ചിലത് സുന്ദരവും മറ്റു ചിലത് വിരൂപവും ആയി മാറുന്നത്. സുന്ദരം (beautiful) വൈരൂപ്യം (ugly) എന്നീ വേർതിരിവിന്റെ അടിസ്ഥാനമെന്താണ്. മനുഷ്യർ അധിവസിക്കുന്ന ചുറ്റുപാടും അവരുടെ അനുഭവവും ആണോ ഈ ദ്വന്ദ്വത്തിന്റെ അടിസ്ഥാനം? എന്തെങ്കിലും മൗലികഭാവം ഒരു വസ്തുവിനെ സുന്ദരമാക്കുന്നുണ്ടോ?

കലയും സാഹിത്യവും

കലയുടെയും സാഹിത്യത്തിന്റെയും അനുഭവങ്ങൾ മനുഷ്യർക്ക് എന്നും പ്രധാനമാണ്. ചിത്രങ്ങൾ പ്രാചീനകാലം മുതൽ മനുഷ്യജീവിതത്തിന്റെ ഭാഗമായിരുന്നു. എഴുത്തിന്റെ ചരിത്രം സാഹിത്യത്തിന്റെ അഥവാ കഥാവിഷ്കാരത്തിന്റെ കൂടി ചരിത്രമാണ്. വാക്കുകൾ ഉരുവിട്ട കാലം മുതൽ സംഗീതം മനുഷ്യമനസിനെ ഇളക്കിമറിക്കാൻ തുടങ്ങി. ഇപ്പോഴും കാട്ടിലെ ആദിവാസികൾ മുതൽ നഗരത്തിലെ അത്യാധുനിക മനുഷ്യർ വരെ പാട്ടും സംഗീതവും ചിത്രവും അവരുടെ സാമൂഹികജീവിതത്തിന്റെ ഭാഗമാക്കി സൂക്ഷിക്കുന്നു.

കല നിശ്ചലമായി നിൽക്കുന്നില്ല. പ്രാചീനമനുഷ്യർ ഇടക്കൽ ഗുഹയിൽ വരച്ച ചിത്രങ്ങളല്ല ഇന്ന് വരയ്ക്കുന്നത്. ചിത്രങ്ങൾ രൂപത്തിലും ഉള്ളടക്കത്തിലും മാറുന്നു. ഫോട്ടോഗ്രാഫി കണ്ടുപിടിച്ച ശേഷം കല സിനിമയിലേക്ക് പ്രവേശിച്ചു. ഇന്ന് കലയുടെ ലോകമെന്നാൽ വെറും ചിത്രകലയുടെയോ ശിൽപ്പത്തിന്റെയോ മാത്രം അനുഭവമല്ല. നാടകവും സിനിമയും നൃത്തവും മനുഷ്യസമൂഹത്തിന്റെ കലാവിഷ്കാരമാണ്. പാട്ടും കവിതയും സംഗീതവും സാമൂഹികജീവിതത്തിന്റെ ഭാഗമാണ്. എല്ലാ ദേശങ്ങളിലും ഒരേ ചിത്രമോ ഒരേ സംഗീതമോ അല്ല കേൾക്കുന്നത്, പാടുന്നത്, ആസ്വദിക്കുന്നത്. പാശ്ചാത്യരും, പൗരസ്ത്യരും തമ്മിൽ ഭക്ഷണത്തിലെന്ന പോലെ കലാവിഷ്കാരത്തിലും വസ്ത്രത്തിലുമെന്ന പോലെ സൗന്ദര്യനിർമാണത്തിലും വ്യത്യാസമുണ്ടോ? സൗന്ദര്യമെന്നാൽ എന്താണ്? അങ്ങനെയൊന്നുണ്ടോ? ഉണ്ടെങ്കിൽ അതിന്റെ അടിസ്ഥാനമെന്താണ്. നല്ല കല, ചീത്ത കല എന്നിങ്ങനെ വേർതിരിക്കുന്നതിന്റെ മാനദണ്ഡമെന്താണ്? ഒരു ചിത്രം വിൽക്കപ്പെടുന്ന വിലയോ, ആസ്വദിക്കപ്പെടുന്ന ആളുകളുടെ എണ്ണമോ നോക്കിയാണോ കലാമൂല്യം അളക്കേണ്ടത്? അതുകൊണ്ട് എന്താണ് കലയെന്ന ചോദ്യം എന്താണ് ഒരു പ്രതിഭാസത്തെ കലയാക്കി മാറ്റുന്നതെന്ന ചോദ്യം തന്നെയാണ്.

എന്താണ് കലയുടെ/സാഹിത്യത്തിന്റെ മൂല്യം നിർണയിക്കുന്നത്? കല/സാഹിത്യം അനിവാര്യമാണോ? കലയും സാഹിത്യവും സന്തോഷത്തിന്റെയും ആനന്ദത്തിന്റെയും ഉൽപ്പാദനമാണോ നടത്തുന്നത്?

ഇതുപോലെ സൗന്ദര്യത്തിന്റെ മണ്ഡലത്തിൽ നിരവധി ചോദ്യങ്ങളും വ്യാഖ്യാനങ്ങളും നമ്മുടെ ചരിത്രത്തിന്റെ ഭാഗമാണ്. അതിനേക്കാളുപരി കലയും സാഹിത്യവും എങ്ങനെ ഉത്ഭവിച്ചു? എന്തിന് ഉണ്ടായി? എങ്ങനെയാണ് വികാസം പ്രാപിക്കുന്നത്? എന്തുകൊണ്ടാണ് നശിക്കുന്നത്? കലയും സാഹിത്യവും കാലത്തെ അതിവർത്തിക്കുമോ? അനശ്വരത എന്ന വിശേഷണം സൗന്ദര്യസങ്കൽപ്പവുമായി പൊരുത്തപ്പെടുമോ? ഒരാൾക്ക് ഇഷ്ടപ്പെടാത്ത ഒരു ചിത്രമോ ശിൽപ്പമോ മറ്റൊരാൾക്ക് ഇഷ്ടപ്പെടുന്നതെന്തുകൊണ്ടാണ്? സൗന്ദര്യസങ്കൽപ്പവും പ്രത്യയശാ

സ്ത്രവുമായി ബന്ധമുണ്ടോ? എന്താണ് പ്രത്യയശാസ്ത്രം? എങ്ങനെയാണ് കലയും സാഹിത്യവും പ്രത്യയശാസ്ത്രത്തിനകത്ത് നിർണയിക്കപ്പെടുന്നത്? ഇതെല്ലാം തത്വചിന്താപരമായ അന്വേഷണമാണല്ലോ.

രുചിയും രസവും

സൗന്ദര്യാസ്വാദനത്തെ രുചിയുമായും രസവുമായും വിശദീകരിക്കുന്ന സിദ്ധാന്തങ്ങൾ ആദ്യകാലം മുതൽ ഉണ്ടായിട്ടുണ്ട്. ഇന്ത്യൻ സൗന്ദര്യശാസ്ത്രത്തിൽ ഭരതന്റെ രസസിദ്ധാന്തം പ്രസിദ്ധമാണ്. ആനന്ദവർധനനും അഭിനവഗുപ്തനും രസസിദ്ധാന്തത്തെ പിന്തുണക്കുന്നവർ തന്നെയാണ്. രസമെന്നത് രുചിയുമായി ബന്ധപ്പെട്ടാണ് കിടക്കുന്നത്. പാശ്ചാത്യതത്വചിന്തകനായ ഡേവിഡ് ഹ്യൂമും രുചിയെ അടിസ്ഥാനമാക്കി സൗന്ദര്യാസ്വാദനത്തെ വിശദീകരിക്കുന്നുണ്ട്.

ഒരു കലാരചനയിലെ കലാത്മകതത്വം (artistic principle) എന്താണെന്ന അന്വേഷണമാണ് എക്കാലത്തും തത്വചിന്തകരെ അലട്ടിയത്. കലാത്മകമെന്നോ, സർഗാത്മകമെന്നോ (creative) പറയുന്ന ഘടകമാണ് രചനയെ കലയുടെയും സൗന്ദര്യത്തിന്റെയും മണ്ഡലത്തിൽ എത്തിക്കുന്നത്. എന്നാൽ എന്താണ് കലാത്മക ഘടകം (artistic factor) അഥവാ കലാത്മകസത്ത എന്ന കാര്യത്തിൽ ഇതുവരെയും ഒരു തീർപ്പും ഉണ്ടായിട്ടില്ല. കവിതയുടെ കാവ്യാത്മകമായ സത്ത തിരിച്ചറിയുന്നത് സഹൃദയരാണെന്നാണ് രസസിദ്ധാന്തത്തിന്റെ ആചാര്യന്മാർ പറയുന്നത്. രസമെന്നത് രുചിയുമായും ഭക്ഷണവുമായും ബന്ധപ്പെട്ട പദമാണ്. ഭക്ഷണം കഴിക്കുമ്പോൾ വയറ് നിറയുകയും വായക്ക് രസം ലഭിക്കുകയും ചെയ്യുമ്പോഴാണ് ഒരാൾക്ക് സന്തോഷമുണ്ടാവുന്നത്. ഡേവിഡ് ഹ്യൂമിന്റെ നിരീക്ഷണത്തിലും ഏതാണ്ടിതുപോലെ രുചിയുമായി ബന്ധപ്പെട്ട ഒരു ബാഹ്യസ്വഭാവമാണ് വസ്തുവിനെ കലാത്മകമാക്കി മാറ്റുന്നത്. അഭിന

വഗുപ്തന്റെ അഭിപ്രായത്തിൽ രസം അനുഭവപ്പെടുന്നത് 'വാസന' ക്കനുസരിച്ചാണ്.

പാബ്ലോ പിക്കാസോയുടെയോ വാൻഗോഗിന്റെയോ ചിത്രങ്ങൾ കാണുമ്പോൾ ഒരാൾക്ക് ആസ്വാദ്യമായി അനുഭവപ്പെടുന്നതെന്തുകൊണ്ടാണ്? കലയും സാഹിത്യവും മനുഷ്യന്റെ സൃഷ്ടികളാണെന്ന് പാശ്ചാ

ത്യചിന്തകനായ പ്ലേറ്റോ വ്യക്തമാക്കിയതാണ്. എന്നാൽ ഒരു വസ്തുവിനെ കലാത്മകമോ സർഗാത്മകമോ ആക്കുന്ന ഘടകം അദൃശ്യമോ, അജ്ഞാതമോ ആണെന്ന നിഗമനമാണ് പ്ലേറ്റോ ഉൾപ്പെടെയുള്ള ആശയവാദികളായ (idealists) ചിന്തകർ പ്രകടിപ്പിച്ചത്. അതേസമയം കലാത്മകതയെ ഭൗതികമായി വിവരിക്കാൻ പ്രത്യയശാസ്ത്രപരമായ (ideological) രൂപീകരണമാണ് മാർക്സിസ്റ്റ് ദാർശനികർ അവതരിപ്പിക്കുന്നത്.

എല്ലാ കാണികളും സഹൃദയരല്ല. കാരണം ഒരു ചിത്രമോ, കലാപരമായ രചനയോ എല്ലാവരും ഒരുപോലെയല്ല ആസ്വദിക്കുന്നത്. സഹൃദയർ യഥാർഥത്തിൽ രചനയിൽ പ്രകടമാവുന്ന അതേ വികാരവും വിചാരവും പങ്കിടുന്നവരാണ്. രവിവർമ്മ ചിത്രം ആസ്വദിക്കുന്ന ഒരാൾ പിക്കാസോ ചിത്രം ആസ്വദിക്കണമെന്നില്ല. ഏത് ചിത്രമാണ് നല്ലതെന്നോ ചീത്തയെന്നോ ഒരു വ്യക്തിയുടെ അഭിരുചിക്കനുസരിച്ച് പറയാൻ കഴിയുമോ എന്നതാണ് പ്രശ്നം. എന്തുകൊണ്ടാണ് രാജാരവിവർമ്മ നളനും, ദമയന്തിയും. ശകുന്തളയും വരച്ചതെന്ന് നമുക്ക് എളുപ്പം പറയാൻ കഴിയും. അതുപോലെ വാൻഗോഗ് എന്തുകൊണ്ട് സൂര്യകാന്തിപ്പൂക്കൾ വരച്ചെന്നും പിക്കാസോ ഗുർണിക്ക വരച്ചെന്നും പറയാൻ കഴിയും. കാരണം അവരുടെ പരിസരങ്ങൾ പരിശോധിക്കാൻ നമുക്ക് ചരിത്രത്തിൽ ഇടമുണ്ട്. അതേസമയം എന്തുകൊണ്ട് ഒരാൾക്ക് ശകുന്തളയുടെ രവിവർമ്മ ചിത്രം ഇഷ്ടപ്പെടുകയും ദമയന്തിയുടെ ചിത്രം ആസ്വദിക്കാൻ കഴിയാതെ വരികയും ചെയ്യുന്നു? സഹൃദയത്വം ഒരു പൂർവ നിശ്ചിതപ്രതിഭാസമാണോ? സഹൃദയത്വം എങ്ങനെ എവിടെ രൂപപ്പെടുന്നു? ജ്ഞാനോൽപ്പാദനശാസ്ത്രം (cognitive science) മനുഷ്യരുടെ കലാസാഹിത്യആസ്വാദന ശേഷിയെ വിവരിക്കാൻ പര്യാപ്തമാണോ? കലയുടെയും കാവ്യങ്ങളുടെയും ഗുണങ്ങളെ സംബന്ധിക്കുന്ന ഭാരതീയവും പാശ്ചാത്യവുമായ ധാരാളം സിദ്ധാന്തങ്ങൾ ഇന്ന് ലഭ്യമാണ്. എങ്കിലും കലയും സാഹിത്യവും അവ പ്രക്ഷേപിക്കുന്ന സന്ദേശങ്ങൾക്കും ആദർശങ്ങൾക്കുമപ്പുറം മനുഷ്യമനസിലുണ്ടാക്കുന്ന ചലനങ്ങൾ നിർണായകമാണ്.

എഡ്മണ്ട് ബർക്

പാശ്ചാത്യചിന്തകനായ എഡ്മണ്ട് ബർക് (1729-1797) രുചിയെ (taste) ക്കുറിച്ച് വിശദമായി പ്രതിപാദിച്ചിട്ടുണ്ട്. രുചിയെ നിർവചിക്കുന്നതിന് ബർക് അനുകൂലമായിരുന്നില്ല. അദ്ദേഹം അതിന് പറഞ്ഞ കാരണം രുചിയെ സംബന്ധിക്കുന്ന വ്യത്യസ്ത കാഴ്ചപ്പാടുകളെല്ലാം കൂടി ഒരൊറ്റ നിർവചനത്തി

ലൊതുക്കുന്നത് അനൗചിത്യമാണെന്നാണ്. എങ്കിലും മനുഷ്യർ പൊതുവെ ഏതാണ്ട് ഒരേ രുചി പങ്കിടുന്നവരാണെന്ന സങ്കൽപ്പമാണ് ബർക് പ്രകടിപ്പിച്ചത്. ഭാവനയും ലക്ഷണമൊത്ത (ഗംഭീരമായ) കലയും മനുഷ്യമനസിൽ ഉണ്ടാക്കുന്ന ചലനം വിശകലനം ചെയ്താണ് രുചിയെ നിർണയിക്കേണ്ടതെന്ന് ബർക് കരുതി. ഒരു ചിത്രമോ, ശിൽപ്പമോ നൃത്തമോ നാടകമോ സിനിമയോ കണ്ടാൽ; ഒരു കഥ വായിച്ചാൽ എങ്ങനെ വ്യക്തി അതിനോട് പ്രതികരിക്കുന്നു എന്നത് പ്രധാനമാണ്. ഒരു സിനിമ എല്ലാവർക്കും ഇഷ്ടപ്പെടണമെന്നില്ല. അരവിന്ദന്റെ *കാഞ്ചനസീത* മലയാളത്തിലെ ഒരു ഗംഭീരസൃഷ്ടിയായാണ് സിനിമാനിരൂപകർ അടയാളപ്പെടുത്തിയത്. എന്നാൽ ഒരു വലിയ വിഭാഗം പ്രേക്ഷകർക്ക് *കാഞ്ചനസീത* ഒട്ടും സ്വീകാര്യമായില്ല. എന്തുകൊണ്ടായിരിക്കണം? കുമാരനാശാന്റെ *വീണപൂവ്* വളരെ താൽപ്പര്യപൂർവം വായിച്ചാസ്വദിക്കുന്ന ചിലർക്ക് ആശാന്റെ *ദുരവസ്ഥ* ഇഷ്ടപ്പെടാത്തതെന്തുകൊണ്ടാണ്? ഇതെല്ലാം ആസ്വാദനത്തെയും രുചിയെയും സംബന്ധിക്കുന്ന മൗലികമായ ചില ചോദ്യങ്ങളിലേക്കാണ് നയിക്കുന്നത്. എന്താണ് രുചിയുടെ അടിസ്ഥാനം? രുചിയും ഭാവനയും തമ്മിൽ എന്താണ് ബന്ധം? രുചി വസ്തുനിഷ്ഠമായാണോ (objective) നിർണയിക്കപ്പെടുന്നത്? അല്ലെങ്കിൽ രുചി ആത്മനിഷ്ഠമാണോ (subjective)?

എഡ്മണ്ട് ബർക്കിന്റെ അഭിപ്രായത്തിൽ ഇന്ദ്രിയങ്ങളും (senses) ഭാവനയും (imagination) മൂല്യനിർണയവും (judgment) ചേർന്നാണ് മനുഷ്യനിലെ പ്രകൃതിദത്തമായ ആസ്വാദനശക്തി രൂപപ്പെടുന്നത്. പഞ്ചേന്ദ്രിയങ്ങൾ ആരോഗ്യമുള്ള എല്ലാവരിലും ഒരേപോലെയാണ് പ്രവർത്തിക്കുന്നത്. ബാഹ്യവ്യവസ്ഥകൾ കാണുന്നതും കേൾക്കുന്നതും ഒരുപോലെയാണ്. വിനാഗിരി എല്ലാവർക്കും പുളിയുള്ളതാണ്. തേന് മധുരമുള്ളതുമാണ്. പാവയ്ക്ക കയ്പുള്ളതാണ്. മധുരം എല്ലാവർക്കും ഹൃദ്യമാണ്. കയ്പും പുളിയും ഹൃദ്യമല്ലതാനും. എങ്കിലും ശീലം രുചിയെ മാറ്റുകയാണ് ചെയ്യുന്നതെന്ന് ബർക് അഭിപ്രായപ്പെടുന്നു. മധുരമാണിഷ്ടമെങ്കിലും ശീലിക്കുന്നതിലൂടെ കയ്പുരസമുള്ള പുകയിലയോ മദ്യമോ ഉപയോഗിക്കുന്നവരായി ഒരുവിഭാഗം മനുഷ്യർ മാറുന്നു. അതുകൊണ്ട് കയ്പും മധുരവും പുളിയുമെല്ലാം പ്രസരിപ്പിക്കുന്ന ഭാഷയിലെ രൂപകങ്ങൾക്കും വ്യത്യസ്തമായ സ്വീകാര്യതയും വ്യാഖ്യാനവും ഉണ്ടാവുകയാണ്. പ്രകൃതിദത്തമായി രുചികരമായത് എന്താണെന്നതിൽ ബർക്കിന് സംശയമില്ല. അതേസമയം കലാചിഹ്നങ്ങളും ഭാഷാചിഹ്നങ്ങളും പ്രകൃതിദത്തമായതിനപ്പുറം വ്യക്തികളുടെ ശീലവുമായി ബന്ധപ്പെട്ടതുകൂടിയാണ്. അതുകൊണ്ട് അവ കൃത്യമായി മുൻകൂർ നിശ്ചയിക്കാനോ തിട്ടപ്പെടുത്താനോ കഴിയണമെന്നില്ല.

കലയിലും സാഹിത്യത്തിലും വായനക്കാരുടെ അഥവാ ആസ്വാദകരുടെ അറിവും ധാരണയും വർധിക്കുന്നതിനനുസരിച്ച് അതിൽ നിന്ന് ലഭിക്കുന്ന സന്തോഷവും കുറയുമെന്നാണ് ബർക് നിരീക്ഷിക്കുന്നത്. കാരണം ആസ്വാദകരുടെ അറിവും ധാരണയും രചനകളുടെ പാളിച്ചകളും അബദ്ധങ്ങളും തിരിച്ചറിയുന്നതിലേക്ക് നയിക്കും. ഒരു സാധാരണ കാഴ്ചക്കാരൻ/കാഴ്ചക്കാരി ഒരു നാടകമോ സിനിമയോ കാണുമ്പോൾ അയാൾക്ക് ഹരം പകരുന്ന രംഗങ്ങൾ ഒരു ജ്ഞാനിയായ നിരൂപകരന് ഹരം പകരണമെന്നില്ലെന്ന അഭിപ്രായമാണ് ബർക് പ്രകടിപ്പിക്കുന്നത്. രചനയുടെ ഏത് പരുക്കൻ അവസ്ഥയും അശിക്ഷിതരായ കാണികൾക്ക്/ശ്രോതാക്കൾക്ക് ഹൃദ്യമാവുമ്പോൾ രചനയുടെ അപൂർണതയാണ് (imperfection) വിവരമുള്ള, പരിശീലനമുള്ള അനുവാചകർ ശ്രദ്ധിക്കുക. ഇത് ആസ്വാദനത്തിന് ഒരുതരത്തിൽ തടസമാവുമെന്നും ബർക് കരുതുന്നു.

രുചി (taste) സന്തോഷം (pleasure) എന്നിവ രസോൽപ്പാദനത്തിൽ എങ്ങനെ പങ്ക് വഹിക്കുന്നു എന്നാണ് പല ദാർശനികരും അന്വേഷിച്ചത്. അതേസമയം കലയും സാഹിത്യവും സാമൂഹികമായ ഉൽപ്പന്നമെന്ന നിലയിൽ രസോൽപ്പാദനത്തിനപ്പുറം സാമൂഹികമായ ധർമം എങ്ങനെ നിർവഹിക്കുന്നു എന്ന അന്വേഷണവും സോഷ്യലിസ്റ്റ് ആദർശത്തിന്റെ ഭാഗമായി നടന്നിട്ടുണ്ട്. വ്യക്തിപരമായ സന്തോഷവും സന്താപവും എന്നതിനപ്പുറം സമൂഹത്തിന്റെ പൊതുവായ താൽപ്പര്യവുമായി ബന്ധപ്പെട്ട വിശകലനമാണ് സോഷ്യലിസ്റ്റ് ദർശനവുമായി ബന്ധപ്പെട്ട് നടക്കുന്നത്.

രൂപവും (form) ഉള്ളടക്കവും (content) തമ്മിലുള്ള ബന്ധങ്ങൾ, മാനസികമായ ഘടകങ്ങൾ, പ്രത്യയശാസ്ത്രബന്ധം, ഭാവനയും ഭ്രമകൽപ്പനയും (imagination and fantasy) സർഗാത്മകതയും സ്വാതന്ത്ര്യവും, ആവിഷ്കാരവും വിമോചനവും, പ്രതിനിധാനവും അർഥോൽപ്പാദനവും മുതലായ ധാരാളം വിഷയങ്ങൾ സൗന്ദര്യശാസ്ത്രത്തിന്റെ മണ്ഡലത്തിൽ വിശകലനം ചെയ്യാറുണ്ട്. പ്ലേറ്റോയുടെ രചനകൾ മുതൽ ആധുനികോത്തര ചിന്തകർ വരെ പടിഞ്ഞാറൻ രാജ്യങ്ങളിലും, പ്രാചീന രസധ്വനി സിദ്ധാന്തങ്ങൾ മുതൽ സമകാലിക ദലിത് കീഴാള സൗന്ദര്യശാസ്ത്രം വരെ ഇന്ത്യയിലും പഠിക്കപ്പെടുകയും വിശകലനവിധേയമാക്കപ്പെടുകയും ചെയ്താൽ മാത്രമേ സൗന്ദര്യശാസ്ത്രമെന്ന തത്വചിന്താവിഭാഗം സ്പർശിച്ചതായി കരുതാൻ കഴിയൂ. ഈ അധ്യായത്തിൽ തത്വചിന്തയുടെ ഭാഗമായി സൗന്ദര്യശാസ്ത്രം പഠിക്കുന്നതിന്റെ പ്രാധാന്യവും അന്വേഷണാത്മകധൈഷണിക ജീവിതത്തിൽ അതിന്റെ നിർണായക സ്ഥാനവും സൂചിപ്പിക്കുക മാത്രമാണ് ചെയ്തിട്ടുള്ളത്. അതോടൊപ്പം സൗന്ദര്യശാസ്ത്രപരമായ ചില ചോദ്യങ്ങളും അവതരിപ്പിക്കുക മാത്രമാണ് ചെയ്തത്.

സഹായഗ്രന്ഥങ്ങൾ:

1. Peter Kivy, Philosophers of Arts, An Essay in Differences, Cambridge University Press.
2. ഡോ. ടി. ഭാസ്കരൻ, ഭാരതീയ കാവ്യശാസ്ത്രം, കേരള ഭാഷാ ഇൻസ്റ്റിറ്റ്യൂട്ട്.
3. Anne Sheppard, Aesthetics: An Introduction to the Philosophy of Art.
4. Edmund Burke, On taste, The Harvard Classics, ed. Charles W.Eliot.
5. Sushil Kumar De, Studies in the History of Sanskrit Poetics.

9

കേരളീയ തത്വചിന്തയും നാരായണഗുരുവും

കേരളത്തിൽ തത്വചിന്ത ഉണ്ടായിട്ടുണ്ടോ എന്ന് പലരും ചോദിക്കാറുണ്ട്. ഉണ്ടെങ്കിൽ ആരാണ് എഴുതിയത്. മലയാളഭാഷയിൽ ഉണ്ടായ കവിതകളിലും കഥകളിലും ചിത്രങ്ങളിലും തത്വചിന്താപരമായ അന്വേഷണങ്ങൾ അടങ്ങിയവ ഉണ്ടെങ്കിലും വേറിട്ട ആഖ്യാനം എന്ന നിലയിൽ മലയാളത്തിൽ ആവിഷ്കരിച്ചിട്ടുള്ള തത്വചിന്തയെക്കുറിച്ചാണ് ഇവിടെ പ്രതിപാദിക്കുന്നത്. മലയാളസാഹിത്യമെന്നപോലെ മലയാള തത്വചിന്ത എവിടെ ആരിൽനിന്ന് തുടങ്ങി എന്നത് ചരിത്രപരമായി വളരെ അനിവാര്യമായ ചോദ്യമാണ്. ശങ്കരാചാര്യർ ആവിഷ്കരിച്ച തത്വചിന്താപരമായ കൃതികളെല്ലാം സംസ്കൃതഭാഷയിലാണ് രചിച്ചത്. ഇന്ത്യയുടെ വിവിധ ഭാഗങ്ങളിലുണ്ടായ വ്യത്യസ്ത ബ്രാഹ്മണപാഠങ്ങൾ പോലെ ശങ്കരദർശനങ്ങളും സംസ്കൃതസാഹിത്യത്തിന്റെ ഭാഗമായി നിലനിൽക്കുന്നു. കേരളത്തിൽ മലയാളഭാഷയിൽ ആലേഖനം ചെയ്യപ്പെട്ട തത്വചിന്താപാഠങ്ങൾ ഉണ്ടായത് ഇരുപതാം നൂറ്റാണ്ടിന്റെ തുടക്കത്തിലാണ്. അതിന്റെ പ്രധാന കാരണം ഇവിടെ നവോത്ഥാനപരവും പ്രബുദ്ധതാപരവുമായ അന്വേഷണങ്ങൾ സജീവമായത് പത്തൊൻപതാം നൂറ്റാണ്ടിന്റെ അവസാന ദശകങ്ങളിലാണ്. ഭാസ്കരനുണ്ണിയുടെ *പത്തൊൻപതാം നൂറ്റാണ്ടിൽ* പറയുന്നതുപോലെ കേരളത്തിൽ സാമൂഹികമായ ചലനാത്മകത വർധിച്ചത് മാറ്റങ്ങൾക്ക് കാരണമായിട്ടുണ്ടാവും. റോഡുകളും പാലങ്ങളും കമ്പോളങ്ങളും വികസിച്ചത് ചരിത്രപരമായി സമൂഹത്തിൽ പല മാറ്റങ്ങൾക്കും കാരണമായിട്ടുണ്ട്. അങ്ങനെയുണ്ടായ മാറ്റങ്ങളുടെ തുടർച്ചയിലാണ് നാരായണഗുരു 1888 ൽ അരുവിപ്പുറത്ത് പ്രതിഷ്ഠ നടത്തുന്നതും തുടർന്ന് ഒരു സാമൂഹികമായ ദർശനം (Social Philosophy) മുന്നോട്ട് വെക്കുന്നതും.

നാരായണഗുരുവിന്റെ ദാർശനികപാഠങ്ങൾ മലയാളികൾക്ക് ലഭിച്ച തത്വചിന്താപരമായ പ്രബുദ്ധതാപാഠങ്ങൾ (Enlightenment Text) ആയിരുന്നു. ജ്ഞാനസമ്പാദന ശാസ്ത്രപരമായും (epistemological) സത്താശാസ്ത്രപരവുമായ (ontological) അന്വേഷണങ്ങൾ അന്തർ ഭവിച്ച പാഠങ്ങൾ ആണ് ഗുരു പ്രദാനം ചെയ്തത്. അതായത് മനുഷ്യാസ്തിത്വവും അറിവ് രൂപീകരണവും ഗുരു വിശദമായി പ്രതിപാദിക്കുന്നുണ്ട്.

ലോകത്ത് ആകമാനം നവോത്ഥാനങ്ങളും (Renaissances) പ്രബുദ്ധതാചിന്തകളും ഉണ്ടായിട്ടുണ്ട്. കേരളത്തിലും നവോത്ഥാനം ഒരു യാഥാർഥ്യമായിരുന്നു. എന്നാൽ കേരളീയ നവോത്ഥാനത്തെ നമ്മൾ ശരിയാംവിധം അടയാളപ്പെടുത്തിയിട്ടുണ്ടോ എന്ന ചോദ്യം ഇന്ന് ഉയർന്നുവരുന്നുണ്ട്. കേരളീയ ജ്ഞാനമണ്ഡലത്തിൽ വിച്ഛേദമുണ്ടാക്കിയ എഴുത്തും ദർശനവും ഏതാണ്. പഴയതിൽനിന്നും പുതിയത് അഥവാ പാരമ്പര്യത്തിൽ (Tradition) നിന്നും വിടുതൽ നേടിയ പുതിയ അറിവ് ഏതാണെന്ന മൗലികമായ ചോദ്യവുമായി നമ്മുടെ നവോത്ഥാനം കൂട്ടിവായിക്കേണ്ടതുണ്ട്. കേരളീയപാരമ്പര്യം (tradition) എന്നതുകൊണ്ട് ഉദ്ദേശിക്കുന്നത് പൊതുവായി സമൂഹത്തെ നിയന്ത്രിച്ച ഭൂതകാല ആശയാധികാര വ്യവസ്ഥയെയാണ്. ഒരു പ്രബല സാമ്പത്തികവ്യവസ്ഥ ഏത് സമൂഹത്തിലും ഉണ്ടാവുന്നതുപോലെ ഒരു ആശയാധികാരവ്യവസ്ഥയും ഏത് സാമൂഹികസന്ദർഭത്തിലും ഉണ്ടാവും. നമ്മുടെ സാമൂഹിക ബന്ധങ്ങൾ, തൊഴിൽ, വസ്ത്രം, പാർപ്പിടം, ഭക്ഷണം, വൈദ്യം, ഭാഷ, കല, സാഹിത്യം, മതം, വിശ്വാസം, യുക്തി, ഭക്തി മുതലായവയെല്ലാം നമ്മുടെ പാരമ്പര്യത്തിൽ പെടുന്നു. നമ്മുടെ കേരളം ഒരു ഏകീകരിക്കപ്പെട്ട രാഷ്ട്രീയ ഭൂപ്രദേശമായത് 1956 നവംബർ ഒന്നുമുതലാണ്. അങ്ങനെ ആധുനികകേരളം നിലവിൽ വരുന്നതിനുമുമ്പ് നമ്മുടെ ഭൂപ്രദേശത്ത് നിലനിന്നത് നാടുവാഴി ഭരണവും ജന്മിത്തവും ആയിരുന്നു എന്ന വസ്തുത എല്ലാ ചരിത്രപുസ്തകങ്ങളും സാക്ഷ്യപ്പെടുത്തുന്നുണ്ട്. ആ ചരിത്രസന്ദർഭത്തിൽ ഇവിടെ നിലനിന്ന സാമൂഹിക ബന്ധങ്ങൾ വർണ-ജാതി വ്യവസ്ഥയ്ക്ക് വിധേയമായിട്ടായിരുന്നു.

സമൂഹത്തെ നിയന്ത്രിച്ച പാരമ്പര്യ ആശയാധികാരവ്യവസ്ഥയെ വിമർശിച്ചും തള്ളിയുമാണ് ലോകത്ത് ജ്ഞാനോദയം ഉണ്ടായത്. ജ്ഞാനോദയം അഥവാ പ്രബുദ്ധത (Enlightenment) സാമ്പത്തിക ആധുനികതയുടെ അനിവാര്യഭാഗമായിരുന്നു. പ്രബുദ്ധതയില്ലാതെ ആധുനികതയോ, ആധുനികതയില്ലാതെ പ്രബുദ്ധതയോ എളുപ്പമായിരുന്നില്ല. പടിഞ്ഞാറൻ രാജ്യങ്ങളിൽ തത്വചിന്തയിൽ ആധുനിക മാനവികതയ്ക്ക് അടിത്തറ പാകിയ ദാർശനികൻ ഇമ്മാനുവൽ കാന്റ് (Immanuel Kant)ആയിരുന്നു. തത്വചിന്തയിൽ കോപ്പർനിക്കൻ വിപ്ലവം (Copernican Revolution) കൊണ്ടുവന്ന ദാർശനികനായാണ് കാന്റ് അറിയപ്പെട്ടത്. കാരണം നിക്കോളാസ് കോപ്പർനിക്കസ് സൂര്യനെ കേന്ദ്രീകരിച്ചു

സൗരയൂഥസിദ്ധാന്തം ആവിഷ്കരിച്ചപ്പോൾ (1543) ഉണ്ടായ ജ്ഞാന മണ്ഡലത്തിലെ അട്ടിമറി പോലെ വിധ്വംസകശേഷി പ്രകടിപ്പിച്ച ചിന്തയായിരുന്നു ഇമ്മാനുവൽ കാന്റിന്റെ (Immanuel Kant) തത്വചിന്ത. കോപ്പർനിക്കസ് സൂര്യനെ പ്രപഞ്ചത്തിന്റെ കേന്ദ്രമാക്കിയപോലെ കാന്റ് മനുഷ്യനെ അറിവിന്റെ കേന്ദ്രമാക്കുകയായിരുന്നു. അങ്ങനെ കാന്റ് അറിവിനെ മാനവകേന്ദ്രിതമാക്കിയതിലൂടെ ദൈവകേന്ദ്രിതമായ പൂർവ വ്യവസ്ഥയെ അദ്ദേഹത്തിന്റെ തത്വചിന്തയിലൂടെ മാറ്റിപ്പണിയുകയായിരുന്നു. അതുകൊണ്ടാണ് ജർമനിയിലെ പുരോഹിതന്മാർ അവരുടെ പട്ടികൾക്ക് കാന്റിന്റെ പേര് അക്കാലത്ത് നൽകിയതെന്ന് വിൽ ഡൂറന്റ് (Will Durant) നിരീക്ഷിച്ചിട്ടുണ്ട്.

ജ്ഞാനോദയത്തെയും ലോക നീതിവ്യവസ്ഥയെയും സംബന്ധിക്കുന്ന ചെറുതെങ്കിലും പ്രബലമായ രണ്ടു രചനകൾ കാന്റിന്റെ ദാർശനിക നിലപാടുകളുടെ തുടർച്ചയായി എഴുതപ്പെട്ടതാണ്. *ശുദ്ധ യുക്തിയുടെ വിമർശം* (*Critique of Pure Reason*) എന്ന കൃതിയിലൂടെ കാന്റ് അന്ന് വരെയുള്ള ജ്ഞാനസമ്പാദന ശാസ്ത്ര വിശകലനങ്ങളെ അപഗ്രഥിക്കുന്നുണ്ട്. ഇതിന്റെ തുടർച്ചയിൽ ജ്ഞാനോദയത്തെയും സമാധാനത്തെയും സംബന്ധിച്ച് എഴുതിയ പ്രബന്ധങ്ങളും വ്യാപകമായി ലോകത്ത് ചർച്ച ചെയ്യപ്പെട്ടു. ജ്ഞാനോദയം എന്താണെന്ന് ചോദിച്ചുകൊണ്ടാണ് കാന്റ് പ്രസ്തുത ലേഖനം തുടങ്ങുന്നത്. (What is Enlightenment? 1784) മനുഷ്യർ അകപ്പെട്ട അപക്വമായ അഥവാ യുക്തിസഹമല്ലാത്ത അവസ്ഥയെ പ്രതിപാദിച്ചുകൊണ്ടാണ് അദ്ദേഹം ജ്ഞാനോദയത്തെ വ്യാഖ്യാനിക്കുന്നത്. എന്നാൽ മനുഷ്യർക്ക് ബുദ്ധിയോ യുക്തിയോ ഇല്ലാത്തതുകൊണ്ടല്ല അവർ ഈ അവസ്ഥയിൽ നിൽക്കുന്നത് എന്നു കൃത്യമായി കാന്റ് വിവരിക്കുന്നു. സ്വന്തം യുക്തി ഉപയോഗിക്കാൻ 'ധീരതയാണ്' (courage) വേണ്ടത്. എവിടെയാണ് നമ്മുടെ ധൈര്യം ചോർന്നുപോയത്. ആരാണ് നമ്മെ ഭീരുക്കളാക്കിയത്. ശാസ്ത്രത്തിലും തത്വചിന്തയിലും കലയിലും സാഹിത്യത്തിലും ധീരതയുടെ ആവശ്യമുണ്ടോ. പുരോഹിതരുടെ പട്ടിയെന്ന നാമകരണത്തെയും പുറംതള്ളലിനെയും (Exclusion) ഭയപ്പെടാതെ കാന്റ് എന്നും സമയം തെറ്റാതെ പാതിരിമാരുടെ മുന്നിലൂടെ പ്രഭാതനടത്തവും എഴുത്തും തുടരുകയായിരുന്നു. ലോകത്തിന് മുന്നിൽ തലകുനിക്കാതെ അഥവാ കീഴടങ്ങാതെ നടക്കാൻ ആഹ്വാനം ചെയ്തുകൊണ്ടായിരുന്നു ആ നടത്തം. വളർത്തുജന്തുക്കളെ നടക്കാൻ പരിശീലിപ്പിക്കുന്നപോലെ സമൂഹത്തെ സാവകാശം നിയന്ത്രണത്തിലാക്കുന്ന ഭരണകൂടസ്വഭാവം കാന്റ് വിവരിക്കുന്നു. ബഹുജനങ്ങളുടെ രക്ഷിതാക്കളെപ്പോലെ ഭരണവർഗം അവരെ നിയന്ത്രിക്കുകയും സ്വതന്ത്രചിന്തയും പ്രവർത്തനവും യുക്തിബോധവും തടയുന്നതും കാന്റ് പ്രശ്നവൽക്കരിക്കുന്നു. ഇവിടെ നാരായണഗുരു ചിന്ത പ്രതിപാദിക്കുമ്പോൾ കാന്റിനെ പരാമർശിക്കുന്നത് ലോകത്ത് എവിടെയും മാറ്റങ്ങൾ ഉണ്ടായത് പോലെയാണ് കേരളത്തിലും ജ്ഞാനോ

ദയത്തിന്റെ ആവിർഭാവമെന്ന് വ്യക്തമാക്കാനാണ്.

ഈ പ്രബുദ്ധതയ്ക്ക് എങ്ങനെയായാലും സ്വാതന്ത്ര്യമല്ലാതെ മറ്റൊന്നും ആവശ്യമില്ല. തീർച്ചയായും, ശരിയായി ഉപയോഗിച്ചാൽ എല്ലാറ്റിലും ഏറ്റവും നിരുപദ്രവമായ പദം. എപ്പോഴും ഒരാളുടെ യുക്തി പൊതുവായി ഉപയോഗിക്കാനുള്ള സ്വാതന്ത്ര്യമാണ്. എന്നാൽ ഞാൻ എല്ലാ ഭാഗത്തുനിന്നും കേൾക്കുന്നത്, “തർക്കിക്കരുത്.!” ഉദ്യോഗസ്ഥൻ പറയുന്നു, “തർക്കിക്കേണ്ട, കവാത്ത് (drill) എടുത്തോളൂ.” നികുതി പിരിവുകാരൻ പറയുന്നു, “തർക്കിക്കേണ്ട കരമടച്ചോളൂ.” വൈദികൻ പറയുന്നു, “തർക്കിക്കേണ്ട, വിശ്വസിച്ചോളൂ.” (Immanuel Kant, What is Enlightenment, An Answer to a Question.) കാന്റ് വളരെ കൃത്യമായാണ് ഇവിടെ കാര്യങ്ങൾ വിവരിക്കുന്നത്. മതവും ഭരണകൂടവും ഒന്നിച്ചു മനുഷ്യരെ സ്വതന്ത്രമായി ചിന്തിക്കാൻ അനുവദിക്കാത്ത വ്യവസ്ഥയാണ് ആധുനികപൂർവ യൂറോപ്പിൽ(Pre-modern Europe) നിലനിന്നത്. അധികാരവ്യവസ്ഥയെ വിമർശിക്കാനുള്ള ശേഷിയാണ് ആധുനികത ഉൽപാദിപ്പിച്ചത്. ക്ലാസിലെ മൂലയിൽ ചാക്കുകഷണത്തിൽ ഒറ്റയ്ക്കിരുന്നാണെങ്കിലും മഹാത്മാ അംബേദ്കർക്ക് പഠിക്കാൻ കഴിഞ്ഞതും ആധുനിക വികാസവും വിദ്യാലയവും അച്ചുക്കൂടങ്ങളും രാജ്യത്തുണ്ടായപ്പോളാണ്. ജനങ്ങളുടെ വിമർശനബുദ്ധി പൊതുമണ്ഡലത്തിൽ പ്രത്യക്ഷപ്പെടുകയെന്ന അനിവാര്യതയാണ് ജ്ഞാനോദയം പ്രകാശിപ്പിച്ചത്. ഇക്കാര്യം യാതൊരു വളച്ചുകെട്ടും ഇല്ലാതെയാണ് കാന്റ് അവതരിപ്പിക്കുന്നത്. കാരണം ഭരണകൂടത്തെ മതവും മതത്തെ ഭരണകൂടവും നിയന്ത്രിച്ച കാലത്തോടാണ് (pre-secular) കാന്റ് സംവദിച്ചത്. യുക്തി ഉപയോഗിക്കുക എന്നല്ല, യുക്തി പൊതുവായി അഥവാ പരസ്യമായി ഉപയോഗിക്കാനുള്ള ശേഷി ആർജിക്കുന്നതിനെയാണ് കാന്റ് ജ്ഞാനോദയമായി നിർവചിച്ചത്. സാമുദായികമായ വളർച്ചയും വിമോചനവുമാണ് ജ്ഞാനോദയം ലക്ഷ്യമിടുന്നത്.

തുടർന്ന് കാന്റ് പറയുന്നത് യുക്തി പൊതുമണ്ഡലത്തിൽ സ്വതന്ത്രമായി ഉപയോഗിക്കുമ്പോൾ മാത്രമേ ജ്ഞാനോദയം സാധ്യമാകൂ എന്നാണ്. ജ്ഞാനോദയം സാധ്യമാകാതെ എന്തു നവോത്ഥാനം ആണ് ഉണ്ടാവുക. ജ്ഞാനോദയത്തെ തടഞ്ഞുനിർത്തിയ മതവും-ഭരണകൂടവും ചേർന്നുള്ള വ്യവസ്ഥയാണ് അന്ന് പടിഞ്ഞാറൻ രാജ്യങ്ങളിൽ ബഹുജനങ്ങൾക്ക് സ്വതന്ത്രമായി ചിന്തിക്കാനുള്ള സ്വാതന്ത്ര്യം നിഷേധിച്ചത്. അധികാരകേന്ദ്രമായ ഭരണവ്യവസ്ഥയെയാണ് കാന്റ് വിമർശന വിധേയമാക്കുന്നത്. തർക്കങ്ങളില്ലാത്ത, സംവാദങ്ങളില്ലാത്ത ‘ഉറച്ചു കട്ടപിടിച്ച’ സാമൂഹികാവസ്ഥയെ ആണ് ജ്ഞാനോദയം വ്യാഖ്യാനിക്കുന്ന ലേഖനത്തിൽ കാന്റ് അപഗ്രഥിക്കുന്നത്.

ഇന്ത്യയിൽ ബ്രാഹ്മണിക ഭരണകൂട ആശയങ്ങളായിരുന്നു ദീർഘകാലം പൗരജീവിതത്തെ നിശ്ചലമാക്കിയത്. ജാതി വ്യവസ്ഥയ്ക്ക് മതാത്മകവും ബ്രഹ്മകേന്ദ്രിതവുമായ സാധൂകരണം നൽകിയാണ്

അനുസരണയുള്ള തൊഴിൽക്കൂട്ടങ്ങളെയും പൊതുസമൂഹത്തെയും ഇവിടെ ഉണ്ടാക്കിയത്. 'അനുസരണം' എന്ന ഭരണകൂട കൽപനയെക്കുറിച്ചാണ് ഇമ്മാനുവൽ കാന്റ് ആവർത്തിച്ചു പറയുന്നത്. *മനുസ്മൃതി*യിലും, *അർഥശാസ്ത്ര*ത്തിലും വിശദീകരിക്കുന്ന അനുസരണയുള്ള സാമൂഹികക്രമം യാഥാർഥ്യമാക്കിയത് ബുദ്ധിപരമായും ശാരീരികമായും സമൂഹത്തെ അടിമകളാക്കിയായിരുന്നു. അയിത്തവും അസ്പൃശ്യതയും സൂക്ഷിക്കുന്ന അകലവും പുറംതള്ളലും നിലനിന്നത് പ്രബലമായ വിശ്വാസരൂപത്തിലാണ്. വിശ്വാസം മർദ്ദകർക്കും മർദ്ദിതർക്കും, ഉടമകൾക്കും അടിമകൾക്കും ഒരുപോലെ ബാധകമായിരുന്നു.

ബ്രാഹ്മണാധികാര വ്യവസ്ഥ നിലനിന്ന പ്രദേശങ്ങളിലെല്ലാം സംസ്കൃത ഭാഷ 'ദൈവ ഭാഷയായി' ഭരണകൂടം ഉപയോഗിച്ചു. മറ്റെല്ലാ ഭാഷകളും സംസ്കൃതത്തിൽനിന്നാണ് ഉത്ഭവിച്ചതെന്ന അശാസ്ത്രീയവാദവും ബ്രാഹ്മണർ ഉണ്ടായത് ബ്രഹ്മാവിന്റെ വായിൽ നിന്നാണെന്ന വാദവും പൊതുബോധമാക്കി ബഹുജനങ്ങൾക്കുമേൽ അടിച്ചേൽപ്പിക്കപ്പെട്ടു. പതിനാലാം നൂറ്റാണ്ടിൽ രചിക്കപ്പെട്ടതായി കരുതുന്ന *ലീലാതിലകം* ഇപ്പോഴും സാഹിത്യപഠിതാക്കൾ ഉപയോഗിക്കുന്ന ടെക്സ്റ്റ് ബുക്ക് ആണ്. *ലീലാതിലക*ത്തിൽ സംസ്കൃതം ഉത്കൃഷ്ട ഭാഷയും മറ്റ് ഭാഷകൾ അപകൃഷ്ട ഭാഷകളുമാണെന്ന് പ്രസ്താവിക്കുന്നുണ്ട്. വേദ നായകം പിള്ള രചിച്ച ആദ്യ തമിൾ നോവലായ *പ്രതാപമുദലിയാർ ചരിത്ര*ത്തിലെ കഥാപാത്രമായ ജ്ഞാനാമ്പാൾ ഭാഷാപരമായ കീഴ്പ്പെടുത്തലിനെ ചോദ്യം ചെയ്യുന്നതിലൂടെ ജ്ഞാനോദയത്തിനും നവോത്ഥാനത്തിനും തെക്കേ ഇന്ത്യയിൽ തുടക്കം കുറിക്കുന്നതായി കാണാം.

ആധുനികതയുടെ വരവോടെ യൂറോപ്പിൽ ലാറ്റിൻ ഭാഷ അതിന്റെ ആധികാരികപദവി ഉപേക്ഷിച്ചപോലെ സംസ്കൃതം ഇന്ത്യയിലെ വരേണ്യ ബ്രാഹ്മണവർഗത്തിന്റെ ദൈനംദിന ഉപയോഗത്തിൽനിന്ന് ഉപേക്ഷിക്കപ്പെട്ടു എന്നത് ഒരു യാഥാർഥ്യമാണ്. ലാറ്റിൻ ഭാഷയിലൂടെ പടിഞ്ഞാറൻ രാജ്യങ്ങളിൽ പള്ളിമേധാവിത്തം ഉണ്ടാക്കിയത് ഇറ്റാലിയൻ ദാർശനികനായ അന്റോണിയോ ഗ്രാംഷി വിശദമാക്കുന്നുണ്ട്. കോടതിയിലെ ഭാഷ ജനങ്ങൾക്ക് മനസ്സിലാകാത്തപോലെ വൈദികഭാഷയും ജനങ്ങൾക്ക് അപ്രാപ്യമായ രീതിയിൽ നിലനിർത്തിയത് ഒരു വരേണ്യ ഭരണവർഗത്തെ സുരക്ഷിതമായി നിലനിർത്താനായിരുന്നു. എന്നാൽ ജ്ഞാനോദയ-നവോത്ഥാന പ്രസ്ഥാനങ്ങൾ തുടക്കമിട്ട മാറ്റം ഭാഷാപരമായ അധികാരഘടനയിലും മാറ്റങ്ങൾ ഉണ്ടാക്കി. അതിന്റെ ഒരു പ്രധാന കാരണം സാമ്പത്തിക വ്യവസ്ഥയിൽ ഉണ്ടായ മാറ്റങ്ങളാണ്. വൈദിക ജീവിതംകൊണ്ട് സ്വയം നിലനിൽക്കാൻ അധികാരിവർഗത്തിന് കഴിയാതെ വന്നു. ആത്മീയ/ദിവ്യ ഭാഷാപരിവേഷംകൊണ്ട് മാത്രം സാമൂഹികവ്യവസ്ഥയിൽ അധികാരവും അസാധ്യമായി. പാശ്ചാത്യ വിദ്യാഭ്യാസവും ഭരണസംവിധാനങ്ങളും തൊഴിലിനും അധികാരത്തിനും വരുമാനത്തിനും അനിവാര്യമായി വന്നപ്പോഴാണ് ബ്രാഹ്മണ്യം സമീപന

ങ്ങളിൽ അയവുവരുത്തിയത്. അപകൃഷ്ടഭാഷകൾ (ലീലാ തിലകകാരൻ പരാമർശിക്കുന്ന) പഠിക്കുകയും പഠിപ്പിക്കുകയും, തൊഴിലും ഇംഗ്ലീഷ് ഭാഷയും ടൈപ്പിങ്ങും പഠിച്ചു കോടതികളിലും കച്ചേരികളിലും ജോലി ചെയ്യേണ്ടിവരികയും ചെയ്തപ്പോൾ മനകളിൽ നിന്നും സംസ്കൃതം താനേ പടിയിറങ്ങിപ്പോയതാണ്. ഫ്യൂഡൽ ഗ്രാമീണ വ്യവസ്ഥകളിൽനിന്നും ആധുനിക വിദ്യാഭ്യാസത്തിന്റെയും കമ്പോളത്തിന്റെയും ഇടങ്ങളിലേക്ക് വരേണ്യവർഗം കൂട് മാറ്റി. അപ്പോഴും ജാതി വ്യവസ്ഥയുടെ വിലക്കുകളും ശീലങ്ങളും തുടരാൻ വരേണ്യവിഭാഗങ്ങൾ ബദ്ധശ്രദ്ധരായിരുന്നു.

ആശയാധികാരവ്യവസ്ഥ എന്നാൽ ഭരണവർഗത്തിന്റെ ആശയ ലോകം എന്നാണ് ഉദ്ദേശിക്കുന്നത്. അന്റോണിയോ ഗ്രാംഷി ഉപയോഗിച്ച അധീശ പ്രത്യയശാസ്ത്രം (Hegemony) എന്നത് വ്യാപകമായി പഠിക്കപ്പെട്ടിട്ടുണ്ട്. ഇറ്റലിയിലും ജർമനിയിലും വംശീയ ഫാഷിസ്റ്റ് ഭരണ കാലയളവിൽ ജയിലിലടയ്ക്കപ്പെട്ട അന്റോണിയോ ഗ്രാംഷി മുന്നോട്ട് വെച്ച 'ഹെജിമണി' (Hegemony) എന്ന ആശയം ഭരണവർഗ ആശയം എന്നതിലുപരി സർവവ്യാപിയായ ആശയാധിപത്യം ആണ് സൂചിപ്പിക്കുന്നത്. അതുകൊണ്ടാണ് സാമ്പത്തികവളർച്ച വ്യവസ്ഥയെ ആധുനികമായി പരിവർത്തിക്കപ്പെട്ട രാജ്യങ്ങളിൽ പോലും സാംസ്കാരിക ദേശീയതയെന്ന മുഖ്യധാരാ ആശയങ്ങളെ ഉപയോഗിച്ച് വംശീയ അപര വിദ്വേഷങ്ങളും ഉന്മൂലനങ്ങളും സാധ്യമാകുന്നത്. ഇന്ത്യയിൽ നൂറ്റാണ്ടുകളായി നിലനിൽക്കുന്ന ആശയാധികാരവ്യവസ്ഥ ബ്രാഹ്മണിസമാണ്. ആരെല്ലാം ഭരിച്ചിട്ടും, എന്തെല്ലാം സാങ്കേതികപുരോഗതി ഉണ്ടായിട്ടും ബ്രാഹ്മണിസത്തിന്റെ അടിസ്ഥാനമായ വർണ്ണ/ജാതി വിവേചനവും ശ്രേണീകരണവും ഇന്നും രാജ്യത്ത് നിലനിൽക്കുന്നു. ആശയാധികാര വ്യവസ്ഥയെ ചോദ്യം ചെയ്തുകൊണ്ട് 'നിവർന്നു' നിൽക്കാനും പരസ്യമായി ചോദ്യം ചോദിക്കാനും മനുഷ്യർ തയ്യാറായ സന്ദർഭത്തെയാണ് ഇമ്മാനുവൽ കാന്റ് ജ്ഞാനോദയമായി കാണുന്നത്. വൈദിക പാരമ്പര്യമാണ് ബ്രഹ്മാവിന്റെ വായിൽനിന്നുമുള്ള ബ്രാഹ്മണരുടെ ഉത്ഭവകഥ പരശുരാമൻ മഴുവെറിഞ്ഞുണ്ടായ കേരളമെന്ന കെട്ടുകഥപോലെ ഇവിടെ ആശയാധികാര വ്യവസ്ഥയുടെ ഭാഗമാക്കിയിരുന്നു. ഒരു കഥയായല്ല ദിവ്യമായ, സനാതന തത്വമായും എല്ലാവരാലും സ്വീകരിക്കേണ്ട നിയമമായുമാണ് 'ഉത്ഭവ കഥ' അടിച്ചേൽപ്പിച്ചത്.

നാരായണഗുരു തമിഴും മലയാളവും സംസ്കൃതവും പഠിക്കുകയും ആ ഭാഷകളിലെ പ്രബല രചനകൾ വായിക്കുകയും ചെയ്തിരുന്നു. ഗുരുവിന്റെ ഇടപെടലുകൾ മുഖ്യമായും ജാതിവ്യവസ്ഥയെ ചോദ്യം ചെയ്യുക എന്ന ഒരേ ഒരു ലക്ഷ്യത്തിലായിരുന്നു ആദ്യവസാനം കേന്ദ്രീകരിച്ചത്. വാസ്തവത്തിൽ ഗുരു സാധാരണ പലരും വിശേഷിപ്പിക്കാറുള്ളപോലെ വെറുമൊരു സമുദായപരിഷ്കർത്താവായിരുന്നില്ല. ബുദ്ധൻ ബ്രാഹ്മണാധികാര വ്യവസ്ഥയെ എതിർത്ത രീതിയിൽ ഒരു ബദൽ വിശാല മാനവവാദം അവതരിപ്പിക്കാനായിരുന്നു ഗുരു ശ്രമിച്ചത്.

ബ്രാഹ്മണർ മുതലായ ജാതിയില്ലെന്നും (ന ബ്രാഹ്മണാദി രസൈവം, തത്വം വേത്തി കോപിന) എല്ലാവരുടെയും ജന്മം ഒരുപോലെ ഒരേ യോനിയിൽനിന്നും പുണർന്ന് പ്രസവിക്കുന്നത് ആണെന്നും ശാസ്ത്ര ഭാഷയിലാണ് ഗുരു സംസാരിച്ചത്.

"നരജാതിയിൽ നിന്നത്രേ പിറന്നിടുന്നു വിപ്രനും /പറയൻ താനു മെന്തുള്ളതന്തരം നരജാതിയിൽ'' എന്നത് *ഋഗ്വേദ* സൂക്തത്തിലെ ചാതുർവർണ്യ ഉത്ഭവസൂക്തത്തിനുള്ള മറുപടിയാണല്ലോ. വൈദിക പാരമ്പര്യ കേന്ദ്രിത വിശ്വാസത്തെയാണ് ഗുരു താത്വികമായി നേരിടുന്നത്. ബ്രാഹ്മണനു വേറിട്ട ജന്മമോ തറവാടിത്തമോ ഗുരു സ്വീകരിച്ചില്ല. എല്ലാ മനുഷ്യർക്കും ഒരേ രീതിയിൽ ഉള്ള പ്രജനനം. മനുഷ്യർ പുണർന്ന് പെറുന്നവർ. ആർക്കെങ്കിലും പ്രത്യേക ജന്മമില്ലെന്ന ആവർത്തിച്ചുള്ള വാദം ലക്ഷ്യമിട്ടത് വൈദിക കേന്ദ്രിതമായ ബ്രാഹ്മണാശയാധികാര വ്യവസ്ഥയെ തകിടംമറിക്കലായിരുന്നു. കേരളീയ ആധുനിക തത്വ ചിന്തയ്ക്കും നവോത്ഥാനത്തിനും ഒരു പിതാവുണ്ടെങ്കിൽ അത് നാരായണഗുരു ആണ്. പിതാവ് എന്ന സങ്കൽപം വാസ്തവത്തിൽ അതിഭൗതികവാദപരമാണ്. എങ്കിലും ഭാഷാപിതാവായി നമ്മൾ എഴുത്തച്ഛനെ സ്ഥാനപ്പെടുത്തിയിട്ടുണ്ടല്ലോ. അതിനേക്കാൾ എത്രയോ ഉചിതമാണ് നവോത്ഥാനപരവും ജ്ഞാനോദയകേന്ദ്രിതവുമായ ദാർശനികമുന്നേറ്റത്തിന്റെ വേറിട്ട പ്രാരംഭംകുറിച്ച നാരായണ ഗുരുവിനെ നവോത്ഥാനദർശനത്തിന്റെ പിതാവായി സ്ഥാനപ്പെടുത്തുന്നത്. (മാതാപി താക്കൾ നൽകിയ പേര് ചേർത്തു നാണു ഗുരു എന്നാണ് ഗുരുവിനെ സൂക്ഷ്മമായി അവതരിപ്പിക്കുന്ന ഡോ. കെ സുഗതൻ ജീവചരിത്രത്തിലും മറ്റും എഴുതിയിട്ടുള്ളത്).

ഭാഷ വാസ്തവത്തിൽ പലതാണെന്ന് മാത്രമല്ല അതിന്റെ ഉൽപാദനം നടക്കുന്നത് മനുഷ്യാധ്വാനത്തോടൊപ്പമാണ്. അതിനാലാണ് മലയാളത്തിലെ ആദ്യ നിഘണ്ടുനിർമാതാവായ ഹെർമൻ ഗുണ്ടർട്ട് പണിശാലകളിലേക്കും പാടങ്ങളിലേക്കും പോയി വാക്കുകൾ ശേഖരിച്ചത്. ഭാഷയുടെ പിതാവ് ഒരു വ്യക്തിയല്ലെന്ന് നമുക്കിന്ന് അറിയാം. ഓരോ ഭാഷയും ഓരോ ജനവിഭാഗം ഉണ്ടാക്കുന്നതാണ്. മാത്രമല്ല എഴുത്തച്ഛൻ എഴുതിയ സന്ദർഭത്തിൽ കേരളീയരുടെ സാക്ഷരതയും വായനയും പരിശോധിച്ചാൽ സാഹിത്യത്തിലോ ജീവിതത്തിലോ അവ ഉണ്ടാക്കിയ സ്വാധീനം വളരെ നിസ്സാരവും ആയിരിക്കും. അതേസമയം ഗുരുവിന്റെ ചിന്തയും പ്രവർത്തനവും കേരളീയ പൊതുബോധത്തിലും പൊതു മണ്ഡലത്തിലും ഉണ്ടാക്കിയ മാറ്റം വളരെ വലുതാണ്. സമൂഹം കൂടുതൽ ചലനാത്മകവും ആധുനികവും ആയി മാറിക്കൊണ്ടിരിക്കുന്ന പത്തൊ ൻപതാം നൂറ്റാണ്ടിന്റെ അവസാനദശകങ്ങളിലും ഇരുപതാം നൂറ്റാ ണ്ടിന്റെ ആദ്യ ദശകങ്ങളിലുമായിരുന്നു ഗുരു താത്വികമായും പ്രായോഗിക മായും ഇടപെട്ടത്. ഗുരു തത്വചിന്താപരമായാണ് മിക്ക പ്രശ്നങ്ങളെയും സമീപിച്ചിരുന്നത്.

*ആത്മോപദേശശതക*ത്തിൽ തത്വചിന്തയെ ഗുരു വേറിട്ട് സമീപിക്കുന്നതായി കാണാൻ കഴിയും. അരുവിപ്പുറത്തെ പ്രതിഷ്ഠയുടെ കാലത്ത് തന്നെയാണ് ആത്മോപദേശ ശതകം രചിക്കപ്പെട്ടതെന്ന് കരുതുന്നു.

"സകലതുമുള്ളതുതന്നെ തത്വചിന്താ-
ഗ്രഹനിതു സർവവുമേകമായ് ഗ്രഹിക്കും,
അകമുഖമായറിയായ്കിൽ മായയാം വൻ-
പക പലതും ഭ്രമമേകിടുന്നു പാരം" (*ആത്മോപദേശശതകം,* 88)

വിഭിന്നമായ അസ്തിത്വങ്ങൾ തുല്യമായും ഏകമായും കാണാൻ കഴിയുന്നവർ തത്വചിന്ത ഗ്രഹിക്കുന്നവരാണെന്ന് ഗുരു ഇവിടെ പറയുന്നു. തത്വചിന്താഗ്രഹൻ സർവവും ഏകമായ് ഗ്രഹിക്കുമെന്ന് ഗുരു പറയുമ്പോൾ രണ്ടു കാര്യങ്ങൾ വ്യക്തമാക്കപ്പെടുന്നു. ഒന്നു തത്വചിന്തയെ ഗുരു വേറിട്ട് സമീപിച്ചിരുന്നു. രണ്ടാമത്തേത് വേറിട്ട് നിൽക്കുന്ന വ്യക്തി വിശേഷങ്ങൾ ഉള്ളപ്പോഴും എല്ലാം ഒന്നുതന്നെയായി തിരിച്ചറിയാൻ തത്വചിന്തകന് കഴിയും. ഉണ്മയും അഭാവവും പോലെ ഒരുമയും പലമയും സമഗ്രതയിൽ കാണാൻ ആവശ്യമായ വൈരുദ്ധ്യാത്മക സമീപനമാണ് ഇവിടെ നാരായണഗുരു വിഭാവനം ചെയ്തത്. ഗുരു ഒരേ സമയം കവിയും തത്വചിന്തകനുമായിരുന്നു. ഗുരുവിന് ആ ബോധ്യവും ഉണ്ടായിരുന്നു. ഗാന്ധിജിയും ടാഗോറും ഉള്ളൂരുമെല്ലാം ഗുരുവിനെ വർക്കലയിൽ അങ്ങോട്ട് പോയി കണ്ടത് വെറുതെയല്ല. പോയി കാണേണ്ട വലുപ്പവും മഹത്ത്വവും ഗുരു അന്ന് നേടിയത് അദ്ദേഹത്തിന്റെ അതുല്യമായ വ്യക്തിപ്രഭാവംകൊണ്ട് മാത്രമാണ്. മനുഷ്യരെ തട്ടുകളാക്കി തിരിച്ചു വിവേചനവും ശത്രുതയും നിലനിർത്തുന്ന സാമൂഹിക അവസ്ഥയോടുള്ള പ്രതികരണമെന്ന നിലയിലാണ് ഗുരുവിന്റെ ആവിഷ്കാരങ്ങൾ ഉണ്ടായത്.

സമൂഹത്തിൽ ശ്രേണീബദ്ധമായ വർഗീകരണത്തിന് നിദാനമായ ബ്രാഹ്മണ്യത്തെയാണ് ഗുരു തത്വചിന്ത ഉപയോഗിച്ച് പ്രതിരോധിച്ചത്. തത്വചിന്താഗ്രഹൻ എന്നാൽ ഇംഗ്ലീഷിൽ ഫിലോസഫർ എന്നു വിളിക്കുന്ന ജ്ഞാനിയും, തത്വചിന്ത ആ വിഷയം പ്രതിപാദിക്കുന്ന വിജ്ഞാനശാഖയുമാണ്. ഫിലോസഫിയിൽ തത്വങ്ങളാണ് പഠനവിധേയമാക്കുന്നത്. പാശ്ചാത്യ തത്വചിന്തയുടെ പിതാവായി അറിയപ്പെടുന്ന സോക്രട്ടീസ് എന്താണ് നീതിയെന്ന് തർക്കിച്ചത് ഏഥൻസിലെ കോടതിമുറ്റത്തായിരുന്നു. മുകളിലെ ഉദ്ധരണിയിൽ ഭൗതികമായ ഉണ്മയെ കാണുക മാത്രമല്ല അവ ഒരേസമയം വിഭിന്നവും ഏകവുമാണെന്ന് സമർഥിക്കുകയാണ് ഗുരു ചെയ്യുന്നത്. അറിവ് ജ്ഞാനമായി തീരുമ്പോൾ നമ്മൾ തത്വചിന്താഗ്രഹനായി വളരുമെന്ന കാഴ്ചപ്പാടാണ് ഇവിടെ ഗുരു പ്രകാശിപ്പിക്കുന്നത്. മായയെന്ന വൻപകയിൽ പെട്ട് യാഥാർഥ്യം കാണാതിരിക്കരുതെന്നാണ് ഗുരു പറയുന്നത്. ശങ്കരന്റെ അദ്വൈതം ബ്രാഹ്മണ്യത്തെ അരക്കിട്ട് ഉറപ്പിച്ചപ്പോൾ നാരായണ ഗുരുവിന്റെ അദ്വൈതം മനുഷ്യരെ ഏകോദരസഹോദരന്മാരായി

കാണാനാണ് പഠിപ്പിച്ചത്.

"ഇനമാർന്നുടൽ താൻ തന്റെ-
യിനമേതൊന്നു ചൊൽകയാൽ
ഇനമേതൊന്നു കേൾക്കില്ല
നിനവും കണ്ണുമുള്ളവർ"

ജാതിലക്ഷണത്തിലെ അഞ്ചാമത്തെ ശ്ലോകമാണിത്. നിനവ് എന്നതിന് ഓർമയെന്നും ചിന്തയെന്നും അർഥമുണ്ട്. ഓർമയും ചിന്തയും ചേർന്നാണ് ചരിത്രവൽക്കരണം നടത്തുക. ഇനം തിരിച്ചു മനുഷ്യരെ അടയാളപ്പെടുത്തി അവരുടെ ജന്മത്തെയും ജീവിതത്തെയും പൂർവ ജന്മത്തിലെ പാപവുമായി ചേർത്തുപറയുന്ന സനാതന-വിശ്വാസ രീതിയെയാണ് ഈ ശ്ലോകത്തിൽ ഗുരു ഗംഭീരമായി ഖണ്ഡിക്കുന്നത്. പാപയോനിയെന്ന സനാതന തത്വം വെടിഞ്ഞ് എല്ലാ മനുഷ്യരും തുല്യരായി ജനിച്ചു വീഴുന്നതായി ഗുരു നിരീക്ഷിച്ചു. എല്ലാ മനുഷ്യരും സ്വതന്ത്രമായാണ് ജനിക്കുന്നതെന്ന വലിയ ദർശനം മുന്നോട്ട് വെച്ച റൂസ്സോയെ ഫ്രഞ്ച് വിപ്ലവത്തിന് പ്രചോദനം നല്കിയ ദാർശനികനായാണല്ലോ പറയുന്നത്. ഫ്രഞ്ച് വിപ്ലവം ദാർശനികരുടെ വിപ്ലവമാണെന്ന് പ്രശസ്ത ബ്രിട്ടീഷ് ചരിത്രകാരനായ ഹോബ്സ് ബാം പറയുന്നുണ്ട്. (Eric Hobsbawm, *The Age of Revolution*) കണ്ണുകൊണ്ട് കണ്ടും ബുദ്ധികൊണ്ട് അപഗ്രഥിച്ചും സ്വയം അകപ്പെട്ട അപക്വ അവസ്ഥയെ മറികടക്കാനാണ് ഗുരു ഉപദേശിക്കുന്നത്. അറിവാമാഴിയിൽ നിന്നാണ് എല്ലാ തിരിച്ചറിവും ഉണ്ടാകേണ്ടത്. സകലതുമുള്ളത് തന്നെ. അതിനാൽ അവയെല്ലാം ഇവിടെ തുല്യമായി നിലനിൽക്കാൻ അർഹതയുള്ളതാണ്.

ആലുവാ അദ്വൈതാശ്രമത്തിൽ 1924 ൽ സർവമത സമ്മേളനം സംഘടിപ്പിച്ച ഗുരു അതിലൂടെ സമൂഹത്തിന് നല്കിയ സന്ദേശം എല്ലാ വിശ്വാസിസമൂഹങ്ങളും അവിശ്വാസികളും സഹകരിച്ചും സ്നേഹിച്ചും ജീവിക്കാനുള്ള ലോകമാണ് നമ്മുടേതെന്ന അറിവാണ്. ഗുരു നേതൃത്വം നല്കിയ ആ സർവമത സമ്മേളനത്തിൽ ക്രിസ്ത്യൻ, മുസ്ലിം, ബുദ്ധ, മുതലായ മതങ്ങളെ പ്രതിനിധീകരിച്ചും യുക്തിവാദം, ആര്യസമാജം, ബ്രഹ്മസമാജം മുതലായ പ്രസ്ഥാനങ്ങളുടെ പ്രതിനിധികളും ഉണ്ടായിരുന്നു. 'വാദിക്കാനും ജയിക്കാനുമല്ല അറിയാനും അറിയിക്കാനും' എന്ന മഹത്തായ ബഹുസംസ്കാരസന്ദേശത്തെ മുൻനിർത്തി അതിനു മുൻപോ പിൻപോ കേരളത്തിൽ ഇതുപോലുള്ള ഒരു സമ്മേളനം നടന്നിട്ടുണ്ടോ എന്നത് സംശയമാണ്. 1888 ൽ ഗുരു പൊതുമണ്ഡലത്തിൽ നടത്തിയ ആദ്യത്തെ പ്രവർത്തനമായ അരുവിപ്പുറത്തെ പ്രതിഷ്ഠ മുതൽ ബ്രാഹ്മണ്യ മതാത്മക സംസ്കാരത്തെയും വ്യവസ്ഥയെയുമാണ് ചോദ്യം ചെയ്തത്. ഒരേ ഒരു അനശ്വരമായ ശരിയെന്ന ആധികാരികതയെയാണ് ഗുരു വിമർശപാഠങ്ങളാക്കിയത്. ബുദ്ധദർശനത്തിലും മാറിക്കൊണ്ടിരിക്കുന്ന ലോകത്തെയാണ് നമ്മൾ കാണുന്നത്. ശങ്കരാചാര്യരുടെ വൈദിക പാര

ന്വര്യത്തിൽ അധിഷ്ഠിതമായ അദ്വൈതത്തെ മറികടന്ന് എല്ലാവർക്കും തുല്യ പദവിയുള്ള ബഹുസ്വര ജനാധിപത്യ കൂട്ടായ്മകളിലേക്കാണ് ഗുരു കേന്ദ്രീകരിച്ചത്.

കേരളീയ ജ്ഞാനോദയം ആയാണ് ഗുരുചിന്ത രൂപപ്പെട്ടതെങ്കിലും ഫലത്തിൽ ഇന്ത്യൻ തത്വചിന്തയിലെ ജ്ഞാനോദയത്തിന്റെ ആദ്യ കിരണങ്ങൾ ആയിരുന്നു അവ. പ്രവാചകനായ മുഹമ്മദിനെയും യേശുവിനെയും ബുദ്ധനെയും പ്രകീർത്തിച്ചു കവിത എഴുതിയതും കേരളം അന്നും ഇന്നും ആവശ്യപ്പെടുന്ന ബഹുസ്വരതയുടെ അനിവാര്യത കണ്ണും നിനവുമുള്ള തത്വഗ്രാഹിയായ ഗുരു മനസ്സിലാക്കിയതുകൊണ്ടാണ്.

"പുരുഷാകൃതി പൂണ്ട ദൈവമോ?
നരദിവ്യാകൃതി പൂണ്ട ധർമമോ?
പരമേശര പവിത്ര പുത്രനോ?
കരുണാവാൻ നബി മുത്തുരത്നമോ?"

ഗുരു ആദ്യമായി ഒരു ബഹുസ്വര ജനാധിപത്യ സർഗാത്മകതയാണ് മുന്നോട്ട് വെച്ചത്. നൂറ്റാണ്ടുകളായി നിലനിന്ന ഏകശിലാ കേന്ദ്രിത ആശയാധികാര വ്യവസ്ഥയെ ചോദ്യം ചെയ്യുമ്പോൾ ഇമ്മാനുവൽ കാന്റ് പറയുന്ന പോലെ ബഹുജനങ്ങൾക്ക് നിവർന്ന് നിൽക്കാനും, നിർഭയമായി യുക്തി പരസ്യമായി ഉപയോഗിക്കാനും സാധിക്കുന്നു. മറ്റുള്ളവർ നമുക്ക് വേണ്ടി ചിന്തിക്കുകയും, കാര്യങ്ങൾ നിർണയിക്കുകയും ചെയ്യുന്ന വ്യവസ്ഥയെയാണ് കാന്റ് ചോദ്യം ചെയ്തത്. കാന്റിന്റെ രചനയിൽ 'നട്ടെല്ല്' സ്വാതന്ത്ര്യം നേടിയ മനുഷ്യരെ ദ്യോതിപ്പിക്കുന്ന ഒരു രൂപകമാണ്. യുക്തി ഉപയോഗിക്കാനുള്ള സ്വാതന്ത്ര്യമാണ് നവോത്ഥാനത്തിലൂടെ മനുഷ്യർ നേടുന്നത്. നാരായണഗുരു പ്രയോഗത്തിനും ചിന്തയ്ക്കും തുല്യ പ്രാധാന്യമാണ് നല്കിയത്. ഒരേസമയം പണം പിരിവ് നടത്തി വിദ്യാലയങ്ങളും സമ്മേളനങ്ങളും നടത്താനും താത്വികമായി ഇടപെടാനും സാധിച്ചത് സമൂഹത്തെ ജനാധിപത്യപരമായി മാറ്റുകയും നീതിക്കും സത്യത്തിനും സ്വാതന്ത്ര്യത്തിനുംവേണ്ടി പ്രവർത്തിക്കുകയും ചെയ്യാനുള്ള അദ്ദേഹത്തിന്റെ പ്രതിബദ്ധത കാരണമാണ്. കവിയും ദാർശനികനുമായ ഗുരുവിനെ ഭാവി കേരളത്തിൽ കൂടുതൽ സംവാദ വിഷയമാക്കേണ്ടത് അനിവാര്യമാണ്.

"തനിയെയിതൊക്കെയുമുണ്ട് തമ്മിലോരോ-
രിനമിതരങ്ങളിലില്ലയിപ്രകാരം
തനുമുതലായത് സത്തുമല്ലയോർത്താ-
ലനൃതവുമല്ലതവാച്യമായിടുന്നു.

(*ആത്മോപദേശശതകം*, 87)

ഓരോന്നും പ്രത്യേകം നോക്കിയാൽ അവ നിലനിൽക്കുന്നുണ്ട്. എന്നാൽ ഓരോ ഇനം മറ്റൊന്നിൽ കാണുകയുമില്ല. ഓരോ അസ്തിത്വവും വേറിട്ട യാഥാർഥ്യമാണ്. ഒന്നു മറ്റൊന്നിൽനിന്നും വ്യത്യസ്തമാണെങ്കിലും അവ തമ്മിലുള്ള അന്തരം അവാച്യമായി അനുഭവപ്പെടുന്നു.

തനു എന്നാൽ ഇവിടെ ജർമൻ ദാർശനികനായ ലെയിബ്നീസ് (Leibnitz) പറയുന്ന പരമാണു (monad) പോലെ വേറിട്ടും സ്വതന്ത്രമായും ശരീരേതരമായി നിൽക്കുന്ന ഒരു അവാച്യ പ്രതിഭാസമായാണ് ഗുരു കാണുന്നത്. വ്യത്യാസങ്ങളെ സമന്വയിപ്പിക്കുന്ന ഉണ്മ ഉണ്ടെന്നും ഇല്ലെന്നും പറയാൻ കഴിയാത്തവിധം അവാച്യമായി അനുഭവപ്പെടുന്നു. ഭൗതികജീവിതത്തിന്റെ നശ്വരത ഒരു യാഥാർഥ്യമാണ്. എന്നാൽ നശ്വരതയെ അദ്വൈത വേദാന്ത ചിന്തകളിൽ സമീപിക്കുന്ന പോലെയല്ല ഗുരു സമീപിക്കുന്നത്. അറിവിനെ രണ്ടു തലങ്ങളിലാണ് ഗുരു സ്ഥാനപ്പെടുത്തുന്നത്. ഒന്നു നശ്വരതയ്ക്കപ്പുറം എല്ലാറ്റിനെയും ബന്ധിപ്പിക്കുന്ന സത്യത്തെ അറിയാൻ കഴിയുക. മറ്റൊന്നു സാമൂഹികമായി വിരോധ/അപരവൽക്കരണചിന്തയെ മറികടക്കുന്നതിനുവേണ്ടി ഉണ്ടാവേണ്ട അറിവ്. അതായത് പ്രയോഗമണ്ഡലത്തിൽ എന്താണോ ഗുരു ചെയ്തത് അതുതന്നെയാണ് രചനകളിലും ദ്യോതിപ്പിക്കുന്നത്. അപരവിദ്വേഷമാണ് കേരള ജനതയെ ഉത്തമ/അധമ ശ്രേണികളിൽ നിർത്തി അന്നും ഇന്നും വേദനിപ്പിക്കുന്നത്. അനുകമ്പ ഗുരുവിന്റെ ഒരു മുഖ്യ ആദർശമാണ്. നബിയെയും യേശുവിനെയും ബുദ്ധനെയുമെല്ലാം ഗുരു അനുകമ്പയുടെ ഉപജ്ഞാതാക്കളായി അടയാളപ്പെടുത്തുന്നുണ്ട്. ആന്തരികവും ബാഹ്യവുമായ ഉയർച്ചയും നന്മയും നേടി മൈത്രിയിലും സഹകരണത്തിലും ജീവിക്കുന്ന സാമൂഹിക വ്യവസ്ഥയാണ് ഗുരു വിഭാവനം ചെയ്തത്. അതിനുതകുന്ന സത്താശാസ്ത്രപരവും ജ്ഞാനശാസ്ത്രപരവുമായ നിരീക്ഷണങ്ങളാണ് ഗുരു മുന്നോട്ട് വെക്കുന്നത്. ഗുരുവിന്റെ മൗലികമായ സംഭാവനകൾ വിശദീകരിക്കുമ്പോൾ ഡോ. ടി ഭാസ്കരൻ നടത്തുന്ന ഒരു നിരീക്ഷണം വളരെ പ്രസക്തമാണ്. "അജ്ഞാനിക്ക് ലോകം സത്തും ജ്ഞാനിക്ക് അസത്തുമാണെന്നാണ് പരക്കെയുള്ള ധാരണ. ഗുരു അത് സയുക്തികം തിരുത്തുന്നു." (*മഹർഷി ശ്രീനാരായണഗുരു*, ഡോ. ടി ഭാസ്കരൻ, പു 223)

> "ജ്ഞാനിക്കു സത്തുലകു, ചിത്തു, സുഖസ്വരൂപ-
> മാനന്ദ, മല്ലനൃത, മജ്ഞനിതപ്രകാശം
> കാണുന്നവന്നു സുഖമസ്തിതയാർന്ന ഭാനു-
> മാനർക്കനന്ധനിരുളാർന്നൊരു ശൂന്യവസ്തു
>
> (*അദ്വൈത ദീപിക*, 11)

ജ്ഞാനിക്ക് ഉലകം സത്താണ് എന്നു ചൊല്ലുമ്പോൾ അതിനു മറുവശം നിൽക്കുന്നത് ശ്രീ. ശങ്കരനാണെന്ന കാര്യം ഡോ. ഭാസ്കരൻ പറയുന്നില്ല. വാസ്തവത്തിൽ 'പരക്കെയുള്ള' ധാരണ എന്ന ഡോ. ഭാസ്കരന്റെ നിരീക്ഷണം ശരിയല്ല. ശങ്കരദർശനം പിന്തുടരുന്ന വേദാന്തികളുടെ ധാരണ എന്നാണ് ഡോ. ഭാസ്കരൻ പറയേണ്ടിയിരുന്നത്. ജ്ഞാനം ഉലകിനെ മായയും ബ്രഹ്മത്തെ സത്തുമാക്കുന്ന ശങ്കരന്റെ അദ്വൈതമല്ല ഗുരുവിന്റെ അദ്വൈതം. അറിവിലൂടെ ലോകത്തെ തിരിച്ചറിയാനും അനീതിയെ അകറ്റാനും സത്യത്തെയും ധർമത്തെയും സ്ഥാപിക്കാ

നുമാണ് ഗുരു ആഹ്വാനം ചെയ്തത്. ഉലകം തന്നെയാണ് ഉണ്മയെന്ന് പ്രയോഗത്തിലും ചിന്തയിലും ഗുരു കാണിക്കുകയുണ്ടായി. അന്ധന് സൂര്യനെ കാണാൻ കഴിയാത്തതുപോലെ അജ്ഞന് ഉലകവും അതിലെ വൈവിധ്യവും അതിലന്തർഭവിച്ച ഏകരൂപ്യവും കാണാൻ കഴിയുന്നില്ല.

ഇവിടെ അജ്ഞൻ യഥാർഥത്തിൽ ആരാണ്? വിവരമില്ലാത്തവൻ എന്നു മാത്രമല്ല ഗുരു ഉദ്ദേശിക്കുന്നത്. മറിച്ച് സത്യം കാണാൻ ആവശ്യമായ വിവരവും തിരിച്ചറിവും ആർജിക്കാത്തവർ എന്നു തന്നെയാണ്. ഗുരുവിന്റെ ജാതി നിർണയവും, ജാതി ലക്ഷണവും ഇതോടൊപ്പം ചേർത്ത് വായിച്ചാൽ ഇക്കാര്യം കൃത്യമാവും.

"നരജാതിയിൽ നിന്നത്രേ
പിറന്നീടുന്നു വിപ്രനും
പറയൻ താനുമെന്തുള്ള-
തന്തരം നരജാതിയിൽ"

(*ജാതിനിർണയം*)

അറിവിനെയാണ് ഗുരു എപ്പോഴും ലക്ഷ്യമിടുന്നത്. ബാഹ്യമായ അറിവ് പോലെ അതിനപ്പുറം എല്ലാം ഉദ്ഗ്രഥിച്ച് നേടുന്ന അറിവുംകൂടി ലക്ഷ്യമാക്കുമ്പോളാണ് ഒരാൾ പൂർണ്ണത കൈവരിക്കുന്നത്.

"അറിവുമറിഞ്ഞിടുമർഥവും പുമാൻത-
ന്നറിവുമൊരാദിമഹസ്സമാത്രമാകും;
വിരളതവിട്ടു വിലങ്ങുമമ്മഹത്താ-
മറിവിലമർന്നതുമാത്രമായിടേണം." (*ആത്മോപദേശശതകം*, 4)

വിരളതയെന്നാൽ ഭയം അഥവാ വിരണ്ട് കഴിയുന്ന അവസ്ഥയാണ്. ആ സാഹചര്യം ഉല്ലംഘിച്ചുകൊണ്ട് മഹത്തായ അറിവ് ആർജിച്ച് നിലനിൽക്കാനുള്ള നിർദേശമാണ് ഗുരു മുന്നോട്ട് വെക്കുന്നത്. അത്തരത്തിലുള്ള പരമമായ അവസ്ഥ ഗുരു വിഭാവനം ചെയ്യുന്നത് ബുദ്ധദർശനത്തെ അവലംബിച്ചാണ്. സംസ്കൃതത്തിൽ ഗുരു എഴുതിയ *ദർശനമാല*യുടെ അവസാന ഭാഗത്തിന് നിർവാണദർശനം എന്നാണ് നാമകരണം ചെയ്തിട്ടുള്ളത്. നിർവാണം ബുദ്ധദർശനത്തിൽ ഒരാൾ ആർജിക്കേണ്ട ഏറ്റവും ഉയർന്ന അവസ്ഥയാണ്. മോക്ഷമെന്നും, കൈവല്യമെന്നും, മുക്തിയെന്നും ഈ അവസ്ഥയെ വ്യാഖ്യാനിക്കാറുണ്ട്. ജീവിച്ചുകൊണ്ടിരിക്കുന്ന ഒരു മനുഷ്യൻ സകല ദുഃഖങ്ങളിൽനിന്നും വിമോചിതരായി എത്തിച്ചേരാവുന്ന ഒരു അവസ്ഥയായാണ് നിർവാണത്തെ ബുദ്ധചിന്തകളിലെന്നപോലെ നാരായണഗുരുവിലും കാണുന്നത്.

ഗുരുവിന്റെ കവിതയും തത്വവിചാരവും സഞ്ചാരവും എല്ലാം നരജാതിയെ ബ്രാഹ്മണ്യത്തിൽനിന്നും രക്ഷിക്കാനുള്ള അന്വേഷണത്തെ അടിസ്ഥാനമാക്കിയായിരുന്നു. ബ്രാഹ്മണ്യത്തെ അതീന്ദ്രിയ തത്വമായ ബ്രഹ്മത്തോട് കെട്ടുന്ന ഏർപ്പാടുകളെയാണ് ഇവിടെ ഗുരു സൗമ്യമായും കാവ്യാത്മകമായും ചോദ്യം ചെയ്യുന്നത്. ഏതിൽ നിന്നാണോ ഉത്ഭവിച്ചത് അതിൽ നിന്നാണ് സർവവും ഉത്ഭവിച്ചതെന്ന് *ദർശനമാല*യിലും

ഗുരു എഴുതിയിട്ടുണ്ട്. ഗുരുവിന്റെ പ്രവർത്തനങ്ങളും രചനയും ബൗദ്ധ രീതിയിലുള്ളതായിരുന്നു. അതിനാൽ സമൂഹത്തിൽ രൂഢമൂലമായ വിശ്വാസത്തെ അട്ടിമറിക്കുമ്പോഴും മൗലികമായ ഒരു വഴിയാണ് അരുവിപ്പുറത്ത് മലയാളികൾ പ്രാരംഭം കുറിച്ചത്. വിപ്രനും പറയനും തമ്മിലെന്ത്? ബ്രഹ്മാവിന്റെ വായും കാലും തമ്മിലാണ് ഇവിടെ സമരം നടക്കുന്നത്. വേദകാലം മുതൽ ആരംഭിച്ച സമരമാണിത്.

"ചാതുർ വർണ്യ സിദ്ധാന്തത്തിന്റെ അടിസ്ഥാനം *ഋഗ്വേദ*ത്തിലെ പുരുഷസൂക്തമാണ്. (ബ്രഹ്മണോസ്യ മുഖമാസീദ ...) ഈ സിദ്ധാന്തം *യജുർവേദം* ഉൾപ്പെടെയുള്ള വേദങ്ങളിലും *ഭാഗവതം* ഉൾപ്പെടെയുള്ള പുരാണങ്ങളിലും ദർശിക്കാം. എന്നാൽ നാരായണഗുരു ഈ സിദ്ധാന്തം അംഗീകരിച്ചതേയില്ല." (ഡോ.ടി എസ് ശ്യാംകുമാർ, *മൈത്രിയുടെ പൊരുൾ*, 2025, പു.229)

ജാതിനിർണയത്തിലെ സംസ്കൃതത്തിൽ എഴുതിയ ഒരേ ഒരു ശ്ലോകത്തിൽ "നഃ ബ്രാഹ്മണാദി രസൈവം/ തത്വം വേത്തി കോപിനഃ" എന്ന് എഴുതിയത് ഇതുമായി ചേർത്ത് വായിക്കണം. ബ്രാഹ്മണർ മുതലായ ജാതിയില്ലെന്ന് അക്കാലത്ത് സംസ്കൃതത്തിൽ എഴുതിയത് ഒരുപക്ഷേ, ലീലാതിലകകാരൻ പറയുന്ന അപകൃഷ്ട ഭാഷകൾ വായിക്കാത്ത ശ്രേഷ്ഠ ബ്രാഹ്മണ പണ്ഡിതന്മാർക്ക് വായിക്കാനും മനസ്സിലാക്കാനുമായിരിക്കും. അല്ലെങ്കിൽ നാലു വരികൾ മാത്രം സംസ്കൃതത്തിൽ മറ്റ് പച്ചമലയാള ശ്ലോകങ്ങൾക്കൊപ്പം എഴുതേണ്ടതില്ലല്ലോ. ചുരുക്കി പറഞ്ഞാൽ നാരായണഗുരു ബുദ്ധപാരമ്പര്യത്തിൽ ഉയർന്നുവന്ന ഒരു ദാർശനികൻ ആയിരുന്നു. അദ്ദേഹം ബുദ്ധൻ അന്നത്തെ ബഹുജന ഭാഷയായിരുന്ന പാലിയിൽ ആവിഷ്കാരം നിർവഹിച്ചപോലെ മലയാള ഭാഷയിൽ മലയാളികളെ സംബോധന ചെയ്തുകൊണ്ട് തത്വചിന്താപരമായ പാഠങ്ങൾ ആവിഷ്കരിക്കുകയാണ് ചെയ്തത്. ഇന്ത്യയിൽ നിലനിൽക്കുന്ന ശ്രേണീബദ്ധ അസമത്വത്തെയും വർണ ജാതി വ്യവസ്ഥയിലെ അപര വിദ്വേഷ പരാമർശങ്ങളെയും ഉപേക്ഷിക്കാനുള്ള ജ്ഞാന കേന്ദ്രിത ബഹുസ്വരതയാണ് ഗുരു വിഭാവനം ചെയ്തത്.

"അറിവിനെ വിട്ടൊരു വസ്തുവന്യമില്ലെ-
ന്നറിയണമീയറിവൈകരൂപ്യമേകും." (*ആത്മോപദേശശതകം*, 89)

എല്ലാ വസ്തുക്കളും അറിവിലൂടെയാണ് അറിയുന്നതും നമ്മുടെ മുന്നിൽ നിൽക്കുന്നതും. അതിനാൽ അറിവില്ലാതെ മറ്റൊന്നുമില്ലാത്തത് പോലെ അറിവ് എല്ലാ വസ്തുക്കൾക്കും ഐകരൂപ്യം നല്കുന്നു. വാസ്തവത്തിൽ അറിവിനെക്കുറിച്ച് ഇത്രമാത്രം എഴുതിയ മറ്റൊരാളും മലയാളഭാഷയിലില്ലെന്ന് കാണാം. അറിവിലൂടെ വ്യത്യാസങ്ങളെ സമന്വയിപ്പിക്കുകയെന്ന ലക്ഷ്യം ഗുരു ആവർത്തിച്ച് മുന്നോട്ട് വെക്കുന്നു. വൈവിധ്യങ്ങളെ ഉൾക്കൊള്ളുന്ന ഒരു ബൃഹത് സാമൂഹികദർശനമാണ് അദ്ദേഹം ആവിഷ്കരിച്ചത്. ഉത്തമവും അധമവുമായി, ശ്രേഷ്ഠവും മ്ലേച്ഛവുമായി മനുഷ്യരെ ചിത്രീകരിക്കുന്ന സാമ്പ്രദായികപാഠങ്ങൾക്ക്

പകരം നാരായണഗുരു സ്വതന്ത്രമായ ഒരു മൗലികചിന്ത ആവിഷ്കരിക്കുകയാണ് ചെയ്തത്.

"അവനിവനെന്നറിയുന്നതൊക്കെയോർത്താ-
ലവനിയിലാദിമമായൊരാത്മരൂപം;
അവനവനാത്മസുഖത്തിനാചരിക്കു-
ന്നവയപരന്നു സുഖത്തിനായ് വരേണം." (*ആത്മോപദേശശതകം*, 24)

ഇത്രയും വായിച്ചു കഴിയുമ്പോൾ ഗുരു മുന്നോട്ട് വെക്കുന്ന സാമൂഹികദർശനത്തിന്റെ സ്വഭാവം ആർക്കും എളുപ്പം മനസ്സിലാകും. ഞാനും, നീയും, അവനും, ഇവനുമെല്ലാം വാസ്തവത്തിൽ ഒന്നു തന്നെയാണെന്ന് മനസ്സിലാക്കിയാൽ ഒരാൾ അയാളുടെ സുഖത്തിന് വേണ്ടി ചെയ്യുന്ന കാര്യങ്ങൾ മറ്റുള്ളവർക്ക് കൂടി സുഖത്തിന് ആയിരിക്കണം എന്ന് ബോധ്യപ്പെടും. പരസ്പരം സ്നേഹിച്ചും സൗഹൃദത്തിലും സഹായിച്ചും സമൂഹം മുന്നോട്ട് പോകാനുള്ള ആഗ്രഹ ചിന്തകളാണ് ഇവിടെ കാണാൻ കഴിയുന്നത്.

മാർക്സിസ്റ്റ് ദാർശനികനായ ഷന്താൾ മൗഫെ പരസ്പരം അറിയാതെയുള്ള ഒരുതരം ബഹുസ്വരത വിഭാവനം ചെയ്യുന്നുണ്ട്. അജ്ഞേയ ബഹുസ്വരത (agonistic pluralism) എന്ന് മൗഫെ വിളിക്കുന്ന സാമൂഹിക ഘടനയേക്കാൾ പരസ്പരം അറിഞ്ഞും സഹകരിച്ചുമുള്ള ഒരു ബഹുസ്വരതയാണ് നാരായണഗുരു ആസൂത്രണം ചെയ്തത്.

"ഒരു മതമാകുവതിന്നുരപ്പതെല്ലാ-
വരുമിതുവാദികളാരുമോർക്കുവീല;
പരമതവാദമൊഴിഞ്ഞ പണ്ഡിതന്മാ-
രറിയുമിതിന്റെ രഹസ്യമിങ്ങശേഷം" (*ആത്മോപദേശശതകം*, 47)

പരമത വിദ്വേഷത്തെയും അപരവൽക്കരണത്തെയും ഗുരു വ്യക്തമായി വിമർശിക്കുന്നു. തങ്ങൾ മാത്രമാണ് ശരിയെന്നും എല്ലാവരും ഒരു മതത്തിൽ ചേരണമെന്നും കരുതുന്നതിന് പകരം എല്ലാ മതങ്ങൾക്കും ഐക്യത്തോടെ നിലനിൽക്കൻ കഴിയണമെന്ന ദാർശനികവും പ്രായോഗികവുമായ ചിന്തകൾക്കാണ് ഗുരു കേരളത്തിൽ തുടക്കമിട്ടത്.

അറിവ് അധികാരത്തിലേക്കുള്ള വഴിയാണ്. അധികാരം ആരെയും ഭരിക്കാനോ കീഴടക്കാനോ ആർജിക്കേണ്ടതല്ല. സ്വതന്ത്രമായി ജീവിക്കാനും ആവിഷ്കരിക്കാനുമുള്ള അവസ്ഥയിലേക്കുള്ള പരിവർത്തനമാണ്. പാരമ്പര്യത്തിൽനിന്നും പ്രബുദ്ധതയിലേക്കുള്ള പരിവർത്തനത്തെ ജ്ഞാനോദയപ്രസ്ഥാനമാക്കി മാറ്റാനായിരുന്നു ഗുരു ഉദ്ദേശിച്ചത്. അതിനാലാണ് ദേവാലയങ്ങളെ വായനശാലകൾ ആക്കി മാറ്റാനുംകൂടി അദ്ദേഹം അഭിലഷിച്ചത്. പിന്നാലെ വന്നവർക്ക് അതൊന്നും ഉൾക്കൊള്ളാനായില്ലെന്നതിനാൽ ഗുരുചിന്ത സാക്ഷാൽക്കരിക്കാൻ ഇനിയും കാത്തിരിക്കേണ്ടിവരും.

തെരഞ്ഞെടുത്ത പരാമർശ കൃതികൾ

സുഗതൻ, കെ, ഡോ, *ഗുരുവിന്റെ ചരിത്രം* (2007)
ശ്രീ നാരായണ ഗുരുദേവ കൃതികൾ, സമ്പൂർണ വ്യാഖ്യാനം, ജി ബാലകൃഷ്ണൻ നായർ. (2003)
ശ്യാംകുമാർ ടി എസ് ഡോ, *മൈത്രിയുടെ പൊരുൾ* (2025)
ഭാസ്കരൻ, ടി, ഡോ. *മഹർഷി ശ്രീനാരായണ ഗുരു*, (2008)
പോക്കർ, പി കെ, ഡോ, *ബഹു സംസ്കാരവും ജ്ഞാനോദയവും*, (2023)
Hans Reiss, *Kant's Political Writings*, trans. H B Nisbett, *Kant's Political Writings*.

അനുബന്ധം

ആധുനിക പാശ്ചാത്യതത്വചിന്ത - ഇരുട്ടും വെളിച്ചവും

സഹസ്രാബ്ദത്തിന്റെ കണക്കെടുപ്പുകളിൽ തത്വചിന്തയ്ക്കു പ്രബലമായ സ്ഥാനം ലഭിക്കേണ്ടതുണ്ട്. ലോകത്തങ്ങോളമിങ്ങോളം വിവിധ തലങ്ങളിൽ തത്വചിന്തകരും തത്വചിന്തയും ജനങ്ങളെ ഉണർത്തിയും ചിന്തിപ്പിച്ചും കടന്നുപോയിട്ടുണ്ട്. പാശ്ചാത്യതത്വചിന്തയിൽ ആധുനികതയുടെ കടന്നുവരവിനെക്കുറിച്ചാണ് ഇവിടെ പ്രതിപാദിക്കുന്നത്. ആധുനിക തത്വചിന്തയുടെ ഉത്ഭവം ആഗോളവ്യാപകമായി ഒരു നിശ്ചിത വർഷമോ കാലമോ സംഭവിച്ചു എന്നു പറയുന്നത് അസംബന്ധമായിരിക്കും. കാരണം വിവിധ ഭൂപ്രദേശങ്ങളിൽ വ്യത്യസ്തമായ ചിന്താപദ്ധതികൾ ഒരേ കാലയളവിൽ നിലനിന്നിട്ടുണ്ട്. എങ്കിലും മധ്യകാലഘട്ടം തത്വചിന്തയെ സംബന്ധിച്ചിടത്തോളം പാശ്ചാത്യരാജ്യങ്ങളിൽ ഇരുളടഞ്ഞതായിരുന്നു. പാശ്ചാത്യതത്വചിന്ത പൊതുവെ പ്ലാറ്റോയുടെ തത്വചിന്തയുടെ അടിക്കുറിപ്പ് മാത്രമാണെന്ന് വൈറ്റ്ഹെഡിന്റെ അഭിപ്രായം ആധുനിക തത്വചിന്തയുടെ ആവിർഭാവത്തിനു മുമ്പുള്ള പാശ്ചാത്യ തത്വചിന്തകളെ സംബന്ധിച്ചിടത്തോളം പ്രസക്തമാണ്.

ക്രിസ്തുവിനുശേഷം 476 ൽ റോമൻ സാമ്രാജ്യം തകർന്നതോടുകൂടി പാശ്ചാത്യതത്വചിന്തയുടെ ദുർഗതിയും തുടങ്ങി. പിന്നീടുള്ള 'പള്ളിയച്ഛന്മാരുടെ കാലം' (Patristic period) തത്വചിന്ത ക്രിസ്തുമതവിശ്വാസത്തിന്റെയും പള്ളിയുടെയും അനുബന്ധം മാത്രമായി മാറി. എങ്കിലും സെയിന്റ് അഗസ്തിനെയും സെയിന്റ് അൻസലത്തെയും പോലുള്ളവർ മനഃശാസ്ത്രത്തെ യുക്തിയുമായി ബന്ധിപ്പിക്കാൻ ശ്രമിച്ചു. അൻസലത്തിന്റെ സത്താവാദപരമായ തെളിവ് ദൈവശാസ്ത്രത്തിന് പുതിയ മാനം നൽകി.

പന്ത്രണ്ടാം നൂറ്റാണ്ടാകുമ്പോഴേക്കും സർവകലാശാലകൾ ഫ്രാൻസിലും സ്ഥാപിക്കപ്പെടാൻ തുടങ്ങി. സെന്റ് തോമസ് അക്വിനാസ്

ഫ്രാൻസിലെ യൂണിവേഴ്സിറ്റി ഓഫ് പാരീസിൽനിന്ന് ഉയർന്നുവന്ന തത്വചിന്തകനാണ്. ഇബ്നുസിനയെപ്പോലുള്ള അറബ് ചിന്തകർ ഗ്രീക്കുചിന്തയെ അധികരിച്ച് നടത്തിയ പഠനങ്ങൾ ക്രിസ്ത്യൻ ചിന്തകരെയും സ്വാധീനിക്കാൻ തുടങ്ങി. പള്ളിയച്ചന്മാരുടെ കാലം പൊതുവെ ഗ്രീക്ക് ചിന്തയെ അകറ്റാനാണ് ശ്രമിച്ചതെങ്കിലും അരിസ്റ്റോട്ടിലിന്റെ ചിന്തയെ ക്രിസ്ത്യാനിറ്റിക്ക് സ്വീകാര്യമായ വിധത്തിൽ അവതരിപ്പിക്കാനാണ് അക്വിനാസ് ശ്രമിച്ചത്. മുസ്ലീം ചിന്തകനായ അവറോസിനെപ്പോലെ വ്യക്തിയെ വിശ്വാസത്തിൽനിന്നും വേർതിരിക്കാനുള്ള ശ്രമം മധ്യകാലത്തിന്റെ അവസാനത്തിൽ ജോൺ ഡൺസ്കോട്ടിന്റെയും വില്യം ഓഫ് ഒക്കാമിന്റെയും ചിന്തകളിൽ കാണാം. തത്വചിന്തയെ അതിഭൗതികവാദത്തിൽനിന്ന് വേർതിരിക്കാനുള്ള ശ്രമവും വില്യം ഒക്കാമിൽ തുടങ്ങുന്നുണ്ട്. 'ഒക്കാമിന്റെ കത്തി' Oecam's raszor തത്വചിന്തയിലെ പ്രസിദ്ധമായ ഒരു പ്രയോഗമാണ്.

ഒരു ചിന്തയുടെ ഏതാണ്ട് ദാസ്യം പോലെ നിലനിന്ന മധ്യകാല തത്വചിന്തയെ സ്വതന്ത്ര ചിന്തയായി വികസിപ്പിക്കാനുള്ള ശ്രമമാണ് നവോത്ഥാനചിന്തകർ നടത്തിയത്. മധ്യകാലഘട്ടം വരെ പാശ്ചാത്യരുടെ മിക്ക കൃതികളും ലാറ്റിനിലായിരുന്നു എഴുതപ്പെട്ടിരുന്നതെങ്കിൽ ആധുനിക തത്വചിന്ത പ്രാദേശിക ഭാഷകളിൽ ആവിഷ്കരിക്കപ്പെടാൻ തുടങ്ങി. അച്ചടിയന്ത്രത്തിന്റെ വ്യാപനം ആധുനിക തത്വചിന്തയുടെ മുന്നിൽ പുതിയ വായനാസമൂഹത്തെ സൃഷ്ടിച്ചു. സാധാരണ പുരുഷനും സ്ത്രീയും വായനക്കാരായി മാറി. സർവകലാശാലകളുടെ മതിൽക്കെട്ടുകൾക്കു പുറത്തും, പള്ളികളിൽ നിന്ന് സ്വതന്ത്രമായും ചിന്തകർ പ്രത്യക്ഷപ്പെടാൻ തുടങ്ങി, ആധുനിക ചിന്തകരിൽ ബർക്കിലി ഒഴികെ മറ്റാരും പള്ളിയച്ചന്മാരോ ഇമ്മാനുവൽ കറന്റ് ഒഴികെ മറ്റാരെങ്കിലും സർവകലാശാലാ അധ്യാപകരോ ആയിരുന്നില്ല. കൂടാതെ ക്രിസ്ത്യൻ മതത്തിനകത്തുണ്ടായ പിളർപ്പ് സർവതന്ത്രമായ വിചാരങ്ങൾക്ക് സന്ദർഭം വർധിപ്പിച്ചു. പള്ളിയുടെ ആധികാരികതയെ ചോദ്യം ചെയ്യാനും ദൈവകേന്ദ്രിതമായ ചിന്തയിൽനിന്നും വ്യതിചലിക്കാനും തുടങ്ങിയതോടുകൂടി തത്വചിന്തകർക്ക് മാനുഷികമായ പുതിയ മാനം കൈവന്നു. പതിനഞ്ചും പതിനാറും നൂറ്റാണ്ടിനിടയിലുള്ള ഈ കാലഘട്ടം കണ്ടുപിടിത്തങ്ങളുടെയും വിമോചന മുന്നേറ്റങ്ങളുടെയും ചരിത്ര സന്ദർഭത്തെയാണ് അടയാളപ്പെടുത്തുന്നത്. എന്നാൽ ഈ കാലം തന്നെയാണ് സാമ്രാജ്യവികസനത്തിന്റെയും കീഴടക്കലുകളുടെയും കാലഘട്ടമെന്നത് ചരിത്രത്തിലെ പലവിധ വിപര്യയങ്ങളിൽ ഒന്നുമാത്രമാണ്.

ഇന്ത്യൻ സാഹചര്യത്തിൽ സന്തുക്കളും സന്യാസിമാരും പുതിയ വഴികളിൽ നീങ്ങാൻ തുടങ്ങിയതും ഏതാണ്ട് ഇതേ കാലയളവിലാണ്. വൈദിക പാരമ്പര്യത്തെയും സംസ്കൃതഭാഷയുടെ അധീശത്വത്തെയും ചോദ്യം ചെയ്തുകൊണ്ട് ബുദ്ധന്റെ പാരമ്പര്യത്തിൽ ധാരാളം സന്തുക്കളും കവികളും ചിന്തകരും ഇന്ത്യയിൽ പ്രത്യക്ഷപ്പെട്ടിട്ടുണ്ടായിരുന്നു.

കബീർ (1398-1518) ഇത്തരത്തിൽ അന്ധവിശ്വാസങ്ങളെയും അനാചാരങ്ങളെയും ചോദ്യം ചെയ്തുകൊണ്ടു ജീവിച്ച ചിന്തകനായിരുന്നു. ജനങ്ങളുടെ ഭാഷയിലാണ് കബീർ മുതൽ എഴുത്തച്ഛൻ വരെയുള്ള ചിന്തകർ സംസാരിച്ചത്. പിൽക്കാലത്ത് ഭാരതത്തിലുടനീളം ഉയർന്നുവന്ന നവോത്ഥാന ചിന്തകരിൽ ബാലഗംഗാധര തിലകൻ (1856-1920) മുതൽ ശ്രീനാരായണഗുരു (1856-1928) വരെയുള്ളവരെ വിലയിരുത്തുമ്പോൾ ആദ്യകാല സന്തുക്കളുടെയും ബുദ്ധപാരമ്പര്യത്തിന്റെയും വൈദിക കാലത്തോടുള്ള പ്രതിരോധത്തിന്റെയും സ്വഭാവം വിശകലനവിധേയമാക്കേണ്ടതുണ്ട്.

ആധുനിക പാശ്ചാത്യചിന്തകർക്ക് ഊർജം പകരാൻ കോപ്പർനിക്കസ്, ക്ലെപർ, ഗലീലിയോ, ഹാർവി, ഗിൽബെർട്ട് മുതലായ ആധുനിക ശാസ്ത്രജ്ഞന്മാരുണ്ടായിരുന്നു. ടെലസ്കോപ്പിന്റെ കണ്ടുപിടുത്തവും അച്ചടിയന്ത്രത്തിന്റെ വ്യാപനവും പഴയ യുക്തിയുടെ ആണിക്കല്ല് ഇളക്കി. അതുകൊണ്ട് മതത്തിന്റെ നാലതിരുകൾക്കകത്തുപോലും ഇറാസ്മസ്സ് (1466-1538) മാർട്ടിൻ ലൂതർ (1483-1650) മുതലായവർ വരുമ്പോൾ കൃത്യവും വ്യക്തവുമായ ആശയരൂപീകരണത്തിന്റെ അനിവാര്യമായ ചർച്ചയാണ് ആരംഭിക്കുന്നത്. യുക്തിയുടെ കാലഘട്ടം എന്നറിയപ്പെടുന്ന പതിനേഴാം നൂറ്റാണ്ട് സാമ്പ്രദായിക അധികാരകേന്ദ്രങ്ങൾക്കുപകരം മനുഷ്യയുക്തിയെ സത്യം, നന്മ, സൗന്ദര്യം, രാഷ്ട്രീയം മുതലായവയുടെ മാനദണ്ഡമായി കണക്കാക്കാൻ തുടങ്ങി. അജ്ഞതയും അന്ധവിശ്വാസവും അകറ്റുന്നതിന് വ്യക്തികേന്ദ്രമായ യുക്തിയെ പ്രോത്സാഹിപ്പിക്കുന്ന നയമാണ് ആധുനികത സ്വീകരിച്ചത്. യുക്തി, സ്വാതന്ത്ര്യം, പുരോഗതി എന്നീ മൂന്ന് പരികൽപ്പനകൾ സാമ്പ്രദായിക ജീവിത വ്യവസ്ഥയെ ചോദ്യം ചെയ്യുന്നതിന് ഉപയോഗിച്ചുകൊണ്ടാണ് യുക്തിയുടെ കാലഘട്ടം പ്രബുദ്ധതയുടെ കാലഘട്ടമായി പരിവർത്തിക്കപ്പെട്ടത്. ആധുനികതയെ അനുകൂലിച്ച ബാക്കൺ, ദക്കാർത്, കൊണ്ടോർസെറ്റ്, കാന്റ് മുതലായവരും അവർക്കെതിരായ വിമർശനാത്മക ചിന്ത മുന്നോട്ടുവെച്ച റൂസ്സോ, ബർക്, ഹെഗൽ, മാർക്സ് മുതലായവരും വിഭിന്നരീതിയിൽ ആധുനിക തത്വചിന്തതന്നെയാണ് പ്രതിനിധാനം ചെയ്യുന്നത്. ബാക്കൺ മുതൽ മാർക്സ് വരെയും മാർക്സിനുശേഷം വിവിധ രംഗങ്ങളിലും ശോഭിച്ച തത്വചിന്തകരെയും പ്രത്യേകം പ്രത്യേകമായി വിശകലന വിധേയമാക്കേണ്ടത് അനിവാര്യമാണ്.

II

യുക്തിവാദവും ആഗമനിക തർക്കശാസ്ത്രവും (Period of Enlightenment)

തത്വചിന്തയെയും ശാസ്ത്രചിന്തയെയും നവീകരിക്കാൻ ശ്രമിച്ച ആദ്യത്തെ പ്രബല ചിന്തകനാണ് ഫ്രാൻസിസ ബാക്കൺ (1561-1626). ബാക്കന്റെ ചിന്തയാണ് യഥാർഥത്തിൽ ആധുനിക തത്വചിന്തയെ

ശാസ്ത്രഭാഷയോട് അടുപ്പിച്ചത്. അറിവ് അധികാരമാണെന്നും അതു കൊണ്ട് അറിവിനെ പഴയ ചിന്തകളുടെ പിടിയിൽനിന്നും വിമോചിപ്പിക്കണമെന്നും ബാക്കൻ വാദിച്ചിരുന്നു. അന്ധവിശ്വാസങ്ങളെയും വസ്തുനിഷ്ഠ യാഥാർഥ്യങ്ങളെയും കൂട്ടിക്കുഴയ്ക്കുന്ന അവസ്ഥ തിരസ്കരിക്കപ്പെടണമെന്ന നിർബന്ധം ബാക്കനുണ്ടായിരുന്നു. വസ്തുക്കൾ പരിശോധിക്കാനും വിവരിക്കാനും സഹായിക്കുന്ന ഒരു പുതിയ രീതിശാസ്ത്രത്തിന്റെ (methodology) അനിവാര്യതയെക്കുറിച്ചായിരുന്നു ബാക്കനു പറയാനുണ്ടായിരുന്നത്.

പഴയ അന്ധവിശ്വാസങ്ങളും അറിവുകളും സ്ലേറ്റിൽനിന്നും മായ്ച്ചുകളഞ്ഞശേഷം അന്വേഷണം പുതുതായി ആരംഭിക്കണമെന്ന് ബാക്കൻ സിദ്ധാന്തിച്ചു. ഗലീലിയോ ടെലസ്കോപ്പ് കണ്ടുപിടിച്ചതാണ് ബാക്കനെ വളരെയധികം സ്വാധീനിച്ചത്. മനുഷ്യന്റെ അറിവും ശാസ്ത്രങ്ങളും കലകളും പൂർണമായും പുനർനിർമിക്കുന്നതിനുവേണ്ട നിർദേശങ്ങളാണ് ബാക്കൻ മുന്നോട്ടുവെച്ചത്. ഭൂതകാലത്തെ മഹത്വവൽക്കരിച്ചുകൊണ്ട് കഴിയുന്ന സർവകലാശാലാ പണ്ഡിതന്മാരെയും മറ്റു തത്വചിന്തകന്മാരെയും വിമർശിച്ചുകൊണ്ടാണ് ബാക്കൻ പുതിയ രീതിശാസ്ത്രത്തെക്കുറിച്ച് സംസാരിച്ചത്. ആഗമനിക (Inductive Reasoning) യുക്തിക്ക് പ്രാമുഖ്യം നൽകുന്ന ആധുനിക ഭൗതികവാദ തർക്കശാസ്ത്രം (Material Logic) ബാക്കനാണ് ആദ്യമായി മുന്നോട്ടുവെച്ചത്. കാര്യകാരണ ബന്ധം സ്ഥാപിക്കുന്നതിന്റെ ആവശ്യകതയും അതിനുവേണ്ടി അനുഭവജ്ഞാനത്തെ ആശ്രയിക്കുന്നതിന്റെ യുക്തിയും ബാക്കൻ വിശദീകരിച്ചു. എന്നാൽ ഗണിതശാസ്ത്രവുമായുള്ള ബന്ധമോ, പരികൽപ്പനാ (Hypothesis) ശാസ്ത്ര കണ്ടുപിടിത്തങ്ങളുടെ അടിസ്ഥാനമാകുന്ന രീതിയെക്കുറിച്ചോ ബാക്കന് വേണ്ടത്ര അറിവുണ്ടായിരുന്നില്ല.

ദക്കാർതിനു മുമ്പ് ആധുനിക ചിന്തയ്ക്ക് ശാസ്ത്രീയമായ മാനം നൽകാൻ ശ്രമിച്ച മറ്റൊരു ചിന്തകൻ തോമസ് ഹോബ്സ് (1959) ആണ്. ക്ഷേത്രഗണിതം (Geometry) ഹോബ്സിനെ വളരെയധികം സ്വാധീനിച്ചിട്ടുണ്ടായിരുന്നു. വസ്തുക്കളുടെ ചലനകാരണങ്ങളും സ്വഭാവവും പഠിക്കുന്നതിലാണ് തത്വചിന്ത കേന്ദ്രീകരിക്കേണ്ടതെന്ന് ഹോബ്സ് കരുതി. വ്യക്തിയുടെ അകത്തും പുറത്തും നടക്കുന്ന രണ്ടുതരം ചലനങ്ങളായി ലോകത്തെ കാണാമെന്ന് ഹോബ്സ് കരുതി. ബാഹ്യലോകം പ്രദാനം ചെയ്യുന്ന ചലനത്തിന്റെ അനുകൂല-പ്രതികൂല സാഹചര്യങ്ങൾക്കനുസരിച്ച് വ്യക്തിയിൽ വെറുപ്പും സന്തോഷവും വർധിക്കുകയോ കുറയുകയോ ചെയ്യുന്നതായി തെളിയിക്കാൻ ഹോബ്സ് ശ്രമിക്കുന്നുണ്ട്. അധികാര സംവിധാനവും രാഷ്ട്രീയഘടനയും രൂപീകരിക്കപ്പെടുന്ന സാഹചര്യം ഭൗതികവാദപരമായി അവതരിപ്പിക്കാനാണ് ഹോബ്സ് ശ്രമിക്കുന്നത്. ഹോബ്സിന്റെ കരാർസിദ്ധാന്തം (Contract Theory) യാന്ത്രിക ഭൗതികവാദമായി കലാശിക്കുന്നു. കാരണം ഈച്ചകളെയും ഉറുമ്പുകളെയും പോലെ പ്രവർത്തിക്കുന്ന യന്ത്രസമാനമായ മനുഷ്യശരീരവും രാഷ്ട്രീയ

ശരീരവും നിലനിൽക്കുന്നതായി ഹോബ്സ് കരുതി. മാത്രവുമല്ല, ഭരണകൂടത്തെ സംബന്ധിക്കുന്ന സങ്കൽപ്പം രാജാവിന്റെ അമിതാധികാരത്തെ ന്യായീകരിക്കുന്നതിലേക്കും ഹോബ്സിനെ നയിച്ചിട്ടുണ്ട്.

റെനെ ദക്കാർത് (1596–1650) ആധുനിക തത്വചിന്തയുടെ പിതാവായാണ് അറിയപ്പെടുന്നത്. ലാറ്റിൻഭാഷ ഉപയോഗിച്ച് മാതൃഭാഷയെ (ഫ്രഞ്ചിൽ) വിഖ്യാതമായ *രീതിശാസ്ത്രത്തിന്റെ വ്യവഹാരം* രചിക്കാൻ ദക്കാർത് സന്നദ്ധമായി. നോവലുകൾപോലെ വായിക്കാവുന്ന കൃതി എന്നാണ് 'ദക്കാർത്' സ്വയം ഇതിനെ വിശേഷിപ്പിച്ചത്. മനുഷ്യൻ ഒരു ചിന്തിക്കുന്ന മനസാണെന്നും പദാർഥം ചലനത്തിന്റെ 'വിസ്തൃതമാക്കപ്പെട്ട' അവസ്ഥയാണെന്നും ദക്കാർത് വാദിച്ചു. വ്യക്തിയുടെ നിലനിൽപ്പ് അയാളുടെ ചിന്തയെ അധികരിച്ചാണെന്ന് ദക്കാർത് കരുതി. 'ഞാൻ ചിന്തിക്കുന്നു, അതുകൊണ്ട് ഞാൻ നിലനിൽക്കുന്നു' എന്ന വാക്യത്തിലൂടെ വ്യക്തികേന്ദ്രിതമായ ആധുനിക ബൂർഷ്വാ തത്വചിന്തയ്ക്ക് ദക്കാർത് തുടക്കമിട്ടെന്നു പറയാം. ആധുനിക വ്യക്തിത്വവികാസത്തിന്റെ ചരിത്രസന്ദർഭത്തെയാണ് ദക്കാർത് പ്രതിനിധാനം ചെയ്യുന്നത്. തത്വചിന്താപരമായ അന്വേഷണം കൃത്യവും വ്യക്തവുമായ ആശയങ്ങൾ കണ്ടെത്താൻ സഹായിക്കണമെന്ന് ദക്കാർത് ചിന്തിച്ചു. സ്വന്തം ചിന്തയെയും ചിന്തയ്ക്ക് വിധേയമാക്കുന്ന വസ്തുക്കളെയും സംബന്ധിക്കുന്ന ബോധമാണ് മനസിന്റെ സത്തയെന്ന് അദ്ദേഹം ഉപദർശിച്ചു. ഗണിതശാസ്ത്രപരവും പരീക്ഷണാത്മകവുമായ രീതിശാസ്ത്രം സംയോജിപ്പിച്ചുകൊണ്ട് രൂപപ്പെട്ട ആധുനിക പാശ്ചാത്യ ശാസ്ത്രയുക്തിക്ക് ആവശ്യമായ ആമുഖം ദക്കാർതിന്റെ ചിന്തയിൽനിന്ന് ലഭിക്കുന്നുണ്ട്.

സംശയിക്കാവുന്നതിനെയെല്ലാം സംശയിച്ചുകൊണ്ട് എല്ലാവിധ വിവേചനങ്ങളും ദൂരീകരിക്കാൻ ദക്കാർത് പഠിപ്പിച്ചു. വളരെ വിശാലമായ അർഥത്തിലാണ് ദക്കാർത് ചിന്തയെ സമീപിച്ചത്. ഇച്ഛയും ഇന്ദ്രിയങ്ങളും ബുദ്ധിയും സങ്കൽപ്പവും എല്ലാം ചേർന്നതാണ് ഇവിടെ 'ചിന്ത.' 'ഞാൻ ചിന്തിക്കുന്നു' എന്നത് എന്റെ ബോധവുമായുള്ള ബന്ധത്തെയാണ് സൂചിപ്പിക്കുന്നത്. ഒരാളുടെ നിലനിൽപ്പ് അഥവാ അസ്തിത്വം അയാളുടെ ചിന്തയിൽ നിന്നാണ് അയാൾ സ്വയം തിരിച്ചറിയുന്നത്. തീർച്ചയുള്ള കൃത്യമായ അറിവിനുവേണ്ടി നടത്തിയ അന്വേഷണം ദക്കാർതിനെ സ്വന്തം ചിന്തയിലേക്കും യുക്തിയിലേക്കുമാണ് നയിച്ചത്. എല്ലാ അറിവും ഒരു സാർവത്രിക 'ഗണിതശാസ്ത്രം' ആയിരിക്കണമെന്ന് ദക്കാർത് പറയുമ്പോൾ മനസിന്റെയും ചിന്തയുടെയും പ്രവർത്തനം കൊണ്ടാണ് 'സുനിശ്ചിത' സത്യം ആവിഷ്കരിക്കപ്പെടുന്നതെന്ന് ദക്കാർത് ധരിച്ചു. അരിസ്റ്റോട്ടിലിന്റെ തർക്കശാസ്ത്രത്തെയും പള്ളിയുടെ നിയന്ത്രണത്തെയും ഉല്ലംഘിക്കാൻ കഴിഞ്ഞെങ്കിലും ജ്ഞാനരൂപീകരണത്തിന്റെ ബലതന്ത്രം ആവിഷ്കരിക്കാൻ ദക്കാർതിനു കഴിഞ്ഞില്ല.

സ്പിനോസ (1631–1671), ലൈബ്നിസ് (1646–1716) എന്നീ ചിന്തകർ ദക്കാർതിനെ പോലെ യുക്തിക്ക് പ്രാമുഖ്യം നൽകിയവർ തന്നെയാണ്.

വിശദാംശങ്ങളിൽ വ്യത്യാസമുണ്ടെങ്കിലും ദക്കാർതിന്റെ ബോധത്തെ സംബന്ധിക്കുന്ന നിഗമനങ്ങളെ അധികരിച്ചുകൊണ്ടാണ് സ്പിനോസയും ലൈബ്നിസും ചിന്ത വികസിപ്പിച്ചത്. ക്ഷേത്രഗണിതത്തിന്റെ രീതിശാസ്ത്രമുപയോഗിച്ച് കൃത്യമായ അറിവ് സമ്പാദിക്കാൻ കഴിയുമെന്ന് ദക്കാർതിനെപ്പോലെ സ്പിനോസയും കരുതി. മനുഷ്യയുക്തിക്ക് വസ്തുക്കളുടെ യഥാർഥ സ്വഭാവം പ്രതിഫലിപ്പിക്കാനുള്ള കഴിവുണ്ടെന്ന് സ്പിനോസ വിശ്വസിച്ചു. സ്വയം തെളിവ് നൽകുന്ന തത്വങ്ങളും സിദ്ധാന്തങ്ങളും ക്രമീകരിച്ചുകൊണ്ട് യാഥാർഥ്യത്തെ അറിയാനുള്ള വ്യക്തമായ രീതിശാസ്ത്രം വികസിപ്പിക്കാൻ ശ്രമിക്കുകയാണ് സ്പിനോസ ചെയ്തത്. എന്നാൽ സ്പിനോസയുടെ ശ്രമം എവിടെയും എത്തിക്കുന്നില്ലെന്ന് ഹോബ്സ് അന്നു തന്നെ വാദിക്കുകയുണ്ടായി. സ്വയം പൂർണവും അനന്തവും അനശ്വരവുമായ ഒരേകത്വത്തിലേക്ക് ലോകത്തെ ചുരുക്കാനാണ് സ്പിനോസ ശ്രമിച്ചത്. മനസും ശരീരവും (ചിന്തയും വസ്തുവും) പ്രത്യേകമായി നിലനിൽക്കുന്ന രണ്ട് പദാർഥങ്ങളായി വേർതിരിക്കുന്ന ദക്കാർതിന്റെ സമീപനത്തെയും ലോകത്തെ ഒരേ പദാർഥമായി ചുരുക്കുന്ന സ്പിനോസയുടെ സമീപനത്തെയും ലൈബ്നിസ് എതിർത്തു. സ്വയം ചലിക്കുന്ന പ്രവർത്തനനിരതമായ ചെറിയ അസംഖ്യം അണുക്കൾകൊണ്ടാണ് ലോകം രൂപപ്പെട്ടതെന്ന് ലൈബ്നിസ് വാദിച്ചു. ഈ അണുക്കൾക്ക് മൊണാഡ് (Monad) എന്ന പേരാണ് ലൈബ്നിസ് നൽകിയത്. പ്രാചീന ഗ്രീക്ക് ചിന്തകനായ ഡെമോക്രിറ്റിസിന്റെ 'അണു' സങ്കൽപ്പത്തിൽ ലോകത്തെ ചലിപ്പിക്കുന്ന ശക്തി വിശദീകരിക്കപ്പെട്ടിരുന്നില്ല. എന്നാൽ സ്വയം ചലിക്കുന്ന മൊണാസുകൾ ഈ പരിമിതിയെ ഉല്ലംഘിക്കുന്നതായി ലൈബ്നിസ് വാദിച്ചു. ഗണിതശാസ്ത്രത്തിൽ ന്യൂട്ടനെ ആശ്രയിക്കാതെ തന്നെ അതേ കാലയളവിൽ 'കാൽക്കുലസ്' (Calculus) മുന്നോട്ട് വെക്കാനും ലൈബ്നിസിനു സാധിച്ചിട്ടുണ്ട്.

III

അനുഭവജ്ഞാനവാദം

അനുഭവത്തിലൂടെയാണ് അറിവ് ആർജിക്കേണ്ടതെന്നും പഞ്ചേന്ദ്രിയങ്ങളിലൂടെ മനുഷ്യൻ അറിവ് കരസ്ഥമാക്കുകയാണ് ചെയ്യുന്നതെന്നും വാദിക്കുന്നവർ തത്വചിന്തയുടെ ചരിത്രത്തിൽ ധാരാളമുണ്ട്. ഫ്രാൻസിസിന് ബേക്കന്റെയും തോമസ് ഹോബ്സിന്റെയും വാദങ്ങൾ ഒരളവോളം അനുഭവജ്ഞാനവാദപരമായിരുന്നു. പത്തൊമ്പതാം നൂറ്റാണ്ടിൽ ജോൺ സ്റ്റുവാർട്ട് മിൽ വികസിപ്പിച്ച ആഗമനിക തർക്കശാസ്ത്ര (Inductive Logic) ത്തിന്റെ തുടക്കം ആദ്യകാല അനുഭവജ്ഞാനവാദങ്ങളിൽ നിന്നാണ്. നിരീക്ഷണങ്ങളും പരീക്ഷണങ്ങളുമാണ് അറിവിന്റെ ഉറവിടമെന്ന് അനുഭവജ്ഞാനവാദികൾ കരുതി. ജോൺ ലോക്കും (1632–1794), ജോർജ് ബർക്കിലിയും (1685–1753), ഡേവിഡ് ഹ്യൂ (1712–1778) മും അനുഭവജ്ഞാനവാദം

(Empiricism) വികസിപ്പിക്കാനാണ് ശ്രമിച്ചത്. ബാക്കനും ദക്കാർതും ഹോബ്സും സുനിശ്ചിതമായ അറിവിന്റെ സാധ്യതയിലേക്ക് വിരൽചൂണ്ടിയപ്പോൾ ലോക്കും, ഹ്യൂമും അറിവിന്റെ പരിമിതിയിലേക്ക് വെളിച്ചം വീശാനാണ് ശ്രമിച്ചത്.

അനുഭവങ്ങൾ ആർജിക്കുന്നതിനു മുമ്പ് മനസ്സ് ഒരു 'ഒഴിഞ്ഞ സ്ലേറ്റ്' (Empty) ആണെന്ന് ജോൺ ലോക്ക് വാദിച്ചു. കാണുകയോ കേൾക്കുകയോ സ്പർശിക്കുകയോ മറ്റ് അനുഭവങ്ങളിലൂടെ എന്തെങ്കിലും നേടുകയോ ചെയ്യാത്ത മനുഷ്യമനസ്സ് ശൂന്യമാണെന്ന് പറയുന്നതിലൂടെ ആശയങ്ങൾ ബാഹ്യാനുഭവങ്ങളിൽനിന്ന് രൂപപ്പെടുന്നതാണെന്ന കാഴ്ചപ്പാടാണ് അവതരിപ്പിക്കപ്പെടുന്നത്. ആശയങ്ങളുടെ ഉറവിടം അനുഭവമാണ്; അനുഭവത്തിന് രണ്ടു രൂപങ്ങളുണ്ട്. ഒന്ന്, പഞ്ചേന്ദ്രിയ ഗ്രഹണശക്തി (Sensation)യും മറ്റൊന്ന് (Reflection) പ്രതിഫലനവുമാണ്. പഞ്ചേന്ദ്രിയങ്ങളിലൂടെ ലഭിക്കുന്ന ബാഹ്യ അനുഭവങ്ങളോടുള്ള പ്രതിഫലനം മാത്രമാണ് ആന്തരികമായി നടക്കുന്നത്. വസ്തുക്കൾക്ക് ഗുണമുണ്ടെന്നും, ഗുണം മനസിൽ ആശയം ഉൽപ്പാദിപ്പിക്കാനുള്ള ശക്തിയാണെന്നും ലോക്ക് കരുതി. അതുകൊണ്ട് വസ്തുക്കൾ ഇന്ദ്രിയങ്ങളിലൂടെ മനസിലേക്ക് ആശയത്തിന്റെ രൂപത്തിൽ പ്രവേശിക്കുമ്പോഴാണ് അറിവുണ്ടാകുന്നത്. എങ്കിലും സഹജാവബോധപരമായ അന്തർജ്ഞാനവും സാധ്യമാണെന്നും ലോക്ക് പറയുന്നുണ്ട്. സ്വന്തം നിലനിൽപ്പിനെക്കുറിച്ചുള്ള അറിവ് അത്തരത്തിലുള്ള സഹജാവബോധപരമായ അറിവാണെന്ന് ലോക്ക് കരുതി.

ലോക്കിന്റെ 'കരാർ സിദ്ധാന്തം' പ്രസിദ്ധമാണ്. സമൂഹത്തിന്റെയും ഭരണകൂടത്തിന്റെയും ഉത്ഭവത്തെ വിശദീകരിക്കാനാണ് ലോക്ക് 'കരാർ സിദ്ധാന്തം' (Contract theory) ആവിഷ്കരിച്ചത്. പ്രകൃതിയിൽ മനുഷ്യർ തുല്യതയോടുകൂടി നല്ലവരായി ജീവിച്ചിരുന്നതായും മനുഷ്യന്റെ സ്വത്തിനും സ്വാതന്ത്ര്യത്തിനും സംരക്ഷണം ആവശ്യമായ സന്ദർഭത്തിലാണ് പൊതുസമ്മതത്തിന്റെ അടിസ്ഥാനത്തിൽ സിവിൽഭരണകൂടം രൂപപ്പെടുത്തിയതെന്നും ലോക്ക് കരുതി. ഹോബ്സിന്റെ കരാർ സിദ്ധാന്തത്തിൽ രാജാവിന്റെ സ്വേച്ഛാധിപത്യത്തെ ന്യായീകരിച്ചിരുന്നെങ്കിൽ ലോക്കിന്റെ കരാർ സിദ്ധാന്തം ഭൂരിപക്ഷം ജനങ്ങളുടെ പരമാധികാരത്തെയാണ് ന്യായീകരിച്ചത്. ഭരണകൂടത്തിന്റെയും സമൂഹത്തിന്റെയും പരിണാമത്തെ സംബന്ധിച്ച് ശാസ്ത്രീയമായ നിഗമനങ്ങൾ മുന്നോട്ടു വെക്കാൻ ലോക്കിനും സാധിച്ചിട്ടില്ല.

ഒരു ബിഷപ്പായിരുന്ന ജോർജ് ബർക്കിലി (1685–1753) 'ഇന്ദ്രിയാനുഭവമാണ് അസ്തിത്വം' എന്ന് പ്രഖ്യാപിച്ചുകൊണ്ടാണ് തത്വചിന്താപരമായ അന്വേഷണത്തിലേക്ക് കടന്നുവന്നത്. കാണുന്നില്ലെങ്കിൽ വർണങ്ങളും കേൾക്കുന്നില്ലെങ്കിൽ ശബ്ദവും ഒരാളെ സംബന്ധിച്ചിടത്തോളം നിലനിൽക്കുന്നില്ല. എന്നാൽ ഒരാൾക്ക് അനുഭവപ്പെടാത്തതുകൊണ്ട് വർണവും ശബ്ദവും നിലനിൽക്കുന്നില്ലെന്നാണ് ബർക്കിലി അഭിപ്രായ

പ്പെട്ടത്. 'പദാർഥം' എന്നത് ഒരു അർഥശൂന്യമായ പദമാണെന്നും അനുഭവഗോചരമല്ലാത്ത യാതൊന്നും നിലനിൽക്കുന്നില്ലെന്നും ബർക്കിലി വാദിച്ചു. ഒരു ആപ്പിൾ അതിന്റെ രൂപവും രുചിയും വർണവും മണവും ചേർന്നതാണ്. ഇതെല്ലാം നമുക്ക് അനുഭവിക്കാൻ കഴിയും. ഇങ്ങനെ അനുഭവിക്കാൻ കഴിയാത്ത യാതൊന്നും ആപ്പിളിൽ നിലനിൽക്കുന്നില്ല. ഇത്തരത്തിലാണ് ബർക്കിലി വാദിച്ചത്. Esse est percipii- നിലനിൽക്കണമെങ്കിൽ അനുഭവഗോചരമാകണം എന്ന പ്രസിദ്ധമായ പ്രയോഗം ബർക്കിലിയുടെ തത്വചിന്താപരമായ അന്വേഷണത്തിന്റെ ദിശ വ്യക്തമാക്കുന്നു. ആരും അനുഭവിക്കില്ലെന്നും ലോകം നിലനിൽക്കുന്നതിന്റെ കാരണം ദൈവത്തിന് ഈ ലോകം അനുഭവഗോചരമായി നിലനിൽക്കുന്നതാണെന്ന് ബർക്കിലി ധരിച്ചു.

അനുഭവജ്ഞാനവാദത്തിന്റെ തീവ്രമായ ഭാഷ്യത്തിലൂടെ സംശയവാദത്തിലേക്ക് വഴുതിയ ചിന്തകനാണ് ഡേവിഡ് ഹ്യൂം (1712-1776). ഹ്യൂമിന്റെ സുഹൃത്തുക്കളിൽ റൂസോയും ആദംസ്മിത്തും ഉൾപ്പെടുന്നു. ഭൗതികശാസ്ത്രപഠനങ്ങളുടെ രീതിയുപയോഗിച്ച് മനുഷ്യപ്രകൃതം പഠിക്കാൻ ഹ്യൂം ശ്രമിച്ചിട്ടുണ്ടായിരുന്നു. യുക്തിയിൽ അമിതമായി വിശ്വാസമർപ്പിച്ച ഹ്യൂമിന്റെ ചിന്ത സംശയവാദമായി പരിണമിക്കുകയാണുണ്ടായത്. മുദ്രിതരൂപങ്ങളും (Impressions) ആശയങ്ങളും (Ideas) ചേർന്നതാണ് മനസിന്റെ ഉള്ളടക്കമെന്ന് ഹ്യൂം തിരിച്ചറിയുകയുണ്ടായി. ബാഹ്യ അനുഭവങ്ങളിലൂടെ നടക്കുന്ന മുദ്രണം ആണ് അറിവിന്റെ അടിസ്ഥാനഘടകം. ആശയം യഥാർഥത്തിൽ മുദ്രിതരൂപങ്ങളുടെ പ്രതിഫലനം മാത്രമാണ്. മുദ്രണം നടക്കാതെ ആശയരൂപീകരണം നടക്കില്ലെങ്കിൽ എല്ലാ ആശയങ്ങൾക്കും സമാന്തരമായി മുദ്രിതരൂപങ്ങളെയും കാണിക്കാൻ കഴിയണം. ഇതേ യുക്തി ഉപയോഗിക്കുമ്പോൾ കാര്യകാരണബന്ധത്തെ സംബന്ധിക്കുന്ന നമ്മുടെ സങ്കൽപ്പം അടിസ്ഥാനരഹിതമായി തീരുന്നതായി ഹ്യൂം ധരിച്ചു. കാര്യവും കാരണവും അതിന്റെ തുടർച്ചയും അനുഭവപ്പെടുമ്പോൾ കാര്യവും കാരണവും തമ്മിൽ അനിവാര്യമായ ബന്ധമുണ്ടെന്ന് നാം തെറ്റായി ധരിക്കുകയാണെന്നും അവ തമ്മിലുള്ള അനിവാര്യബന്ധത്തിന് യാതൊരു തെളിവുമില്ലെന്നും ഹ്യൂം വാദിച്ചു. അതുകൊണ്ട് സംശയവാദി (Skeptic)യായാണ് ഹ്യൂം അറിയപ്പെടുന്നത്.

ഹ്യൂമിന്റെ തത്വചിന്തയിൽ പല വൈരുധ്യങ്ങളും കാണാൻ കഴിയും. ഇച്ഛയെ (Will) സംബന്ധിച്ച് പറയുമ്പോൾ കാര്യകാരണനിയമത്തെ അധികരിച്ചും അറിവിന്റെ രൂപീകരണത്തെ സംബന്ധിച്ചും പറഞ്ഞ കാര്യങ്ങളെ ഹ്യൂം സ്വയം നിഷേധിക്കുന്നുണ്ട്. കാരണം, ഇച്ഛ, പ്രത്യേകം കാരണംകൊണ്ട് നിർണയിക്കപ്പെടുന്നതാണെന്ന് ഹ്യൂം കരുതി. എങ്കിലും മതാത്മക ദർശനങ്ങളോടും അതിഭൗതിക വാദത്തോടും കലഹിച്ചതു കാരണം ഹ്യൂമിന് ധാരാളം പ്രശംസകർ അക്കാലത്തുതന്നെ ഉണ്ടായിട്ടുണ്ട്.

IV

തത്വചിന്ത രാഷ്ട്രീയചിന്തയായി പരിഗണിക്കുമ്പോൾ

നാഗരികതയുടെ തിക്തഫലങ്ങളെക്കുറിച്ച് ഉൽക്കണ്ഠപ്പെട്ട പതിനെട്ടാം നൂറ്റാണ്ടിലെ ദാർശനികരിൽ പ്രമുഖനാണ് റൂസ്സോ (1717–1778). മാർക്സിന്റെ മൂലധനം വായിക്കാൻ ഫിദൽ കാസ്ട്രോയെ പ്രേരിപ്പിച്ചത് റൂസ്സോയുടെ പ്രസിദ്ധമായ സോഷ്യൽകോൺട്രാക്റ്റാണെന്ന് ലൂഷ്യോകളെപ്പറ്റി നിരീക്ഷിക്കുന്നുണ്ട്. ബൂർഷ്വാ നാഗരികതയുടെ ഇരുണ്ടവശമാണ് റൂസ്സോയെ ആകുലചിത്തമാക്കിയത്. മനുഷ്യാവസ്ഥ ദുരിതപൂർണമാകുന്നതിനെക്കുറിച്ച് റൂസ്സോ ചിന്തിക്കുകയും രാഷ്ട്രീയത്തിന്റെ അനിവാര്യത തിരിച്ചറിയുകയും ചെയ്യുന്നുണ്ട്. ക്രിസ്ത്യൻ ആദിപാപ സങ്കൽപ്പത്തിൽ നിന്ന് വ്യത്യസ്തമായ സാമൂഹിക രൂപീകരണവുമായി ബന്ധപ്പെടുത്തി തിന്മയെ വിശകലനം ചെയ്യാനാണ് റൂസ്സോ ശ്രമിച്ചത്. തിന്മയുടെ അടിത്തറ അനീതി അഥവാ അസമത്വമാണെന്ന് റൂസ്സോ വാദിച്ചു. പ്രബുദ്ധതയിലുള്ള അന്ധമായ വിശ്വാസത്തെ ചോദ്യം ചെയ്ത ആദ്യത്തെ ചിന്തകൻ റൂസ്സോ ആണെന്ന് പറയാം. ആധുനിക വിദ്യാഭ്യാസവും ശാസ്ത്രവും മനുഷ്യജീവിതം ദുസ്സഹമാക്കി തീർക്കുന്നതായി അദ്ദേഹം കരുതി. റൂസ്സോ എഴുതി: “ഞാൻ ശാസ്ത്രത്തെ അധിക്ഷേപിക്കുകയല്ല, ഞാൻ എന്നോടുതന്നെ പറഞ്ഞു: ഞാൻ നല്ലവരുടെ മുമ്പിൽ തിന്മയെ ന്യായീകരിക്കുകയാണ്.”

റൂസ്സോയുടെ പ്രസിദ്ധമായ ‘സോഷ്യൽ കോൺട്രാക്റ്റ്’ ഫ്രഞ്ച് വിപ്ലവത്തിന് പ്രേരണ നൽകിയത് സുവിദിതമാണ്. “മനുഷ്യൻ സ്വതന്ത്രമായാണ് ജനിച്ചത്. എന്നാൽ എങ്ങും അവൻ ചങ്ങലകളിലാണ്.” ആദ്യ അധ്യായം തുടങ്ങുന്നത് ഇങ്ങനെയാണ്. ആധുനിക മുതലാളിത്ത ലോകം സൃഷ്ടിച്ചുകൊണ്ടിരിക്കുന്ന അസമത്വവും അനീതിയുമാണ് ഇവിടെ റൂസ്സോ ഉദ്ദേശിക്കുന്നത്. എങ്കിലും ഹോബ്സ് ബാം പറയുന്നതുപോലെ മുതലാളിമാരുടെ ആധുനികതയിലുള്ള ഉറച്ച വിശ്വാസമോ തൊഴിലാളി വർഗത്തിന്റെ സോഷ്യലിസത്തിലുള്ള വിശ്വാസമോ നിലനിർത്താനാവാത്തവിധം സന്ദിഗ്ധത റൂസ്സോ പ്രകാശിപ്പിച്ചിരുന്നു. സാഹിത്യരചയിതാവ് കൂടിയായിരുന്ന റൂസ്സോ യുക്തിയേക്കാൾ വികാരത്തിനാണ് പ്രാമുഖ്യം നൽകിയത്. റൂസ്സോ സമത്വത്തിന്റെയും നീതിയുടെയും പേരിൽ തിരിച്ചുപോക്കിനെ ആശ്ലേഷിച്ചതായി വോൾട്ടയർ മുതൽ ദറിദ വരെ വിമർശിക്കുന്നുണ്ട്. തത്വചിന്തയിൽ വ്യത്യസ്തവും മൗലികവുമായ ചിന്താപദ്ധതി മുന്നോട്ടുവെച്ച പതിനെട്ടാം നൂറ്റാണ്ടിലെ മറ്റൊരു പ്രശസ്ത ചിന്തകൻ ഇമ്മാനുവൽ കാന്റ് (1724–1804) ആണ്. കാന്റിന് ഏറ്റവും പ്രിയപ്പെട്ട പുസ്തകം *എമിലി* ആയിരുന്നു എന്നതിൽ നിന്നുതന്നെ അദ്ദേഹത്തിന്റെ താൽപ്പര്യം മനസിലാക്കാം. അതിഭൗതികവാദം ജ്ഞാനരൂപീകരണത്തിൽ സഹായകമാവാത്ത സ്ഥിതി കാന്റിനെ അസ്വസ്ഥപ്പെടുത്തി. ദക്കാർതിന്റെയും മറ്റും യുക്തിവാദം ന്യൂട്ടോണിയൽ ശാസ്ത്രസങ്കൽപ്പവുമായി

പൊരുത്തപ്പെടാത്തതും ഹ്യൂമിന്റെ അതിവാദപരമായ അനുഭവജ്ഞാന വാദവും കാന്റിനെ അസംതൃപ്തനാക്കി. അതുകൊണ്ട് കാന്റ് വിമർശന യുക്തിവാദം (Critical rationalism) ആവിഷ്കരിക്കാനാണ് ശ്രമിച്ചത്. അപ ഗ്രഥനത്തിന്റെയും ഉത്ഗ്രഥനത്തിന്റെയും വൈരുധ്യാത്മകബന്ധം തെളി യിക്കാനാണ് കാന്റ് കൂടുതൽ സമയം ചെലവഴിച്ചത്. കോപ്പർനിക്കസ് സൗരയൂഥം കണ്ടുപിടിച്ചതുപോലെ മനുഷ്യകേന്ദ്രിതമായ ജ്ഞാനസമ്പാ ദന ശാസ്ത്രം ആവിഷ്കരിക്കുന്നതിലൂടെ കാന്റ് തത്വചിന്തയിൽ 'കോപ്പർ നിക്കസ് വിപ്ലവം' കൊണ്ടുവന്നതായി സാധാരണ പറയാറുണ്ട്. വിശ ദവും സമഗ്രവുമായ പഠനത്തിലൂടെ മാത്രമേ കാന്റിന്റെ തത്വചിന്ത പ്രതി പാദിക്കാൻ കഴിയൂ (അതിനു പ്രത്യേക സ്ഥലവും സന്ദർഭവും കണ്ടെ ത്തേണ്ടതുണ്ട്).

ജർമൻ ആശയവാദത്തിന്റെ തുടർച്ചയിൽ കാന്റിനെ വിമർശിച്ചുകൊ ണ്ടാണ് ഹെഗൽ (1770–1831) തന്റെ സാർവത്രിക ചരിത്രം (Universal History) ആവിഷ്കരിച്ചത്. യാഥാർഥ്യം പൂർണമായി അറിയാൻ കഴിയി ല്ലെന്ന കാന്റിന്റെ വാദത്തെ നിഷേധിച്ചുകൊണ്ട് 'യാഥാർഥ്യമായതെല്ലാം യുക്തിസഹവുമാണെന്ന്' ഹെഗൽ വാദിച്ചു. വ്യക്തിയുടെ മനസിനെ ആശ്രയിക്കാതെ നിലനിൽക്കാൻ കഴിയുന്നതാണ് യാഥാർഥ്യമെന്ന് ഹെഗൽ ഉപദർശിച്ചു. കേവലസത്യം (Absolute reality) പ്രകൃതി, മനസ്സ് എന്നിവ അടങ്ങുന്ന ത്രിത്വത്തെ സങ്കൽപ്പിച്ചുകൊണ്ടാണ് ഹെഗൽ ആശ യവാദപരമായ വൈരുധ്യവാദം (Dialectical Idealism) വികസിപ്പിച്ചത്. ചലനാത്മകത ലോകത്തിന്റെ സ്വഭാവമാണെന്നും കേവലസത്യത്തിലേ ക്കുള്ള പ്രയാണമായി വൈരുധ്യങ്ങളുടെ സംഘർഷത്തെ ഹെഗൽ കണ്ടു. കേവലമനസ്സ് (Absolute Mind) സ്വയം അനാവരണം ചെയ്യുന്ന പ്രക്രി യയായി ലോകപരിണാമത്തെ ഹെഗൽ സമീപിച്ചു. കേവല മനസിന്റെ ഇച്ഛയുടെ അന്തസ്സാരമാണ് സ്വാതന്ത്ര്യം. സ്പിനോസയെ ഉദ്ധരിച്ചു കൊണ്ട് എല്ലാ നിർണയങ്ങളും ഒരു നിഷേധമാണെന്ന് ഹെഗൽ പറ ഞ്ഞു. ഓരോ അമൂർത്ത ആശയത്തിനകത്തും അതിന്റെ വിപരീതംകൂടി അന്തർലീനമാണ്. ഈ വിപരീതങ്ങൾ സദാ സംഘർഷത്തിലുമാണ്. അങ്ങനെയാണ് ലോകം മുന്നോട്ടു പുരോഗമിക്കുന്നത്. എന്നാൽ എല്ലാ പുരോഗമനങ്ങളും കേവലസത്യത്തിന്റെ സാക്ഷാൽക്കാരമാണ് ലക്ഷ്യ മിടുന്നത്. ഭൂമിയിൽ നിലനിൽക്കുന്ന ദിവ്യമായ ആശയമായി (Divine Idea) ഭരണകൂടത്തെ കാണാനും ഭരണകൂടം 'ആത്മാവിന്റെ ആശയം' ബാഹ്യതലത്തിൽ പ്രകടിപ്പിക്കപ്പെടുന്നതാണെന്നും ഹെഗൽ കരുതി. അതുകൊണ്ട് ജർമനിയിൽ രൂപപ്പെട്ട ഏകാധിപത്യ ഭരണകൂടത്തെ മാതൃ കാപരമായും മനുഷ്യസമൂഹത്തിന്റെ വളർച്ചയിലെ അവസാനരൂപമായി വിശേഷിപ്പിക്കുന്നതിലും ഹെഗലിന് തെറ്റുപറ്റി.

പത്തൊമ്പതാം നൂറ്റാണ്ടിൽ ലോകവ്യാപകമായി ആധുനിക മുത ലാളിത്തം വളർന്നു വികസിച്ചുകഴിഞ്ഞ സന്ദർഭത്തിലാണ് കാൾ മാക്സും (1818–1883) ഫ്രെഡറിക് എംഗൽസും (1820–1895) തത്വചിന്തയിലും രാഷ്ട്രീ

യത്തിലും തങ്ങളുടെ പുതിയ നിഗമനങ്ങളുമായി മുന്നോട്ടുവരുന്നത്. തത്വചിന്തകന്മാർ നാളിതുവരെ ലോകത്തെ വ്യാഖ്യാനിക്കുക മാത്രമാണ് ചെയ്തിട്ടുള്ളതെന്നും എന്നാൽ ലോകത്തെ മാറ്റിത്തീർക്കുകയാണ് ലക്ഷ്യമെന്നും അവർ പ്രഖ്യാപിച്ചു. കേവല മനസിന്റെയും ദൈവത്തിന്റെയും പ്രകടനങ്ങളായി ചരിത്രത്തെ ചിത്രീകരിച്ച ഹെഗലിന്റെ പിഴവ് തിരുത്താനാണ് ആദ്യമായി മാർക്സ് ശ്രമിച്ചത്. ഹെഗലിനു ശേഷം ഫൊയർബാഹ് ദൈവത്തിനുപകരം മനുഷ്യനെ പ്രതിഷ്ഠിച്ചുകൊണ്ട് ചരിത്രത്തിന് പുതിയ വ്യാഖ്യാനം നൽകിക്കഴിഞ്ഞിരുന്നു. ചരിത്രവികാസത്തിന്റെ കേന്ദ്രബിന്ദു ദൈവത്തിൽനിന്നും മനുഷ്യനിലേക്ക് മാറ്റം ചെയ്യുന്നതിലൂടെ ഫൊയർബാഹ് തത്വചിന്താ ചരിത്രത്തിലെ പ്രമുഖനായിത്തീരുന്നത് മാർക്സ് എടുത്തുപറയുന്നുണ്ട്. എങ്കിലും ചരിത്രവികാസത്തെക്കുറിച്ച് ശാസ്ത്രീയമായി അപഗ്രഥിക്കാൻ ഫൊയർബാഹിനും കഴിഞ്ഞില്ല.

'ചരിത്രത്തിന്റെ ശാസ്ത്രം' അഥവാ 'സമൂഹങ്ങളുടെ വികാസത്തിന്റെ ശാസ്ത്ര'ത്തിനാണ് മാർക്സും എംഗൽസും ചരിത്രപരമായ ഭൗതികവാദം എന്ന പരാമർശം നടത്തിയത്. ഏതെങ്കിലും അമൂർത്ത ആശയത്തെയോ അഹംബോധത്തെയോ അധികരിച്ച് ചരിത്രത്തെ വിശകലനം ചെയ്യുന്നതിനു പകരം സാമ്പത്തിക ഉൽപ്പാദന ശക്തികളിലെയും ബന്ധങ്ങളിലെയും വൈരുധ്യങ്ങളെ അവലംബിച്ച് ചരിത്രത്തെ വ്യാഖ്യാനിക്കാനാണ് അവർ തുടങ്ങിയത്. ചരിത്രപരവും സാമൂഹികവുമായ പ്രശ്നങ്ങളെ ശാസ്ത്രീയമായി അപഗ്രഥിക്കുന്ന ആദ്യത്തെ പരികൽപ്പനയായിരുന്നു ചരിത്രവാദപരമായ ഭൗതികവാദം. ലെനിൻ പിന്നീട് പറയുന്നതുപോലെ ഹെഗലിന്റെ വൈരുധ്യവാദം യാഥാർഥ്യത്തിനുമേൽ ഒട്ടിച്ചുവെച്ചതാണ്. മാർക്സും എംഗൽസും വികസിപ്പിച്ച വൈരുധ്യവാദം ചരിത്രത്തെ തിരിച്ചറിയാനും മാറ്റിത്തീർക്കാനും സഹായകരമായ അന്വേഷണരീതിയാണ്. മാർക്സിസം മുന്നോട്ടുവെച്ച സാമ്പത്തികശാസ്ത്രപരവും രാഷ്ട്രീയപരവും തത്വചിന്താപരവുമായ രീതിശാസ്ത്രം ആൽത്തൂസർ പറയുന്നതുപോലെ 'ജ്ഞാനസമ്പാദനപരമായ' ഒരു വിച്ഛേദമാണ് സംഭവിപ്പിച്ചത്. ആധുനിക തത്വചിന്തയുടെ ചരിത്രത്തിലെ നിർണായക സന്ദർഭത്തെയാണ് മാർക്സ്-എംഗൽസ് ചിന്തകൾ അടയാളപ്പെടുത്തുന്നത്. പിന്നീടുണ്ടായ തത്വചിന്തകൾക്കും രാഷ്ട്രീയചിന്തകൾക്കും സാമൂഹികശാസ്ത്രപരമായ അന്വേഷണങ്ങൾക്കും തൊഴിലാളിവർഗ വിപ്ലവങ്ങൾക്കും മാർക്സ്-എംഗൽസ് ചിന്ത നൽകിയ സംഭാവന പ്രത്യേകം പ്രത്യേകം പഠിപ്പിക്കപ്പെടേണ്ടതാണ്.